**NỀN KINH TẾ
LẤY CON NGƯỜI LÀM TRUNG TÂM**

HỆ SINH THÁI MỚI CHO VIỆC LÀM

Tập 1

NỀN KINH TẾ LẤY CON NGƯỜI LÀM TRUNG TÂM
HỆ SINH THÁI MỚI CHO VIỆC LÀM

David Nordfors
Đồng chủ tịch, Đồng sáng lập, Tổng biên tập i4j

Vint Cerf
Đồng chủ tịch, Đồng sáng lập i4j

Alan Anderson
Biên tập viên

Guido van Nispen
Người chịu trách nhiệm của i4j

Đồng tác giả: **Chally Grundwag, VR Ferose Thorkill Sonne, Allen Blue, Patricia Olby Kimondo, Jason Palmer, Gi Fernando, Daniel Pianko, Wendy Guillies** và **Derek Ozkal, Jim Clifton, Jamie Merisotis, Tess Posner, Jacob Hsu, Monique Morrow Sven Otto Littorin** và **Guido van Nispen.**

Quyển sách này được thực hiện nhờ trợ cấp từ quỹ Ewing Marion Kauffman Foundation (số G-201707-2549): Nội dung của quyển sách này hoàn toàn do quỹ IIIJ Foundation chịu trách nhiệm xuất bản.

Bản quyền © 2018 bởi **IIIJ Foundation**

Đã đăng ký bản quyền. Không được sử dụng hoặc tái bản quyển sách này để bán, toàn bộ hoặc một phần, bao gồm cả hình ảnh minh họa, nếu không có sự cho phép bằng văn bản của tác giả, ngoại trừ trường hợp trích dẫn ngắn gọn trong các bài báo và đánh giá phê bình.

Phát hành bởi **IIIJ Foundation**,
565 Middlefield Road, Suite 200,
Menlo Park, California 94025, USA.

DIỄN ĐÀN LÃNH ĐẠO i4j

NỀN KINH TẾ LẤY CON NGƯỜI LÀM TRUNG TÂM

HỆ SINH THÁI MỚI CHO VIỆC LÀM

Người dịch: SUNG NGUYEN, PhD

Tập 1

Mục Lục

Chương 1: ĐỔI MỚI VIỆC LÀM TỐT HƠN CHO CON NGƯỜI NHƯ THẾ NÀO 21

Chương 2: JOBLY - LÀM THẾ NÀO ĐỂ XÓA BỎ NẠN THẤT NGHIỆP 30

Chương 3: NỀN KINH TẾ VÔ SONG LẤY CON NGƯỜI LÀM TRUNG TÂM 38

- Các chuyên gia vui lòng hãy đọc ở đây trước 39
- Một lý thuyết hệ thống đang được hình thành 40
- Tóm tắt về nền kinh tế lấy con người làm trung tâm (PCE) và những lợi ích của nó 42
- PCE là một nền kinh tế nhân văn 44
- PCE có thể được hình thành bằng cách giới thiệu hệ sinh thái đổi mới việc làm 44
- Một hành trình đầy thử thách để có một kết thúc tốt đẹp 47
- Mục đích của quyển sách này 47
- PHẦN MỘT: KHỞI ĐẦU 50
  - Quy tắc cơ bản: Kinh tế luôn luôn là hướng về con người 50
  - Ý tưởng: Nền kinh tế "lấy nhiệm vụ làm trung tâm" và "lấy con người làm trung tâm" 51
- PHẦN HAI: NỀN KINH TẾ LẤY NHIỆM VỤ LÀM TRUNG TÂM ĐANG THẤT BẠI 55
  - Dấu hiệu cảnh báo 56

- Giảm phát công nghệ đang khiến chúng ta bị nhầm lẫn 65
- Nguyên nhân sâu xa: nghịch lý tăng trưởng-lợi nhuận; giàu lên làm chúng ta nghèo đi 73

- **PHẦN BA: GIẢI PHÁP - NỀN KINH TẾ LẤY CON NGƯỜI LÀM TRUNG TÂM** 76
  - "Cuộc cách mạng Cô-péc-ních" - đặt con người vào trung tâm 76
  - Nhìn nền kinh tế đổi mới qua lăng kính PCE 80
  - Các doanh nghiệp lấy con người làm trung tâm có thể có hiệu quả hơn như thế nào so với các doanh nghiệp lấy nhiệm vụ làm trung tâm 90
  - Cuộc cách mạng công nghệ trí tuệ nhân tạo: cá nhân hóa hàng loạt 94
  - Tiền tệ trong nền kinh tế lấy con người làm trung tâm 95
  - Tiền điện tử đặc chế giúp con người trở nên có giá trị 104
  - Ý tưởng: Tiền điện tử địa phương hỗ trợ xóa đói giảm nghèo 106
  - Tính nhân văn của nền kinh tế lấy con người làm trung tâm 108
  - 'Coolabilities' – thế mạnh đặc biệt của người khuyết tật 116
  - Một ghi chú cá nhân: Tình trạng rối loạn thiểu năng tập trung của bản thân tôi 121
  - Nền kinh tế được xây dựng xung quanh tính cách của chúng ta 127
  - VeeMe, phiên bản "Tôi ảo" của tôi 128
  - Quyền riêng tư và quyền sở hữu: VeeMe của tôi phải thuộc về tôi 130
  - Nền kinh tế giữa các cá nhân 136
  - Có phải là một "Ngươi" chăng? Thử nghiệm Turing so với thử nghiệm Buber 137
  - Kinh tế học nhân văn trong nền kinh tế lấy con người làm trung tâm 140
  - Kinh tế học ngày nay không hợp lý 142
  - Kinh tế học cho sự an vui hạnh phúc vẫn chưa có mặt 143

- Công cuộc tìm kiếm một nền kinh tế thống nhất giữa của cải và sự an vui hạnh phúc 145
- Lý tưởng hóa "kinh tế học nhân văn" 147
- Kế toán cho "Cái Ngươi" như một chiến lược kinh doanh 156
- Một ứng dụng kế toán giúp những nhà tuyển dụng giỏi chiến thắng những nhà tuyển dụng tồi 157
- Một số lợi ích của "Cái Ngươi" 158
- Tóm tắt: "Cái Ngươi" có thể hữu ích như thế nào trong kinh tế học lấy con người làm trung tâm 165
- Nền kinh tế tâm linh 167
- Những tình thế tiến thoái lưỡng nan của xã hội là những vấn đề nan giải và những thách thức hiện tại 169
- Những giải pháp tâm linh cho những tình thế tiến thoái lưỡng nan xã hội 171
- Quan điểm của Darwin về sức mạnh của niềm tin 172

- **PHẦN BỐN: XÂY DỰNG NỀN KINH TẾ LẤY CON NGƯỜI LÀM TRUNG TÂM** 179
  - Điểm lại những yếu tố cần thiết cho nền kinh tế PCE 181
  - Xây dựng nền kinh tế lấy con người làm trung tâm 185
  - Chính sách Thu nhập Cơ bản Chung UBI - phiên bản thân thiện với việc làm (không phải phiên bản không tưởng) - có thể mở đường ... 195
  - Động cơ của nền kinh tế lấy con người làm trung tâm: hệ sinh thái để đổi mới việc làm 196
  - Ví dụ về một khởi nghiệp thực tế: Workgenius 197
  - Nhu cầu về nhà đầu tư tiên phong trong nền kinh tế lấy con người làm trung tâm PCE 201
  - Chính phủ có thể khởi động nền công nghiệp vốn đầu tư mạo hiểm ... 206
  - Ngân hàng có thể hỗ trợ chính phủ khởi động hệ sinh thái kinh tế PCE ... 206

7

- Ngân hàng nên được quan tâm 210
- Một kế hoạch kinh doanh lấy con người làm trung tâm: Joblygenius khôi phục nợ xấu 212

■ PHẦN NĂM: Ý TƯỞNG VỀ CHÍNH SÁCH - CHÍNH PHỦ CÓ THỂ LÀM GÌ? 218
  - Quản trị PCE 219
  - Kinh doanh trong PCE: khởi động hệ sinh thái mới để đổi mới việc làm 223
  - Nghiên cứu và phân tích PCE 228
  - Văn hóa PCE 229
  - Tiền tệ PCE 229
  - Trường hợp thí điểm: Thiên tai 230

■ LỜI KẾT 233

■ PHỤ LỤC A: BẢN TUYÊN NGÔN CỦA ĐẢNG CỘNG SẢN VIẾT THEO TỪ NGỮ CỦA NỀN KINH TẾ ĐỔI MỚI 238

Chương 4: "COOLABILITIES" – NGÔN NGỮ MỚI CHO SỨC MẠNH CỦA NHỮNG TÌNH TRẠNG KHUYẾT TẬT 246

Chương 5: SỰ RA ĐỜI CỦA HỆ SINH THÁI HÒA NHẬP CÔNG VIỆC ĐÒI HỎI TÍNH CHÍNH XÁC CAO DÀNH CHO NGƯỜI KHUYẾT TẬT, COOLABILITIES VÀ TẤT CẢ CHÚNG TA 262

- Về chương này 264
- Tại sao là bây giờ? 266
- Hiểu biết về giá trị của người lao động bị khuyết tật 267
- Coolabilities 268
- Các công cụ để xóa bỏ tình trạng thất nghiệp 271
- Đa dạng giá trị 273

- Câu chuyện của Goonj: Hiểu phế liệu như một nguồn tài nguyên để giữ gìn phẩm giá 274
- Trí tuệ nhân tạo và so khớp những việc làm đòi hỏi tính chính xác cao 275
- Mất khả năng, có khả năng, và những thứ khác 275
- Cải tiến trong chẩn đoán: câu chuyện Cognoa 279
- Tương lai của lòng trắc ẩn 281
- Công nghệ trí tuệ ra quyết định là cầu nối từ lý thuyết đến thực hành 282
- Những người tiên phong mới nổi lên gần đây 285
- Specialisterne và SAP 288
- Vindhya 289
- Một hệ sinh thái bắt đầu nổi lên 290
- Kết luận và tuyên ngôn 293

A Preface
to the People-Centered Economy
for the People of Vietnam

It is an honor to write this preface to the Vietnamese translation of the People Centered Economy. My good friend and colleague, Dr. Sung Nguyen, who translated the book, has introduced me to the history and culture of Vietnam and it is in that context that the preface is written.

Too often it is assumed that economies are the product of businesses and that private sector businesses are all about maximizing profits and shareholder values. These themes lead to efforts to reduce cost and increase profit by executing tasks more efficiently or by automating some of them to eliminate or reduce the cost of labor. The maximization of shareholder value, while a popular idea introduced in the 1980s, has the unfortunate consequence of discounting or ignoring the value of many of the people whose work makes a company valuable. In this book, a primary theme is that we should be maximizing the value of people rather than reducing the cost of task completion. Done well, we may even achieve both objectives at the same time.

There is a long history of distinguishing "owners" and "workers." Sometimes this goes along with the distinction between "management" and "labor" although not all managers are necessarily owners (shareholders). In this book, I hope you will discover that the well-being of a workforce is strongly associated with its sense of self-value and value to the company. Compensation is an important component of satisfaction, and a component of that should be literally sharing in the ownership of the company whose value is increased by the work of its employees. There exist companies that are "employee-owned." Cooperatives are another form in which the participants share in the value of the organization. Publicly traded companies often offer shares of the company to employees at a discount or include shares of the company as part of a compensation package. Such arrangements reinforce the message that everyone in the company has a mutual interest in the company's success.

Recurrent themes in this book circle around questions like "How can I help my fellow employees to be more productive?" or "How can I make myself (and my team, for managers) more valuable to the company?" The creation and maintenance of productive work environments is vital to healthy economies. Respect, diversity, collaboration and inclusiveness are elements that contribute to such positive outcomes and are increasingly recognized as important policy foci for company leaders.

It would be hard to overstate the importance to social and economic well-being of the principles expressed in this book. They apply beyond private sector organizational structures to infuse national and regional institutions and processes with deeper respect for human values. In economies where people are valued for themselves in addition to their work, one expects to find other indices of happiness, satisfaction and well-being to be stable and high.

Vietnam has climbed a steep technological ladder in the course of the past several decades. I have been most impressed by the way in which Vietnamese technologists have adopted digital technology and have implemented Internet-based networks and applications running over them.

The ability to keep pace with rapidly evolving technology is a critical requirement of the 21st Century in which we all now live. It will take cooperation and collaboration on a global scale to cope with the challenges of global warming and other hazards. If we can put a people-centric lens on our local, national, regional and global organizations, and apply that perspective persistently, we may succeed in making the world a better place for everyone. Vietnam and its people have a role to play in that grand aspiration.

Your translator, Dr. Sung Nguyen, has done a wonderful thing to make these concepts more readily discoverable by Vietnamese readers. I am grateful and I hope you will be as well.

Dr. Vinton G. Cerf

Vice President and Chief Internet Evangelist for Google

26 June 2022

Một số khái niệm đặc biệt được sử dụng trong quyển sách này

Coolabilities: Đây là từ ghép giữa hai từ cool (ngầu, tuyệt vời) và abilities (những năng lực). Nó là một từ mới được phát minh ra bởi những người tham gia viết nên bộ sách này dùng để mô tả những năng lực bù trừ được nâng cao một cách bất thường khi một người khuyết tật bị mất đi một năng lực khác. Từ mới này được các tác giả của quyển sách này tạo ra nhằm giúp thay đổi cách nhìn của chúng ta đối với người khuyết tật theo hướng tích cực hơn. Nghĩa là, thay vì trước nay khi nói đến người khuyết tật, chúng ta chỉ nghĩ đến những khía cạnh khuyết tật của họ thì bây giờ từ mới coolabilities này giúp chúng ta suy nghĩ về những mặt tốt của nó và có một từ ngữ cụ thể để có thể thảo luận rộng rãi và công khai về nó. Ví dụ về coolabilities: Khi một người bị khiếm thị mất đi năng lực nhìn thì năng lực nghe và xúc chạm của họ có khuynh hướng được nâng cao để bù đắp lại. Nói cách khác, họ không thể nhìn thấy nên theo quy luật sinh tồn, cơ thể sẽ tự thích ứng bằng cách giúp họ nghe tốt hơn cũng như cảm nhận bằng xúc giác tốt hơn. Có những công việc đòi hỏi một người phải có thính giác tốt hoặc phải cảm nhận bằng tay tốt, và do đó đây sẽ là một thế mạnh đối với những đối tượng khuyết tật này.

Hệ sinh thái bao hàm (inclusive ecosystem): Là một hệ sinh thái trong đó không một ai bị loại trừ bất kể họ là ai, đến từ đâu, thuộc tầng lớp nào trong xã hội, mang dòng máu nào, nguyên vẹn hay khuyết tật, già hay trẻ, có trình độ hay không, .v.v. Nó là một trò chơi không kén chọn bất kỳ người chơi nào. Trong quyển sách này, các tác giả đề cập đến việc các quốc gia trên thế giới nên hướng đến việc tạo ra một hệ sinh thái việc làm bao hàm, trong đó người lao động không bị kén chọn và loại trừ, cái mà nền kinh tế hiện nay không có. Ví dụ, hiện nay trên thế giới, người lao động bị khuyết tật phần lớn bị loại trừ khỏi hệ sinh thái này. Họ có rất ít cơ hội được nhận vào học ở những trường lớn và ít cơ hội hơn nữa để được tuyển dụng vào làm việc trong các cơ quan, nhà máy, công ty.

Công việc được đào tạo không chính quy (new collar jobs): là một từ mới được cựu CEO của IBM Ginni Rometty phát minh dùng để chỉ những công việc trong ngành công nghệ thông tin như an ninh mạng, khoa học dữ liệu, trí tuệ nhân tạo, v.v. Để đáp ứng nhu cầu đang khan hiếm về các kỹ sư trong những lĩnh vực này, một người lao động bình thường không cần phải trải qua bốn năm đại học hay cao đẳng để có bằng cử nhân hay cao hơn trước khi được tuyển dụng vào những vị trí trên. Thay vào đó, họ có thể học và được đào tạo ngắn hạn qua những hình thức **không chính quy** ví dụ như khóa học ngắn hạn, học việc tại chỗ, vừa học vừa làm, v.v. và sau đó có thể bắt đầu chính thức đảm nhận các công việc trên.

Nhân viên chăm sóc (caregiver): Là một nghề nghiệp chính thức được công nhận. Nhân viên chăm sóc là những cá nhân làm việc độc lập hoặc là nhân viên của một tổ chức chuyên cung cấp dịch vụ chăm sóc cá nhân. Họ cung cấp dịch vụ chăm sóc cá nhân cho một người khác là trẻ em, người già, người khuyết tật, hay người đang bệnh - những người không thể tự chăm sóc bản thân (ví dụ, trẻ em cần chăm sóc khi không có người lớn bên cạnh, người già trong viện dưỡng lão hoặc nhà riêng không thể tự làm vệ sinh cá nhân, người bệnh tâm thần cần phải trông nom liên tục, người bệnh cần mua sắm vật dụng thiết yếu, cho ăn uống, vệ sinh cá nhân, v.v.)

Thỏa thuận chia sẻ thu nhập ISA (Income Sharing Agreement): Là một hình thức cho sinh viên vay tiền để trả học phí, theo đó, tổ chức cho vay sẽ trả trước một phần hoặc toàn bộ học phí cho sinh viên với điều kiện sau khi ra trường, sinh viên đó phải chia sẻ một phần trăm nào đó thu nhập của mình với tổ chức đã cho vay trong một khoảng thời gian thỏa thuận trước. Ví dụ: tổ chức cho vay sẽ trả hết 60.000 đô-la học phí cho sinh viên. Để đổi lại, sau khi sinh viên ra trường và đi làm, sẽ chia sẻ với tổ chức cho vay 1.5% thu nhập hàng tháng của mình trong vòng 60 tháng. Thỏa thuận này có thể đi kèm một số điều khoản khác.

Lời tiên tri tự ứng nghiệm: Nghĩa là khi ai đó đưa ra một lời tiên tri, họ có khuynh hướng tư duy, suy nghĩ và hành động theo hướng của lời tiên tri đó và kết quả là lời tiên tri sẽ trở thành hiện thực. Ví dụ, có người nói rằng bạn chắc chắn sẽ không vượt qua được kỳ thi sắp đến, và bạn tin vào lời tiên tri của họ nên bạn sẽ có khuynh hướng suy nghĩ và hành động theo đó, như nghĩ rằng mình rất tệ, không cần thiết phải cố gắng trong một lĩnh vực không phải sở thích của mình, hay không cần thiết phải nỗ lực vì đằng nào mình cũng sẽ thi trượt. Kết quả rất có khả năng bạn sẽ thi trượt thật. Trong quyển sách này, tác giả có đề cập đến việc liệu máy móc trong tương lai có thay thế toàn bộ con người không. Con người tiên đoán rằng công việc sẽ bị tước mất từ rô-bốt, và bản thân sự sợ hãi, hoảng loạn đó sẽ khiến cho chúng ta mất ý chí, mất phương hướng, và do đó sẽ suy nghĩ theo hướng chấp nhận nó và không có những hành động cụ thể tích cực nào để khắc phục. Kết quả là, công việc sẽ bị rô-bốt tước mất thật.

Ta / Cái Ta: Chỉ cái hiện diện trong ngôi thứ nhất, là điều mình **chủ quan** suy nghĩ và cảm nhận về thế giới xung quanh.

Ngươi / Cái Ngươi: Là giá trị **tinh thần**, tình cảm, đức tin, tình yêu, v.v. mà mình cảm nhận được từ đối tượng khác mà mình đang có kết nối (các đối tượng này có thể là bất kỳ cái gì từ loài hữu tình đến vô tình). Cái Ngươi là cái hiện diện ở ngôi thứ hai và thứ ba, là cái mà ngôi thứ nhất cảm nhận được theo **chủ quan**. Ví dụ, bạn có một chiếc máy tính. Bạn dùng nó để viết bài luận văn tốt nghiệp của bạn. Bạn đang xem chiếc máy tính là một "Nó" vì bạn xem nó như là một phương tiện để đạt mục đích hoàn thành bài luận văn (xem định nghĩa "Nó / Cái Nó" bên dưới). Sau nhiều ngày vất vả viết bài luận văn trên máy tính, cuối cùng bạn cũng đã hoàn tất. Bạn vui mừng thở phào nhẹ nhõm và cảm thấy rất biết ơn chiếc máy tính của mình. Bạn cảm thấy một kết nối nào đó giữa bạn và chiếc máy tính, thấy yêu thương, trân trọng nó, thấy nó gần gũi với bạn hơn bao giờ hết. Ngay giây phút đó, bạn đang xem chiếc máy tính của mình là một "Ngươi", cái đã đem lại cho bạn một giá trị tinh thần tuyệt vời.

Nó / Cái Nó: Là **phương tiện** dùng để đạt một mục đích nào đó. Ví dụ, bạn đem chiếc xe gắn máy của bạn ra tiệm và nhờ người thợ sửa cho bạn. Sau khi công việc hoàn tất, bạn trả tiền công đầy đủ cho người thợ sửa xe. Xe của bạn đã tốt trở lại. Mục đích sửa xe của bạn đã được thực hiện. Người thợ sửa xe đối với bạn là một "Nó", là phương tiện giúp bạn đạt mục đích sửa xong chiếc xe. Nó / Cái Nó không nhất thiết phải là con người hay loài hữu tình mà còn có thể là bất kỳ cái gì xung quanh ta kể cả đồ vật hay loài vô tình (xem thêm ví dụ trong phần "Ngươi / Cái Ngươi" ở trên).

Kinh tế học Ta-Ngươi: Là kinh tế học cân nhắc, tính toán và ước lượng **giá trị** của các mối quan hệ **tinh thần**, tình cảm, tình yêu, tình bạn phát sinh giữa các chủ thể, góp phần làm tăng giá trị cuộc sống của mỗi cá nhân và thúc thẩy gia tăng giá trị kinh tế nói chung như thế nào.

Quan hệ Ta-Ngươi: Là ý nghĩa của cuộc sống, là quan hệ giữa mình với những giá trị tinh thần, tình cảm, đức tin, tình yêu có xung quanh ta như tình yêu đôi lứa giữa đôi trai gái, tình cảm bạn bè giữa những người bạn, tình đồng đội giữa những người lính, tình mẫu tử giữa mẹ và con, tình cảm giữa một người với thú cưng của họ, tình yêu tôn giáo giữa một người với tôn giáo mà họ tin và thực hành theo, v.v. Quan hệ Ta-Ngươi giúp cho chúng ta có một cuộc sống vui vẻ, hạnh phúc, và có ý nghĩa.

Quan hệ Ta-Nó: Là quan hệ trong đó thế giới quanh ta là những "Nó", là phương tiện để đạt những mục đích nào đó.

Ví dụ thêm về Ta, Nó, Ngươi, quan hệ Ta-Nó, và Ta-Ngươi: Giả sử bạn có nuôi một con chó. Nếu bạn chỉ xem nó như một phương tiện nhằm để giữ nhà cho bạn thì con chó ấy là một "Nó" và mối quan hệ giữa bạn và nó là quan hệ Ta-Nó. Nếu, bạn nuôi con chó ấy để làm bạn, để vuốt ve nó, chăm sóc nó, và mỗi khi bạn đi đâu về, nó nhảy cẳng lên mừng bạn và bạn thấy hạnh phúc vì điều đó, thì nó là một "Ngươi" và bạn có một quan hệ Ta-Ngươi với nó. Trong nhiều trường hợp, bạn nuôi một con chó để vừa yêu thương vừa làm con vật giữ nhà cho bạn. Trong trường hợp này đối với bạn, con chó vừa là một "Nó" vừa là một "Ngươi". Quan hệ giữa bạn và nó vừa là quan hệ Ta-Nó vừa là Ta-Ngươi.

"Cái Ngươi hiện hữu trong Cái Ta (hay đôi mắt) của người chiêm ngưỡng nó": Ở đây tác giả đã chơi chữ. "I" (cái ta) đồng âm với "eye" (con mắt). Nói cách khác, Cái Ngươi là một cảm nhận chủ quan của Cái Ta. Tùy vào "Ta" mà một chủ thể trong thế giới xung quanh được cảm nhận là một "Ngươi" hay một "Nó".

"Commemities": Là một từ mới do các tác giả của quyển sách này phát minh ra bằng cách ghép và biến thể hai từ "meme" (ý tưởng hoặc hành vi lan truyền khắp trong cộng đồng một nền văn hóa) và "community" (cộng đồng) lại với nhau. Ở đây, tác giả muốn đề cập đến việc meme tạo ra sự đồng cảm, tiếng nói chung cho một cộng đồng sử dụng nó. Ví dụ: Gangnam Style là một meme. Hàng triệu người xem video gốc về điệu nhảy Gangnam Style, bàn tán về nó, và hàng trăm ngàn biến thể khác của nó đã được người khác tạo ra một cách khôi hài, gây ra một làn sóng bàn tán sôi nổi hiện tượng Gangnam Style trong thời kỳ hoàng kim của nó. Tất cả những người tham gia vào làn sóng này tạo ra một cộng đồng của nó, một cộng đồng có một "ngôn ngữ" và kết nối chung (về Gangnam Style).

Những con chim hoàng yến trong mỏ than: Tác giả ví những người lao động khuyết tật, theo một phương diện nào đó, giống như những con chim hoàng yến. Công nhân trong mỏ than thường mang theo những con chim hoàng yến khi vào làm việc trong mỏ than. Chim hoàng yến là một loài chim rất nhạy cảm với khí độc methane hay CO. Trong mỏ than nếu có rò rỉ khí methane hay CO, chim hoàng yến sẽ chết trước. Điều này báo hiệu sớm cho các công nhân biết có sự rò rỉ của hai loại khí độc này nên họ sẽ kịp thời rời khỏi đó. Như vậy, khi có nguy hiểm xảy ra, chim hoàng yến sẽ chết trước. Tương tự như vậy, nếu phải cắt giảm nhân lực thì những lao động khuyết tật sẽ là đối tượng đầu tiên bị loại bỏ khỏi thị trường lao động.

Ván bài ba lá Monte (Three-card Monte): Là một trò chơi trong đó nhà cái giữ ba lá bài. Người cá cược sẽ chọn một trong ba lá bài đó làm lá bài mục tiêu. Sau đó nhà cái xào ba lá bài đó và úp chúng xuống mặt bàn. Nhiệm vụ của người cá cược là chỉ ra đúng lá bài mục tiêu để chiến thắng. Vì ba lá bài này đã được xáo trộn vị trí nên người cá cược rất khó đoán vị trí chính xác của lá bài mục tiêu. Thông tin về vị trí của lá bài mục tiêu bị hạn chế nên xác suất thành công không cao. Trong quyển sách này, tác giả đã ví sinh viên Mỹ như một người cá cược trong trò chơi này vì sinh viên đã chấp nhận món nợ do chính phủ cho vay để học đại học với rất ít thông tin về hiệu quả của món nợ. Vì vậy, xác suất thành công của sinh viên không cao. Nhiều sinh viên sau khi tốt nghiệp đại học đã phải lâm vào cảnh nợ nần triền miên vì không thể nào trả dứt món nợ đó.

Rainmaker: Người dùng phép thuật để gọi mưa. Trong bối cảnh quyển sách này, tác giả muốn ám chỉ những người chuyên tạo ra thu nhập cho một doanh nghiệp hoặc tổ chức bằng cách môi giới các giao dịch hoặc thu hút khách hàng hoặc quỹ tài trợ cho công ty. Vai trò của người này quan trọng vì họ là một trong những trụ cột của doanh nghiệp tạo ra nguồn tài chính đáng kể.

Chương 1

ĐỔI MỚI VIỆC LÀM TỐT HƠN CHO CON NGƯỜI NHƯ THẾ NÀO

Tác giả: Vint Cerf & David Nordfors

Việc làm có ý nghĩa là cốt lõi của nền kinh tế lấy con người làm trung tâm. Điều này là chân lý không bao giờ thay đổi. Trong nền kinh tế lấy con người làm trung tâm, mỗi người tự nâng cao giá trị của mình bằng cách giúp đỡ những người khác nâng cao giá trị của họ. Bằng cách giúp nhau như vậy, khi người này kiếm được nhiều hơn, người kia cũng kiếm được nhiều hơn, và do đó nền kinh tế sẽ phát triển. "Tôi kiếm được nhiều hơn khi bạn kiếm được nhiều hơn" đã từng và đang là một nguyên tắc vàng của một doanh nghiệp tốt và một nền kinh tế lành mạnh. Trí tuệ nhân tạo nên được dùng để đặt những việc làm có ý nghĩa vào trung tâm của mọi ngành nghề. Quyển sách này, *"Nền Kinh Tế Lấy Con Người Làm Trung Tâm"* (PCE), phân tích sâu, đồng thời phác họa ra những quan điểm và khuôn khổ mới cho doanh nghiệp và các quốc gia có nền kinh tế được thúc đẩy bởi một động lực mạnh mẽ mới - "hệ sinh thái cho việc làm" - ứng dụng trí tuệ nhân tạo để mang lại những phương thức mưu sinh mới tốt hơn cho con người. Một số chủ thể trong hệ sinh thái mới cho việc làm này như chủ doanh nghiệp, nhà đầu tư, lãnh đạo công ty, chính trị gia, nhà hoạt động từ thiện, nhà kinh tế, v.v. sẽ thể hiện bản thân trong từng trường hợp của họ, trong chính lời nói của họ, trong 17 chương con (chương 4-20) của quyển sách này. Bằng cách hiểu lý thuyết được trình bày và đặt những trường hợp đó vào bối cảnh của riêng mình, độc giả có thể hiểu ý nghĩa của nền kinh tế lấy con người làm trung tâm, hình dung ra nó và làm thế nào để trở thành một phần của nó.

Việc làm có ý nghĩa giúp người ta nhận ra giá trị của nhau. Nó giúp cho hàng triệu người không quen biết nhau có thể đánh giá nhau cao trong xã hội, nơi mà bình thường mỗi người chỉ có thể quen biết tối đa vài trăm người khác. Chúng ta không thể hình dung ra nổi một xã hội mà trong đó có một ai đó không cần phải lệ thuộc vào những người không quen biết khác. Vậy thứ gì có thể giúp gắn kết một xã hội như vậy lại với nhau? Nếu không có một loại "keo kết dính" nào đó để gắn kết một xã hội như vậy, xã hội đó sẽ tan rã ngay.

Qua những buổi hội thảo, chúng tôi đã khám phá ra rằng "giá trị cổ đông" không phải là mục đích kinh doanh duy nhất như người ta nghĩ, mà làm cho con người và việc làm của họ có giá trị đối với người khác mới là thước đo hoàn hảo hơn nhiều cho sự thành công của doanh nghiệp. Đó cũng là sự thành công mang lại sự phát triển cho kinh tế và phồn vinh cho xã hội.

Chúng tôi muốn thiết lập một nền tảng thích hợp cho nền kinh tế của chúng ta, trong đó máy móc và thuật toán chiếm ưu thế vượt trội. Hoạch định cho một nền kinh tế lấy con người làm trung tâm trong tương lai sẽ chiếm vị trí ưu tiên trong doanh nghiệp. Quyển sách này là một phần nỗ lực của tổ chức i4j chúng tôi chủ động thay đổi thước đo cho sự thành công của một doanh nghiệp.

Quyển sách của chúng tôi có ba phần chính, với phần đầu bàn sâu hơn về khái niệm nền kinh tế lấy con người làm trung tâm. Phần tiếp theo tìm hiểu về "coolabilities", một trường hợp minh họa chính yếu về cách thay đổi việc làm để phù hợp với khả năng cụ thể của từng cá nhân. Phần cuối cùng được trình bày bởi những thành viên của i4j, nói về những công ty và dự án điển hình đang hoạt động, và là một phần của hệ sinh thái giúp thay đổi việc làm để phù hợp hơn mà chúng ta sẽ tìm hiểu sau đây.

Rất nhiều chủ thể trong nền kinh tế hiện nay thuộc về hệ sinh thái mới trong nền kinh tế lấy con người làm trung tâm để đổi mới việc làm cho có ý nghĩa hơn. Hệ sinh thái này đã tồn tại. Tuy nhiên, nó vẫn chưa được định hình và nhận thức một cách chính thức. Do đó, quyển sách này ra đời nhằm giúp điều đó có thể xảy ra.

Giới thiệu nền kinh tế lấy con người làm trung tâm (PCE)

Nền kinh tế lấy con người làm trung tâm là gì?

"Kinh tế" là một từ Hy Lạp cổ có nghĩa là "gia đình" và "quản lý", đặt con người ở trọng tâm của việc quản lý những tiềm lực của họ. Trong một gia đình tốt, mỗi thành viên đều được trân trọng, người này giúp người kia tìm những việc có ý nghĩa để làm. Ngược lại, trong một gia đình không tốt, người này sẽ nói với người kia rằng, "Trong nhà này không có gì phù hợp để con làm đâu," hay, "Con phải học để có bằng đại học trước đã."

Ngày nay, hầu hết các doanh nghiệp đều lấy nhiệm vụ làm trung tâm vì họ nhận thấy chỉ khi nhiệm vụ được hoàn tất, giá trị mới được tạo ra. "Con người" vẫn là một bộ phận của sản xuất, phân phối, tiêu thụ, nhưng nó được xem là một trong những biến số "chi phí" của phương trình. Vì thế, mục tiêu của "đổi mới" luôn luôn là tìm cách tối thiểu hóa yếu tố này để giảm chi phí. Chúng tôi cho rằng luận thuyết này không phù hợp đối với một nền kinh tế đổi mới vì nó lạm dụng sự đổi mới để tước mất việc làm của con người và khiến họ không biết phải mưu sinh bằng cách nào. Vì con người phải kiếm tiền để tiêu nó nên đổi mới đã trở thành cái máy cưa cực mạnh mà nền kinh tế lấy nhiệm vụ làm trung tâm sử dụng để tự cưa gãy nhánh cây mà nó đang ngồi trên đó.

Nền kinh tế lấy con người làm trung tâm tập trung vào việc tạo ra giá trị giữa các cá nhân, làm cho họ cần nhau hơn, và vì thế có thể kiếm sống bằng những cách có ý nghĩa hơn mà không cần phải cắt giảm chi phí sản xuất, hạ thấp giá trị việc làm hay rập khuôn kỹ năng của họ để biến họ thành một thứ hàng hóa.

Trong khi nền kinh tế lấy nhiệm vụ làm trung tâm nói, "Chúng tôi cần những người có thể làm những việc làm có giá trị này," nền kinh tế lấy con người làm trung tâm nói, "Chúng tôi cần những thứ khiến cho những con người này trở nên có giá trị." Nền kinh tế lấy con người làm trung tâm luôn luôn tìm cách đổi mới để làm tăng thêm giá trị của con người. Doanh nghiệp trong bối cảnh đó luôn luôn tìm ra những việc làm mới có giá trị thị trường cao hơn việc làm cũ, làm tăng doanh thu bằng cách giúp con người kiếm được thu nhập nhiều hơn. Điều này làm cho nền kinh tế lấy con người làm trung tâm bền vững và hùng mạnh hơn nền kinh tế lấy nhiệm vụ làm trung tâm rất nhiều.

Phần đầu của quyển sách này tìm hiểu những thành phần khác nhau của các mô hình kinh tế và chia sẻ ý tưởng làm thế nào để biến nền kinh tế lấy con người làm trung tâm thành hiện thực bằng cách cho độc giả thấy điều này không chỉ dẫn đến một nền kinh tế hùng mạnh hơn mà nó còn có tiềm năng trở thành thị trường tăng trưởng đáng kể nhất trong lịch sử đổi mới và làm chủ doanh nghiệp.

Tiếp theo là một số chương tìm hiểu về khái niệm "coolabilities" - nghĩa là năng lực, tài năng, sức mạnh được tăng cường song song với tình trạng bị khuyết tật. Chally Grundwag triển khai và cập nhật công trình nghiên cứu có ảnh hưởng sâu sắc của cô ta về coolabilities. Thorkil Sonne kể về việc anh ta đã thành lập công ty đầu tiên chuyên về coolabilities của các kỹ sư bị chứng tự kỷ như thế nào và từ đó đưa đến phong trào "Ưu thế của bệnh tự kỷ". VR Ferose, một chuyên viên điều hành dày dạn kinh nghiệm trong ngành máy tính, là lãnh đạo và đồng sáng lập của coolabilities.ai thuộc tổ chức i4j, một dự án kỹ thuật nghiên cứu cách thiết kế nền tảng để đổi mới bằng việc ứng dụng trí tuệ nhân tạo nhằm tạo điều kiện thuận lợi cho hệ sinh thái đổi mới cho ra đời những công ty, dịch vụ và việc làm dành cho người bị khuyết tật có coolabilities.

Phần bàn về coolabilities của quyển sách kết thúc bằng một chương viết bởi một thành viên trong số chúng tôi (Vint Cerf), nêu bật những thách thức về an ninh và quyền riêng tư đi kèm với dịch vụ giới thiệu việc làm cá nhân, đặc biệt khi có liên quan đến thông tin về tình trạng sức khỏe và khuyết tật. Chương này cũng đề nghị một số nguyên tắc về thiết kế một hệ thống giới thiệu việc làm, và chỉ ra tầm quan trọng của việc không nên cường điệu hóa khái niệm "coolabilities" vì nó có thể dẫn đến phản ứng tiêu cực bởi những người bị khuyết tật không có biểu hiện của coolabilities.

Phần thứ ba của quyển sách bao gồm những chương viết bởi các thành viên của cộng đồng, trình bày những dẫn chứng về công ty và dự án đang là một phần của tư duy kinh tế mới này. Mục tiêu của quyển sách này là giúp độc giả hiểu về nền kinh tế lấy con người làm trung tâm cho đổi mới việc làm, hệ sinh thái mà nó cần phải có, và nó còn ở cách chúng ta bao xa. Chúng tôi cũng chỉ ra rằng đã có những tổ chức hình thành nền kinh tế mới này. Vấn đề là chúng ta chỉ cần học cách nhận ra và mang nó ra ánh sáng để nó có cơ hội phát triển.

Những đồng tác giả của chúng tôi đều là những nhà lãnh đạo, nhà tiên phong trong những lĩnh vực và tổ chức của họ, đi theo tư tưởng của nền kinh tế lấy con người làm trung tâm. Trong những chương do họ viết, họ sẽ bàn và chia sẻ những nỗ lực trong thực tế để hình thành nền kinh tế đó. Họ sẽ bàn về **việc làm** (LinkedIn, Allen Blue; People Productions, Patricia Kimondo), **tài chính và mạo hiểm** (New Markets Venture Partners, Jason Palmer; Freeformers Gi Fernando, University Ventures Fund, Daniel Pianko), **làm chủ doanh nghiệp** (Kauffman Foundation, Wendy Guillies and Derek Ozkal; Gallup, Jim Clifton), **tài năng** (Lumina Foundation, Jamie Merisotis; AI4All, Tess Posner; Catalyte, Jacob Hsu; Khôi phục chứng chỉ hành nghề cho người tị nạn, Monique Morrow; Coolabilities, Chally Grundwag, Thorkil Sonne và VR Ferose) và **tác động đối với xã hội** (Chính sách đổi mới cho việc làm, Sven Otto Littorin; và Nghề báo về sự đổi mới, Guido van Nispen)

Quyển sách trước của chúng tôi: Xóa Bỏ Nạn Thất Nghiệp

Quyển sách này là quyển sách thứ hai chúng tôi xuất bản. Quyển sách trước, *Xóa Bỏ Nạn Thất Nghiệp*[1], được viết năm 2015 và cập nhật năm 2018, trình bày tầm nhìn về sự đổi mới việc làm. Tầm nhìn đó được đặt trên ba giả thiết: (1) tất cả mọi người đều tạo ra giá trị cho nhau; (2) phần lớn nguồn nhân lực, bao gồm những người được hợp đồng làm việc chính thức lẫn không chính thức, vẫn chưa được khai thác triệt để; và (3) sự đột phá về đổi mới và chiến lược cho việc làm có thể giải phóng, bù đắp, và nâng cao nguồn lực đó.

Chúng tôi đã đưa ra một ví dụ điển hình rằng sự đổi mới cho việc làm có khả năng xóa bỏ tình trạng thất nghiệp thông qua việc định nghĩa lại việc làm như một nhu cầu. Đổi mới thường được người ta hiểu như là sự khám phá về một công nghệ mới, quy trình hoặc sản phẩm mới. Tuy nhiên, trong bối cảnh này, chức năng quan trọng nhất của đổi mới là thiết kế, cung cấp và đánh giá cao các loại việc làm khác nhau và phương thức làm những công việc đó.

Chúng tôi mô tả về nền kinh tế lấy con người làm trung tâm như là kết quả mong muốn có được từ sự đổi mới cho việc làm, mà mục tiêu là nâng cao giá trị con người và công việc của họ, khác với nền kinh tế lấy nhiệm vụ làm trung tâm đang tồn tại hiện nay. Trong nền kinh tế lấy nhiệm vụ làm trung tâm, các doanh nghiệp cạnh tranh nhau bằng cách cắt giảm chi phí, trong đó có cả chi phí lao động. Chúng tôi cũng chỉ ra rằng việc khởi động sự thay đổi đó là cấp bách như thế nào và phải thực hiện ngay nếu chúng ta hy vọng có thể khôi phục lại sức mạnh cho nền kinh tế và xã hội hiện tại của chúng ta.

Sự cần thiết của việc tập trung vào giải pháp

---

[1] Nordfors, David, Vint Cerf và Max, "Xóa Bỏ Nạn Thất Nghiệp" 2016, Nhà xuất bản: i4j / Kauffman Foundation ISBN: 978-1523845835, DOI10.13140 / RG.2.1.1006.0406

Thật không may, kể từ lần xuất bản đầu tiên của quyển sách *Xóa Bỏ Nạn Thất Nghiệp* cho đến nay, xã hội của chúng ta phần lớn vẫn tin một cách rất kiên định vào nền kinh tế lấy nhiệm vụ làm trung tâm, vẫn tiếp tục đi lệch hướng trong cuộc cạnh tranh khó khăn hơn bao giờ hết. Đó là, cắt giảm chi phí thay vì tập trung vào cách thức mà các công nghệ mới có thể được áp dụng để tạo ra nhiều việc làm tốt hơn cho con người, những người luôn luôn có nhu cầu phải làm việc để kiếm sống.

Những tranh luận về trí tuệ nhân tạo, tự động hóa và tương lai của việc làm đã nổ ra từ năm 2012 sau khi quyển sách *Cuộc Đua Chống Lại Máy Móc*[2] ra đời, gần như diễn ra đồng thời với sự ra đời của i4j Innovation for Jobs. Tin xấu luôn lan truyền nhanh hơn bất cứ thứ gì khác, và mặc dù *Cuộc Đua Chống Lại Máy Móc* chỉ ra cơ hội cho các doanh nghiệp tạo ra việc làm mới cùng với các công nghệ mới nhưng sự tước mất việc làm lại trở nên là một đề tài nóng bỏng. Cho đến nay, đề tài này vẫn đứng đầu trong các chương trình nghị sự, và thế giới không ngừng gia tăng tìm hiểu về quy mô khả năng bị tước mất việc làm mà chúng ta đang phải đối đầu. Nỗi sợ hãi thường dẫn đến phủ nhận hoặc cố gắng trong tuyệt vọng, và vì thế thường làm cho mọi thứ trở nên tồi tệ hơn thay vì đưa đến một giải pháp tích cực. Sợ hãi không phải là những gì cần thiết để xây dựng một thế giới tốt đẹp hơn, mà nó phải được xây dựng bằng cách hiện thực hóa những tầm nhìn tích cực. Rất ít tổ chức, nếu có, ngoại trừ i4j, ngay từ đầu đã đặt sự đổi mới cho việc làm ở trọng tâm mọi thảo luận của mình.

Chương trình *Trợ cấp thu nhập tối Thiểu* (UBI) đã được đề xuất để giải quyết tương lai của việc làm, nhưng nó là chuyện về hai loại UBI được đề xuất rất khác nhau và khá gây nhầm lẫn. Thứ nhất, đó là một "UBI không tưởng" dùng thay thế nhu cầu kiếm sống, cho rằng máy móc sẽ thay con người làm tất cả công việc. Mặt khác, một UBI thứ hai là "UBI thân thiện với việc làm", có

---

[2] *Brynjolfsson, Erik và Andrew McAfee. Chạy đua với máy móc: Cách mạng kỹ thuật số đang thúc đẩy sự đổi mới, thúc đẩy năng suất và chuyển đổi không thể đảo ngược việc làm và nền kinh tế. Brynjolfsson và McAfee, 2012.*

nghĩa là nó dùng để thay thế các khoản bảo hiểm xã hội hiện có - mà người hưởng muốn được cấp phải đang trong tình trạng thất nghiệp - và vì thế nó có thể thúc đẩy những người thất nghiệp trở lại lực lượng lao động. Trong khi "UBI không tưởng" không được thử nghiệm và không thể hoạt động vì những lý do chúng tôi trình bày trong quyển sách này, "UBI thân thiện với việc làm" có thể là con đường dẫn đến PCE, nhưng bản thân nó thì không phải là một giải pháp. Nó đang được Phần Lan nghiên cứu, đưa đối tượng hưu trí trở lại lực lượng lao động để củng cố nền kinh tế của mình.

Khi nói đến tương lai của việc làm, nỗi sợ hãi về việc bị tước mất việc làm có thể trở thành một lời tiên tri tự ứng nghiệm trừ khi bùa chú được hóa giải.

Quyển sách này gợi ý rằng điều đó có thể được thực hiện mà không cần cây đũa thần để hóa giải bùa chú nào cả. Thay vào đó, chúng ta chỉ cần nhìn nhận lại nó là một cơ hội thay vì là một vấn đề (như vẫn thường xảy ra trong cuộc sống), và trong trường hợp này, đó là tạo ra việc làm mới và tốt hơn cho người thất nghiệp bằng cách sử dụng ngay chính các công nghệ đang góp phần làm mất dần những việc làm hiện có.

Quyển sách này không thể được hoàn thành nếu không có sự hỗ trợ đắc lực của cộng đồng, đồng tác giả, nhà tài trợ, đối tác và tất cả những người khác đã tham gia vào việc hình thành nó. Chúng tôi chân thành cảm ơn tất cả họ trong việc tạo nền tảng cho tương lai của một nền kinh tế lấy con người làm trung tâm.

Jobly

Trong quyển sách này, một số chương đề cập đến khái niệm "Jobly", một hệ thống tưởng tượng lý tưởng nhằm so khớp việc làm dựa trên trí tuệ nhân tạo. Nguồn gốc của cái tên đó là một kịch bản cho tương lai mà chúng tôi đã viết vào năm 2014, trong đó lần đầu tiên chúng tôi phác thảo ra hình ảnh của đổi mới việc làm nhìn từ quan điểm của khách hàng. Trong trường hợp này, khách hàng là một cá nhân muốn tìm kiếm thu nhập nhưng không nhận thức đầy đủ về những thế mạnh của mình, hoặc không biết chúng có thể được sử dụng vào những việc gì. Kịch bản Jobly được các thành viên của i4j áp dụng và trở thành một từ mới trong kho tàng từ vựng của i4j. Nó đại diện cho các dịch vụ trí tuệ nhân tạo tiên tiến nhằm điều chỉnh việc làm và học vấn, và là một cái gì đó giống như 'Thử nghiệm Turing" đối với đổi mới việc làm.

Chương 2

JOBLY - LÀM THẾ NÀO ĐỂ XÓA BỎ NẠN THẤT NGHIỆP

Tác giả: David Nordfors và Vint Cerf (07/2014)

David Nordfors và Vint Cerf

CHƯƠNG 2

Một số người cho rằng trong tương lai tất cả các việc làm có thể sẽ bị tự động hóa. Sau đó, có lẽ khâu tiêu dùng cũng sẽ bị tự động hóa, và thế là chúng ta sẽ thực sự gặp rắc rối lớn vì điều đó. Nhưng nói một cách nghiêm túc, cách suy nghĩ này có một cái gì đó không hợp lý lắm.

Thay vì sự đổi mới có thể gây nên những rắc rối, phiền toái như một số người nghĩ, thật ra nó có thể xóa bỏ tình trạng thất nghiệp. Với một tư duy mới đánh giá cao giá trị con người, sự đổi mới có thể loại bỏ nạn thất nghiệp. Mọi người ai cũng đều có thể có một việc làm tốt.

Không phải chúng ta đang đổi mới quá nhiều mà vấn đề ở đây là chúng ta đang cố gắng vận hành nền kinh tế mới theo phương thức cũ. Phương thức cũ là làm những công việc cũ nhưng hiệu quả hơn như tiêu chuẩn hóa các nhiệm vụ, viết ra cẩm nang chỉ dẫn công việc và những thứ khác đại loại như vậy mà phần lớn rất tẻ nhạt và không giúp ích nhiều lắm. Cách làm đó chỉ thích hợp với máy móc mà thôi. Vì vậy, nếu đây chỉ là những gì một nền kinh tế hướng tới, vâng, chúng ta sẽ luôn luôn mất đi nhiều việc làm hơn. Và bây giờ chúng ta lo lắng bởi vì chúng ta không thể tưởng tượng ra được con người có thể làm gì khi điều đó xảy ra. Vì vậy, những gì chúng ta đang thiếu là *trí tưởng tượng*.

Rõ ràng rằng mọi người có thể tạo ra giá trị cho nhau, và không có ai bị xem là vô dụng cả. Chúng ta "chỉ" cần một nền kinh tế tạo điều kiện dễ dàng để mọi người sẵn sàng tạo ra giá trị. Con người có khả năng mạnh mẽ hơn bao giờ hết. Cụ thể, điện thoại thông minh là một công cụ quá tuyệt vời đến nỗi mỗi ngày chúng ta càng thấy ngạc nhiên hơn bởi những điều mới lạ con người có thể làm được với nó mà chúng ta không hề tưởng tượng nổi. Người thất nghiệp nào có trên tay một chiếc điện thoại thông minh đều có khả năng kiểm soát cả một trung tâm siêu máy tính có chứa đầy các kỹ sư trong đó. Làm sao một nền kinh tế lành mạnh lại có thể bỏ qua việc sử dụng nguồn tài nguyên tuyệt vời này của những con người có đầy quyền năng đó? Không phải chúng ta đang có quá ít vấn đề để giải quyết. Cũng không phải chúng ta không muốn có thêm vấn đề để giải quyết nữa. Việc khắc phục biến đổi khí hậu, xóa bỏ nhiều bệnh tật, ngăn chặn chiến tranh, v.v. thì sao? Có vô số vấn đề mới mà chúng ta phải giải quyết.

Nếu chúng ta cũng sáng tạo trong việc tạo mới những việc làm tốt giống như chúng ta sáng tạo trong việc tạo mới các sản phẩm và dịch vụ thì nền kinh tế đổi mới sẽ là một nền kinh tế bền vững. Ngày nay, đối với mỗi nhu cầu và mong muốn đều sẽ có một sản phẩm hoặc dịch vụ được phát triển. Liệu nền kinh tế có thể phát triển những việc làm có giá trị cho mỗi người, cho phép họ làm điều gì đó phù hợp với họ như mặc một bộ đồ vừa vặn, tạo ra giá trị và sự hài lòng cao nhất cho mọi người không? Khi đó, tổng số việc làm sẽ nhiều hơn tổng dân số. Vì vậy, không phải việc làm mà là con người sẽ trở nên nguồn lực khan hiếm. Hãy tưởng tượng thay vì có được một việc làm bởi vì bạn có thể làm cái mà người khác (hoặc máy móc) có thể làm, bạn sẽ có được một việc làm vì bạn đặc biệt hơn trong cách tạo ra giá trị thực sự cho người khác. Chúng tôi nghĩ đó là một mục tiêu hấp dẫn cho nền kinh tế đổi mới.

Điều này có thể hình dung như thế nào nhỉ? Bạn hãy tưởng tượng có một công ty tuyển dụng lao động ra đời, tạm lấy tên là Jobly, sử dụng công nghệ thông minh để xem lướt qua những thông tin như kỹ năng, tài năng, đam mê, kinh nghiệm, giá trị, mạng lưới xã hội của bạn, v.v. Jobly sẽ tìm ra những việc bạn có thể làm trên thị trường. Ví dụ, có thể bạn nói, "Tôi rất thích vẽ tranh, nhưng tôi không biết làm sao để có thể kiếm tiền từ sở thích đó." Vâng, sẽ có một số người trong số hàng tỷ người trên hành tinh này sẵn sàng trả tiền cho bạn để vẽ tranh. Có lẽ, bạn sẽ thử việc đó trong một vài tuần lễ, và sau đó bạn thử một việc khác cho đến khi bạn quyết định sẽ dừng lại ở một việc nào đó mà bạn cảm thấy có ý nghĩa. Tìm đúng việc làm cũng giống như tìm đúng đối tác phải không? Bây giờ, nếu Jobly được nhận tiền hoa hồng trên những gì bạn kiếm được, nó sẽ có động lực mạnh để tìm cách làm cho bạn trở nên có giá trị nhất có thể. Jobly sẽ giúp bạn tìm các khóa đào tạo phù hợp để bạn kiếm được nhiều tiền hơn, và cũng có nghĩa là tăng thêm thu nhập cho chính nó. Jobly cũng có thể cung cấp cho bạn quyền lợi y tế bởi vì nếu nó có vài trăm triệu khách hàng, nó có thể phân tán rủi ro và cung cấp bảo hiểm y tế cho bạn. Bạn là những người mua việc làm để tạo ra giá trị. Đó chính là dịch vụ nó cung cấp cho khách hàng của nó là những người bán việc làm. Jobly sẽ xóa bỏ tình trạng thất nghiệp, điều chỉnh việc làm cho phù hợp với những đối tượng được cho là "không có khả năng kiếm được việc làm". Thường thì những đối tượng bị khoác lên người cái mác ấy lại là những đối tượng tuyệt vời nhất mà chúng tôi được biết, những đối tượng khiến chúng tôi cảm thấy rằng thị trường lao động ngày nay có điều gì đó không ổn. Họ là những đối tượng thật tuyệt vời. Chỉ có điều là họ không được khớp vào đúng vị trí mà thôi. Thật đáng tiếc!

Một mô hình kinh doanh như thế này sẽ tốt cho cả nền kinh tế vi mô lẫn vĩ mô. Đó là hướng tới lợi nhuận, tối đa hóa giá trị của con người và giảm thiểu chi phí cho các việc làm. Nó phân phối của cải, tạo ra những người lao động hạnh phúc hơn và những khách hàng giàu có hơn. Nó tìm kiếm và tạo ra sự đa dạng, cho phép mọi người trong xã hội cùng nhau làm nhiều việc khác nhau, từ đó củng cố khả năng xã hội và nền kinh tế có thể đối phó lại các thử thách. Đó là một mô hình nuôi dưỡng một xã hội trung lưu trong nền kinh tế đổi mới.

Các đề xuất đó về giá trị rõ ràng rất hấp dẫn. Bạn hãy suy nghĩ thử xem. Ngày nay, chỉ có một phần rất nhỏ năng lực của con người đang được khai thác. Có quá nhiều người không hài lòng với công việc họ đang làm. Quy mô thị trường có thể để xóa bỏ được nạn thất nghiệp là sự chênh lệch giữa giá trị được tạo ra theo cách hiện tại và giá trị được tạo ra bởi toàn bộ những người đang sống trên trái đất được trang bị những việc làm phù hợp mà họ đam mê và tận dụng hết 100% năng lực của mình. Đây có thể là một cơ hội kinh doanh lớn nhất từ trước đến nay.

Vậy, việc tự động hóa sẽ tước mất việc làm thì sao? Đổi mới thực sự là một điều rất đáng hoan nghênh trong nền kinh tế mà chúng tôi đã mô tả bởi vì nó giải phóng con người để họ có thể làm những công việc khác. Nhưng nó phải được kết hợp với sự đổi mới trong các công cụ khiến mọi người có thể làm những việc mới mà họ KHÔNG thể làm trước đây. Chẳng hạn, điện thoại thông minh, các phần mềm ứng dụng phục vụ cho sáng tạo và tăng năng suất thì rất thật tuyệt vời trong lĩnh vực này.

Những người khuyết tật, hoặc những người đã trải qua những thử thách nghiêm trọng trong xã hội, hoặc những người đang mắc một số chứng bệnh đều đang gặp khá nhiều khó khăn trên thị trường việc làm. Nhưng nếu được trang bị các công cụ và điều kiện làm việc phù hợp, họ cũng có thể có sức hấp dẫn như bất kỳ ai khác. Họ thường có những kỹ năng đặc biệt mà những người có cuộc sống phẳng lặng, ít thử thách hơn không có. Điều đó sẽ khiến họ trở nên có giá trị hơn. Bạn chẳng bao giờ có thể nhìn thấy những điều tuyệt vời này được nêu rõ trong những bảng mô tả tuyển dụng việc làm.

Hoặc hãy nhìn vào những người độc đáo theo những cách rất đặc biệt, ví dụ những người nói rằng họ có thể nhìn thấy hào quang xung quanh người khác. Nó không phải là một kỹ năng được khoa học công nhận. Rất nhiều nhà khoa học và những người được xem là có lý trí sẽ nói chúng chỉ là những trò bịa đặt. Họ thường hành nghề chữa bệnh hoặc áp dụng những phương thức chữa lành không dùng thuốc mà không được các hệ thống y tế chấp nhận thanh toán. Bảo hiểm cũng không chi trả cho những khoản ấy.

Bạn sẽ chẳng bao giờ thấy một bảng mô tả tuyển dụng việc làm nào nói rằng, "Chúng tôi đang tìm kiếm những người có thể nhìn thấy hào quang." Thị trường dành cho những người chữa lành thông qua việc nhìn thấy hào quang như vậy thì khá nhỏ. Vào năm 2012, các nhà nghiên cứu đã tìm thấy một lời giải thích khả dĩ cho việc nhìn thấy hào quang. Nó là một trạng thái gọi là "liên kết giác quan", hay giao thoa giữa các giác quan. Có những người nhìn thấy màu sắc khi họ nghe nhạc, và họ thường là những nhạc sĩ xuất sắc như Tori Amos hay Leonard Cohen. Nghiên cứu cho thấy rằng những người nhìn thấy hào quang có "trạng thái giao thoa cảm xúc". Mắt của họ có thể nhìn thấy thực tế không phải bình thường mà đã được thêm thắt, mở rộng, và bổ sung màu sắc từ cảm xúc của họ. Đây là một tài năng rất quý giá trong một thế giới mà phần lớn con người đã bị mất kết nối với chính mình. Những người có "trạng thái giao thoa cảm xúc" thường sẽ rất giỏi trong việc phát hiện ra một người nào đó sắp gặp nguy hiểm, hoặc phát hiện ra ai đó đang nói dối, bởi vì họ hoạt động như những cỗ máy địa chấn ghi nhận lại cảm xúc. Họ có thể rất xuất sắc trong những trường hợp cần đến linh tính, và những trường hợp như vậy là khá phổ biến. Họ có thể là nhà thần kinh học xuất sắc, làm việc liên quan đến cải thiện tương tác giữa con người với máy tính, hoặc làm cho công nghệ hội nghị truyền hình trở nên hiệu quả hơn.

Hầu như không ai biết đến nghiên cứu vào năm 2012 đó. Tại sao họ lại phải biết nhỉ? Vì họ không có động cơ thúc đẩy nào cả. Không giống như những người có khả năng chữa lành bệnh thông qua việc nhìn thấy hào quang, "liên kết giác quan" là một tài năng thiên phú rất khác thường. Bạn không hề thấy bất kỳ mô tả tuyển dụng việc làm nào nói về nó cả. Đây là một loại giá trị mà một công ty như Jobly có thể nuôi dưỡng. Hệ thống thông minh của Jobly sẽ liên tục theo dõi các nghiên cứu và thảo luận có liên quan đến vấn đề này. Nó sẽ phát hiện ra bạn có phải là một người có khả năng chữa bệnh bằng cách nhìn thấy hào quang hay không bởi vì điều đó thể hiện rõ ràng trong các email của bạn. Sau đó, nó sẽ thông báo cho bạn đại loại như, "Bạn có thể rất giỏi trong việc đọc suy nghĩ của người khác. Hãy xem bài nghiên cứu năm 2012 và các nguồn khác nữa nếu bạn muốn tìm hiểu thêm." Có thể Jobly sẽ tiếp tục hỏi, "Bạn có thích làm một việc gì đó, chẳng hạn như xây dựng một hệ thống giáo dục mới ở quốc gia X không?" bởi vì hóa ra đất nước X, một nơi bạn thích đến, đang thực hiện chương trình chống tham nhũng và đang tái cấu trúc hệ thống giáo dục của họ. Họ cần những người đồng cảm với họ và có thể phát hiện ra những người trung thực có thể làm việc liên quan đến giáo dục trẻ em. Thật ra, bạn đã có quen biết những người ở quốc gia X có liên quan đến dự án này rồi. Chỉ có điều là bạn không nhận thấy mà thôi. Họ không nhận ra rằng bạn có thể giải quyết vấn đề của họ, và chắc chắn họ cũng không hề biết gì về nghiên cứu năm 2012 đó. Ngay cả khi họ biết bạn là một người có khả năng chữa lành bằng hào quang, họ cũng không liên tưởng bạn đến dự án của họ. Jobly sẽ không tiết lộ cho bạn biết tất cả những gì nó biết vì nó cần phải thận trọng, nhưng các liên kết có thể dần được mở ra trong từng trường hợp cụ thể. Giả sử bạn cảm thấy phấn khích với ý tưởng dành một chút thời gian ở đất nước X làm một việc tốt nào đó, và bạn khá hào hứng với bài nghiên cứu năm 2012 vì nó giải thích thêm một chút về bạn, đồng thời gợi ý bạn có thể tạo ra giá trị như thế nào với nó. Vì vậy, giờ đây Jobly sẽ làm trung gian liên lạc với bạn bè của bạn ở quốc gia X, những người làm việc với hệ thống giáo dục, trình bày với họ ý tưởng rằng những người có "trạng thái giao thoa cảm xúc" có thể hữu ích trong việc xây dựng một hệ thống không có tham nhũng. Nếu họ nói đây là điều mà họ muốn xem xét, Jobly sẽ cho bạn biết, và sau đó, nó sẽ giúp bạn liên lạc với những người này. Jobly sẽ cho bạn biết một số mối liên lạc của bạn có thể làm xuất phát điểm hợp lý. Nếu bạn quyết định tham gia dự án đó với họ, Jobly sẽ cung cấp cho bạn tất cả các công cụ quản trị cần thiết để xin visa, khai thuế, v.v. Và 20% số tiền thù lao mà Jobly nhận được sẽ được dùng để tái đầu tư và tiếp tục hoàn thiện việc làm và khai thác tài năng.

Thị trường cho các khởi nghiệp hoạt động trong lĩnh vực đổi mới việc làm như vậy có tiềm năng lớn cỡ nào? Trước hết, hàng năm có khoảng 100 tỷ đô-la tiền mặt chi tiêu cho bảo hiểm thất nghiệp. Có lẽ một phần của số tiền đó có thể sẽ được sử dụng làm động lực thúc đẩy cho những người tìm việc và các công ty như Jobly nhằm đưa những tài năng quý giá nhất của con người vào sử dụng.

Việc nạn thất nghiệp làm cho chính phủ phải tiêu tốn nhiều ngân sách chỉ là một khía cạnh nhỏ. Vấn đề lớn hơn là năng lực của con người - nguồn tài nguyên lớn nhất trên thế giới và là thị trường tiềm năng lớn nhất thế giới - chưa được khai thác hết. Hãy suy nghĩ xem, ở một quốc gia phương tây trung bình có khoảng một nửa dân số tham gia lao động, nhưng chỉ có khoảng một phần mười trong số những người không tham gia lao động được xác định là thất nghiệp chính thức. Vì vậy, có thể nói chúng ta có thể có cơ hội để tăng GDP lên đến gấp đôi.

Tiếp theo, hãy xem mẩu chuyện vui này: Một người khách đang được dẫn đi tham quan quanh một nơi làm việc lớn. Anh ta hỏi, "Có bao nhiêu nhân viên đang làm việc ở đây?" Người chủ trả lời, "Khoảng 50% số nhân viên." Chúng ta ai cũng biết điều đó là sự thật. Vậy, có thể nói chúng ta có thể có cơ hội để tăng GDP lên gấp đôi. Về nguyên tắc, thị trường xóa bỏ nạn thất nghiệp có thể tăng GDP lên đến gấp bốn lần. Thậm chí chúng ta có thể tưởng tượng đến một cơ hội thị trường lớn hơn như vậy không?

Thành thật mà nói, chúng ta cũng không được quên rằng không phải tất cả các việc làm mà chúng ta phụ thuộc vào đều là những việc làm được trả lương. Bên cạnh những việc làm được trả lương, còn có rất nhiều các việc làm khác không được trả lương như việc làm cha mẹ tốt, hay những việc làm cộng đồng, tham gia vào nền dân chủ hoặc phát triển Linux và Wikipedia. Thật ra, chúng ta thậm chí cũng không muốn những việc làm này là việc làm được trả lương. Vì vậy, xóa bỏ nạn thất nghiệp có ý nghĩa nhiều hơn là cung cấp cho con người việc làm được trả lương. Đó là cách chúng ta tạo ra sự giàu có và cuộc sống hạnh phúc, có ý nghĩa cho mọi người.

Chương 3

NỀN KINH TẾ VÔ SONG LẤY CON NGƯỜI LÀM TRUNG TÂM

Tác giả: David Nordfors

Mục đích của đổi mới:

Kiến tạo một nền kinh tế bền vững,
nơi chúng ta làm việc với những người mình thích,
được trân trọng bởi những người mình không quen biết,
và cho những người mình yêu thương.

Các chuyên gia vui lòng hãy đọc ở đây trước

Nếu bạn là một chuyên gia về tương lai của việc làm hoặc nền kinh tế nói chung, bạn chắc chắn đã thu thập được rất nhiều kiến thức. Cũng như những chuyên gia lành nghề khác, có thể bạn chỉ cần xem một vài từ khóa để hiểu hết cả một văn bản. Có người mở một quyển sách ra, chỉ đọc mục lục, đọc lướt qua quyển sách và sau đó đã nắm được nội dung để thảo luận về quyển sách đó với sự tự tin như một chuyên gia.

Điều đó không áp dụng được đối với quyển sách này.

Quyển sách này đưa các từ khóa ra khỏi bối cảnh bình thường của chúng và chỉnh sửa chúng một cách có hệ thống. Tôi chơi đùa với chúng và phá bỏ đi những bức tường ngăn cách giữa những ý tưởng mà bạn nghĩ rằng không liên quan. Chẳng hạn, tôi chơi đùa với ý tưởng rằng "nhân viên" và "khách hàng" là một. Hơn nữa, nếu việc làm được xem như một dịch vụ được giao đến cho nhân viên giống như cách một dịch vụ được giao đến cho khách hàng thì "nhân viên" và "khách hàng" là một. Gây nhầm lẫn ư? Có lẽ, nhưng nó sẽ thực sự rất thuyết phục một khi bạn đã hiểu sâu hơn về nó. Bạn có thể đọc thêm về nó trong quyển sách này.

Tôi đã làm hết sức mình để các chuyên gia chuyên đọc lướt không nghĩ rằng tôi đã nói điều gì đó mà tôi không ngụ ý là vậy. Đó là một nhiệm vụ khó khăn bởi vì chiến lược chính mà tôi đang đề xuất cho tương lai của việc làm đòi hỏi tất cả chúng ta phải nhìn mọi thứ một cách khác đi. Do đó, ngoài nỗ lực hết sức của tôi để trình bày các ý tưởng rõ ràng nhất, tôi đã buộc phải thêm một "lời cảnh báo":

Nếu bạn chỉ lướt sơ qua quyển sách này thì bạn rất có thể hiểu sai nó bởi vì nó xáo trộn lại những từ khóa quen thuộc cũng như cấu trúc lại những bối cảnh tiêu chuẩn.

Tôi rất biết ơn các chuyên gia đã kiên nhẫn đọc bản thảo và đưa ra lời khuyên vô giá: Lennart Nordfors, David Michaelis, Steve Denning, Jon Shell, Jeff Saperstein, Pat Windham, Valerie Fox, Ralf Lippold, Jana Elhassan, Jason Palmer, Chally Grund, và "kẻ tòng phạm" với tôi, Vint Cerf. Không có sự đóng góp của họ, quyển sách này đã rất khác và thiếu nhiều sự rõ ràng, sắc bén của nó. Bất kỳ sự không hoàn hảo nào đều hoàn toàn là do lỗi của riêng tôi.

Một lý thuyết hệ thống đang được hình thành

Vài đoạn sau đây chỉ dành cho độc giả có sở thích toán học. Nếu bạn không thích toán học, phần này có lẽ là thừa và bạn có thể chuyển sang xem ngay phần Tóm tắt.

Ban đầu tôi dự định bao gồm cả lý thuyết chính thức vào đây bởi vì nền kinh tế lấy con người làm trung tâm là một lý thuyết hệ thống đang được hình thành. Nhưng sau khi thử nghiệm, tôi đã loại bỏ nó vì tôi nghĩ nó sẽ khiến độc giả thấy sợ hãi. Thay vào đó, tôi hy vọng sẽ viết quyển sách thứ hai *Động Lực Của Nền Kinh Tế Lấy Con Người Làm Trung Tâm* nếu có cơ hội. Sau đây là những ý tưởng cốt lõi từ quyển sách tiếp theo.

Nền kinh tế, như chúng ta hiểu, là một hệ thống những vật thể hút đẩy gần giống với sự thăng bằng được duy trì bởi trạng thái cân bằng nội môi - một sự cân bằng giữa các tác nhân với nhau. Các thành phần của một nền kinh tế tương tác lẫn nhau, trực tiếp hay gián tiếp, và do đó xác định lẫn nhau. Những vật thể hút đẩy chính là những "hàm cong dợn sóng" của các hệ thống kinh tế. Khi nền kinh tế ổn định, các vật thể hút đẩy, trạng thái cân bằng và các định nghĩa cũng ổn định theo. Nền kinh tế truyền thống có thể nhìn thấy các tác nhân cân bằng nội môi và trạng thái cân bằng nhưng lại bỏ qua những vật thể hút đẩy và cách mọi thứ định nghĩa lẫn nhau. Nó không thể tính toán được các hiệu ứng gợn sóng của sự đổi mới triệt để, sự thay đổi một định nghĩa ảnh hưởng đến tất cả các định nghĩa còn lại như thế nào, cách nó ảnh hưởng đến cân bằng nội môi hoặc nó có thể làm phá vỡ các vật thể hút đẩy nhau đó hay không. Đây là một yêu cầu cần thiết cho nền kinh tế đổi mới. Chúng ta phải có khả năng phân tích những tác động của đổi mới triệt để này. Những vật thể hút đẩy nhau mà tôi đề cập đến thì khá phức tạp. Lấy những con số như GDP, tỷ lệ thất nghiệp, v.v. như là đầu vào để tính toán chúng quả là rất khó khăn.

Tôi đề nghị đổi mới được hiểu tốt nhất như là một câu chuyện. Mọi người biết đến đổi mới bởi vì nó làm thay đổi câu chuyện. Tôi có thể chỉ ra rằng điều chỉnh lại sự đổi mới bằng cách giới thiệu một câu chuyện mới sẽ rất hiệu quả vì sự đổi mới có nghĩa là những cách thức mới liên quan đến công nghệ và kinh doanh cũng như những người tạo ra và duy trì chúng. Kiến thức toán học mà tôi thành thạo như một nhà vật lý học lượng tử hóa ra lại có khả năng tiềm ẩn xuất sắc để nhận diện những câu chuyện mới nổi lên. Tôi tin rằng kiến thức về toán học đó có thể bao quát các câu chuyện mới nổi lên đó, tác động đến các định nghĩa và chuyển đổi nền kinh tế, và nó có thể tính toán những vật thể hút đẩy về ngôn ngữ - mối quan hệ giữa các từ ngữ và ý tưởng. Giả định cơ bản là, "Meme kết nối với con người, và con người kết nối với meme." Quần thể người và meme liên kết lại với nhau được gọi là "commemities" - những cộng đồng có cùng một ngôn ngữ - và có thể được sử dụng để phân tích các nền kinh tế đổi mới.

Ngày nay, kinh tế học chủ yếu lấy những thứ người ta giao dịch mua bán làm trung tâm, chứ không phụ thuộc nhiều vào chính bản thân con người. Tôi đề nghị hãy biểu thị các hệ thống kinh tế dưới dạng biểu đồ vì đó là cách tự nhiên để thể hiện bất kỳ hệ thống tương tác giữa các thực thể nào. Nó cho phép dễ dàng chuyển đổi giữa cơ cấu lấy nhiệm vụ làm trung tâm và lấy con người làm trung tâm. Kinh tế học "Ta-Ngươi" trong quyển sách này là một ví dụ điển hình. Tôi hy vọng sẽ có dịp trình bày những suy nghĩ này về động lực hệ thống trong tương lai. Cho đến lúc đó, tôi hy vọng quyển sách này sẽ vẫn có một sức hấp dẫn lớn mà không cần phải trình bày rõ các logic liên quan.

NỘI DUNG SƠ LƯỢC

Tóm tắt về nền kinh tế lấy con người làm trung tâm (PCE) và những lợi ích của nó

Một nền kinh tế "lấy con người làm trung tâm" tập trung vào việc nâng cao giá trị của con người. Một nền kinh tế "lấy nhiệm vụ làm trung tâm" - cái mà chúng ta đang có hiện nay - tập trung vào việc giảm thiểu chi phí của các nhiệm vụ. Nhìn chung, đổi mới việc làm có giá trị cao phức tạp hơn việc tăng hiệu quả chi phí của chúng, và cho đến nay vẫn chưa tồn tại một thị trường đổi mới việc làm như vậy. Chỉ đến bây giờ trí tuệ nhân tạo mới đang cung cấp các công cụ cần thiết cho thị trường đó, và nền kinh tế lấy con người làm trung tâm không còn là một điều không tưởng, mà là nền kinh tế thị trường mạnh mẽ và nhân văn hơn đang chờ đợi được hình thành.

Muốn có nhu cầu cao và được đánh giá cao là một phần bản chất con người. Sự đổi mới có thể cũng nên làm cho con người có giá trị hơn. Nền kinh tế là nơi bao gồm những người cần, muốn và đánh giá cao lẫn nhau. Khi chúng ta cần nhau nhiều hơn, nền kinh tế có thể phát triển. Khi chúng ta cần nhau ít hơn, nền kinh tế co thắt lại. Vì vậy, chúng ta cần sự đổi mới khiến mọi người cần nhau nhiều hơn.

Chúng ta cần kiếm tiền để chi tiêu. Một nền kinh tế đổi mới bền vững sẽ có nhiều đổi mới để kiếm tiền tốt hơn cũng như chi tiêu theo cách tốt hơn. Ngày nay, có rất ít sự đổi mới để kiếm tiền và hầu như không hề có sự đổi mới tốt đẹp nào để làm kế mưu sinh ổn định. Đó là điều mọi người cần và muốn nhất, và đây là thị trường lớn tiếp theo cho sự đổi mới.

Hệ sinh thái mới để đổi mới việc làm là thị trường lớn nhất đang chờ đợi được hình thành. Lực lượng lao động toàn cầu ngày nay đang đang khá bị bạc đãi và không mấy hứng thú với công việc hiện tại họ đang làm. Chỉ có 5% người lao động tham gia vào các công việc phù hợp với khả năng của họ. Nếu trí tuệ nhân tạo có thể điều chỉnh công việc cho phù hợp với khả năng cá nhân của từng người thì giá trị mà mọi người trên thế giới tạo ra cho nhau có thể tăng lên - và có thể là rất nhiều lần. Ngay cả khi chỉ tính một khoản hoa hồng khiêm tốn mà thôi, thị trường cho các công ty cung ứng việc làm phù hợp sẽ lớn hơn bất kỳ thị trường nào hiện nay.

Trong một nền kinh tế lấy nhiệm vụ làm trung tâm, quan điểm của chính phủ và doanh nghiệp thường bất đồng với nhau. Chính phủ muốn người lao động được trả nhiều tiền hơn trong khi hầu hết các doanh nghiệp muốn trả cho công nhân ít hơn. Quan hệ đối tác công-tư trên thị trường lao động thường thất bại, và doanh nghiệp thường bị chính phủ làm cho thất vọng. Ngược lại, trong nền kinh tế lấy con người làm trung tâm, chính phủ và doanh nghiệp trong hệ sinh thái mới để đổi mới việc làm sẽ được liên kết với nhau thông qua mối quan tâm chung trong việc giúp người lao động kiếm được nhiều tiền hơn và có giá trị cao hơn trong nền kinh tế. Tương tác công-tư trên thị trường lao động sẽ hiệu quả hơn thông qua sự liên kết tốt hơn của tăng trưởng lợi nhuận và kinh tế.

Nền kinh tế lấy con người làm trung tâm hỗ trợ một quan điểm khoa học về tiền tệ như là cơ sở hạ tầng để mọi người tạo ra giá trị. Chỉ riêng khả năng của con người thì không đủ bởi vì xây dựng một nền kinh tế đòi hỏi mọi người đều phải có quyền truy cập vào cơ sở hạ tầng. Tiền điện tử địa phương tạm thời có thể cung cấp các giải pháp cho việc khởi động nền kinh tế địa phương - ví dụ, ở các vùng nghèo đói hoặc sau thảm họa thiên nhiên - bằng cách cung cấp cơ sở hạ tầng tốt cho dân cư địa phương để họ tạo ra giá trị.

PCE là một nền kinh tế nhân văn

Chúng ta ai cũng muốn làm những việc làm có ý nghĩa với những người chúng ta yêu thích, được đánh giá cao bởi những người mà chúng ta không quen biết, và cung cấp cho những người chúng ta yêu thương. Đổi mới sẽ giúp chúng ta thực hiện điều này. Chúng ta cần một nền kinh tế đánh giá cao chúng ta là ai, nắm bắt những khiếm khuyết của chúng ta và tìm cách định hình môi trường để phát huy những điều tốt nhất trong chúng ta. Đổi mới cũng nên theo hướng đó.

Một "nền kinh tế liên cá nhân" thật sự đã có tồn tại và có nhiều ý nghĩa hơn nền kinh tế hiện nay. Bản chất tinh túy của con người là tìm kiếm mục đích trong tình yêu và tình bạn. Đây là những thứ có thể giúp cho muôn loài tồn tại. Chúng ta có việc làm để có thể có gia đình và bạn bè, chứ không phải chúng ta có gia đình và bạn bè để có việc làm. Chúng ta cần kinh tế hỗ trợ các mối quan hệ cá nhân, chứ không phải để cụ thể hóa chúng. Chúng ta rất có thể xây dựng được một nền kinh tế như vậy, điển hình như trong ví dụ về lý thuyết kinh tế học Ta-Ngươi trong quyển sách này.

Chúng ta không thể bỏ qua một "Nền kinh tế tâm linh". Đức tin và thần bí là một phần văn hóa của con người và dẫn dắt hành vi kinh tế. Xuyên suốt chiều dài lịch sử, nhân loại thường áp dụng các giải pháp tâm linh đối với các tình huống xã hội tiến thoái lưỡng nan và các vấn đề khó khăn khác mà không có những giải pháp hợp lý. Đức tin và thần bí có thể được con người đánh giá cao như nguồn cảm hứng và nó có thể xây dựng tốt nền kinh tế.

PCE có thể được hình thành bằng cách giới thiệu hệ sinh thái đổi mới việc làm

Nền kinh tế lấy nhiệm vụ làm trung tâm có thể được chuyển sang nền kinh tế lấy con người làm trung tâm bằng cách giới thiệu một hệ sinh thái kinh doanh đổi mới việc làm. Khi đó, nền kinh tế lấy con người làm trung tâm sẽ tạo ra nhiều giá trị hơn nền kinh tế lấy nhiệm vụ làm trung tâm ban đầu. Nó không loại bỏ các thị trường giá trị hiện đang tồn tại. Ngược lại, nó bổ sung thêm một thị trường mới đổi mới việc làm. Do đó, quá trình chuyển đổi nên được thúc đẩy bởi một hệ sinh thái bao gồm các khởi nghiệp vì mục đích lợi nhuận.

Hệ sinh thái mới hoạt động như một cầu nối giữa chính sách lao động và chính sách đổi mới, tạo ra động lực thúc đẩy cho chính sách đổi mới việc làm. Chính sách lao động sẽ có động lực tốt để thúc đẩy hệ sinh thái đổi mới việc làm cho những người bị đánh giá thấp, đồng thời có thể làm tăng ngân sách dành cho chính sách đổi mới hiện có bằng cách thu hút vốn tư nhân tham gia đổi mới việc làm - mà không ảnh hưởng đến các chương trình chính sách lao động hiện có. Một giải pháp tốt để chính sách công có thể cho ra đời hệ sinh thái đổi mới việc làm là giảm thiểu rủi ro cho các doanh nhân và nhà đầu tư - những người sẵn sàng tiên phong khám phá cơ hội kinh doanh mới này. Nó cho phép họ kích hoạt các hệ sinh thái đổi mới khác bằng cách làm theo các mô hình được chứng minh là đã thành công trước đó. Đầu mối của hệ sinh thái mới này là việc bị thiếu các phương pháp khoa học được kiểm chứng dùng để đánh giá kế hoạch kinh doanh của các khởi nghiệp trong việc nâng cao giá trị của những người bị đánh giá thấp.

Những khởi nghiệp trong nền kinh tế lấy con người làm trung tâm sẽ cạnh tranh nhau, săn lùng những nhóm người bị đánh giá thấp nhất, trong đó giá trị của việc làm có thể được nâng lên cao nhất thông qua sự đổi mới. Theo cách này, nền kinh tế lấy con người làm trung tâm sẽ hướng đến nền kinh tế trung lưu. Một trường hợp thí điểm hợp lý cho hệ sinh thái đổi mới việc làm là 'coolabilities", những tài năng được đặc biệt nâng cao thường đi kèm với những tình trạng khuyết tật, chẳng hạn như khả năng nâng cao của người khiếm thị về thính giác và xúc giác, hoặc khả năng bù trừ khi bị khuyết tật của người bị chứng tự kỷ là nắm bắt chi tiết kỹ càng hơn, một khả năng vốn được đánh giá cao trong ngành công nghiệp phần mềm. "Coolabilities" là một kho chứa các kỹ năng chuyên môn quý hiếm, rất phù hợp với việc điều chỉnh những việc làm mang lại lợi nhuận và hiệu suất đầu tư cao.

Nghệ thuật, văn hóa và đức tin rất quan trọng đối với cuộc sống con người và động lực thúc đẩy trong xã hội. Khởi động nền kinh tế lấy con người làm trung tâm đòi hỏi phải có sự kết hợp giữa các biện pháp kinh tế hợp lý như được mô tả ở trên, và khuyến khích mọi người nhìn thấy giá trị của việc nuôi dưỡng một nền kinh tế lấy con người làm trung tâm vượt ra ngoài những nhân tố kinh tế cơ bản. Nền kinh tế lấy con người làm trung tâm cũng mang đến cơ hội tốt cho các cộng đồng kết nối giá trị nhân văn và tinh thần của họ với nền kinh tế đó.

LỜI MỞ ĐẦU

Một hành trình đầy thử thách để có một kết thúc tốt đẹp

Đây là một câu chuyện về tương lai của xã hội. Câu chuyện bắt đầu từ hôm nay, khi công nghệ đang thay đổi mọi thứ và nhiều người trong số chúng ta đang lo sợ không biết sẽ kiếm kế mưu sinh trong tương lai như thế nào. Câu chuyện này cho chúng ta biết về các mối đe dọa đối với công việc và xã hội của chúng ta, và nó cũng chỉ ra sự bối bối của chúng ta không biết phải phản ứng như thế nào. Sau đó, câu chuyện rẽ sang một hướng khác khi chúng ta nhận ra rằng suy cho cùng tương lai không phải là vô vọng. Nó không phải là vô vọng vì chúng ta hoàn toàn có thể thay đổi quan điểm của bản thân trở nên đơn giản hơn, không trực quan, giống như tổ tiên của chúng ta đã làm khi họ quyết định đặt mặt trời thay vì trái đất ở trung tâm của thái dương hệ. Khi họ thực hiện bước khó khăn này, sự lẫn lộn của họ về chuyển động của các hành tinh đã biến mất. Hôm nay chúng ta phải đối mặt với một bước ngoặt khác, và nếu chúng ta thành công, một tầm nhìn đơn giản về một tương lai tốt đẹp hơn sẽ xuất hiện. Những người đóng góp cho bộ sách này đã chỉ cho chúng ta thấy cách để vươn tới được tương lai đó. Bất chấp các mối đe dọa được đề cập ở trên, đây là một câu chuyện có thể có một kết thúc có hậu. Điều đó phụ thuộc vào những gì bạn và tôi sẽ quyết định cùng nhau thực hiện.

Mục đích của quyển sách này

Khi người ta nói về việc làm, người lao động, người sử dụng lao động và thị trường lao động, họ không thể không nghĩ đến việc khó khăn để tìm được một công việc tốt, và có ít người sử dụng lao động đối xử tốt với người lao động như thế nào. Mặc dù vậy, hầu hết mọi người đều lo sợ bị mất việc làm ngay cả khi họ không thích chúng vì họ không biết liệu họ có thể tìm thấy một công việc khác hay không. Theo Gallup, cứ 20 người thì chỉ có một người có công việc phù hợp với khả năng và làm cho họ thấy hứng thú. Cứ mỗi người lao động thấy hứng thú trong công việc thì có đến hai người khác ghét công việc của họ. Công việc là một chủ đề đầy u ám đến nỗi mọi người thậm chí không muốn nghĩ về nó. Ví dụ, "thị trường lao động" không phải là một thuật ngữ mang lại cảm giác hân hoan. Tại sao vậy? "Chợ nông sản" lại là một thuật ngữ mang lại sự vui vẻ, hân hoan, mong đợi vì nó làm cho người ta nghĩ đến rau quả tươi sống. Tại sao "thị trường lao động" không thể làm cho người ta nghĩ đến "việc làm tốt"? "Người lao động" lại luôn có nghĩa ám chỉ là "nạn nhân". Tại sao vậy? Vì nó phải là một từ mang lại sự vui vẻ, chẳng hạn như "người thực hiện." Tương tự như vậy, "việc làm" là một từ ám chỉ sự không chắc chắn và sợ bị tước mất. Điều đó thật đáng buồn! Từ "việc làm" nên là một từ ám chỉ sự yên tâm, chẳng hạn như từ "sứ mệnh". Cũng tương tự như việc mọi người ai cũng đều có thể chọn cho mình một sứ mệnh mang lại ý nghĩa cho cuộc sống, tôi khuyên chúng ta nên mong đợi nhiều hơn từ việc làm.

Tôi có mặt ở đây là để ném bỏ sự u ám đó ra ngoài cửa sổ và tạo chỗ trống cho một lối suy nghĩ khác. Hãy quên ngay cả thuật ngữ "quyền được làm việc" vì nó là hiển nhiên. Mọi người đều CÓ quyền làm việc, nhưng chúng ta có được quyền đó không phải bằng cách tập trung vào vấn đề mà là tập trung vào cơ hội giải quyết chúng. Cơ hội này có thể được mô tả theo cách đơn giản sau:

Mọi người đều có giá trị,
và mọi người đều có thể tạo ra giá trị cho nhau.
Chúng ta chỉ cần một nền kinh tế giúp cho điều đó xảy ra.

Quyển sách này không bàn về cách bắt buộc hay thậm chí khuyến khích người sử dụng lao động tuyển dụng hoặc giữ lại những người lao động mà họ không cần hoặc không muốn nữa. Thay vào đó, nó bàn về việc làm thế nào để xây dựng một nền kinh tế có thể tạo ra nhiều phương thức để mọi người tạo ra giá trị cho nhau, trong đó việc làm sẽ cạnh tranh với con người thay vì ngược lại. Nó đề xuất về một "nền kinh tế lấy con người làm trung tâm", một nền kinh tế thị trường lành mạnh, nơi các công ty cạnh tranh để mang lại cho bạn, tôi và mọi người khác cơ hội kiếm sống tốt bằng cách áp dụng những khả năng, tài năng và đam mê độc đáo của bản thân mình. Do đó, nền kinh tế lấy con người làm trung tâm tạo ra giá trị giữa chúng ta và những người khác.

V. Ferose, cha đẻ của quyển sách "*Tự Kỷ Nơi Làm Việc*" của SAP, người đã viết một chương trong quyển sách này, cho biết, "Mỗi người ai cũng đều giỏi về một việc gì đó." Ông thuyết phục tập đoàn toàn cầu của ông rằng những người mắc bệnh tự kỷ không những chỉ cần có những nhu cầu đáp ứng đặc biệt mà họ còn có những tài năng đặc biệt mà hầu hết những người khác không có. Chúng tôi đã phát minh ra một từ để chỉ những tài năng đặc biệt đi kèm với khuyết tật này, đó là "coolabilities". Cùng với Ferose, chúng tôi đang tạo ra một ngôn ngữ mới có thể nói về những điểm mạnh đặc biệt này của những người khuyết tật. Như chúng tôi trình bày trong quyển sách này, "ngôn ngữ coolabilities" có thể giúp tạo ra những công việc mới có giá trị cho người khuyết tật cũng như những người khác.

Nếu quyển sách bạn đang đọc giúp bạn tìm thấy một ngôn ngữ tốt hơn, nhân văn hơn và hạnh phúc hơn giúp bạn nói về ý nghĩa của công việc và tương lai của nó có thể ra sao, thì quyển sách này đã đạt được mục đích của nó.

PHẦN MỘT: KHỞI ĐẦU

Quy tắc cơ bản: Kinh tế luôn luôn là hướng về con người

Chúng ta dạy con cái của chúng ta rằng đối xử với mọi người như những đồ vật là một điều sai trái. Tuy nhiên, đó chính xác là những gì nền kinh tế hiện nay đang xử sự với chúng ta. Tôi có hồ đồ quá không khi nghĩ rằng điều này chắc chắn là sai trái? Nhiều người sẽ nghĩ là tôi sai, nhưng tôi sẵn sàng thách thức họ và chứng minh là tôi đúng.

Bản chất nền kinh tế là luôn luôn hướng đến việc mọi người cần nhau. Khi họ cần nhau nhiều hơn, nền kinh tế có thể phát triển. Ngược lại, nếu họ cần nhau ít hơn, kinh tế sẽ thu hẹp lại. Trong một nền kinh tế vững mạnh, những người cần nhau sẽ coi trọng giá trị của nhau.

Theo nghĩa đơn giản nhất, nền kinh tế là một hệ thống kết nối những gì con người muốn cung cấp và những gì con người có nhu cầu. Một hệ thống kinh tế tốt làm cho những sự so khớp như vậy có ý nghĩa và thỏa mãn được cả người cho và người nhận. Trong nền kinh tế lấy con người làm trung tâm, giả định cơ bản của chúng tôi là mọi người đều có thể tạo ra giá trị cho người khác, và mục tiêu của hệ thống kinh tế là biến điều này thành hiện thực. Nền kinh tế lấy con người làm trung tâm PCE bao gồm cả việc tìm kiếm người bán để thỏa mãn nhu cầu của người mua VÀ tìm người mua đánh giá cao những gì người khác có thể cung cấp cho họ. Hai việc đó thực sự trở thành một nếu chúng ta chấp nhận rằng được đánh giá cao về những gì chúng ta có thể làm là một nhu cầu. Là con người và là thành viên trong nền kinh tế, tất cả chúng ta đều có nhu cầu được cần và muốn. Ai sẽ thỏa mãn nhu cầu đó? Trong nền kinh tế lấy con người làm trung tâm, mục đích của đổi mới là giới thiệu những phương thức mới và tốt hơn để khiến mọi người cần, muốn và đánh giá nhau cao hơn. Nâng cao giá trị con người trở thành mục tiêu, và hạ giá thành của mọi thứ trở thành một cách để biến điều đó thành hiện thực.

Logic đơn giản cho chúng ta thấy rằng trong các nền kinh tế thành công, nếu mọi người cùng hợp lực, nhiều giá trị được tạo ra hơn là khi họ làm việc riêng lẻ. Nếu điều này không đúng thì mọi người nên sống bên ngoài nền kinh tế thì hơn, và khi đó nền kinh tế sẽ không thể tồn tại nữa. Nền kinh tế lấy con người làm trung tâm là mô hình gần nhất với quy luật sống còn của con người cũng như xã hội. Để tồn tại, chúng ta cần một nền kinh tế mà trong đó mọi người có động cơ để kiếm sống bằng cách giúp đỡ người khác cùng nhau kiếm sống.

Nền kinh tế, xã hội, văn hóa của chúng ta, sự tồn tại của chúng ta với tư cách là một cá nhân hay loài giống - tất cả đều gắn bó với nhau và suy cho cùng đều được đúc kết thành một chân lý đơn giản. Bạn có thể gọi nó là tâm linh, sự thật, trạng thái hài hòa và thống nhất, hay mấu chốt, nhưng nó thực sự là bản chất của tổng hợp tất cả chúng lại:

Suy cho cùng, nền kinh tế là chúng ta có mặt để cho nhau và vì nhau.

Một nền kinh tế thực hiện được điều này sẽ có thể thành công nếu nó làm đủ tốt. Ngược lại, một nền kinh tế không thực hiện được điều này là nền kinh tế đang sống dựa vào thời gian vay mượn. Thời gian có thể sẽ hết bất cứ lúc nào.

Ý tưởng: Nền kinh tế "lấy nhiệm vụ làm trung tâm" và "lấy con người làm trung tâm"

Quyển sách này giới thiệu ý tưởng về việc cải tiến nền kinh tế lấy nhiệm vụ làm trung tâm hiện tại của chúng ta thành nền kinh tế lấy con người làm trung tâm. Cả hai đều là nền kinh tế thị trường. Tuy nhiên, nền kinh tế lấy nhiệm vụ làm trung tâm được thúc đẩy bởi các lực thị trường tập trung vào việc cắt giảm chi phí nhiệm vụ, trong khi nền kinh tế lấy con người làm trung tâm được thúc đẩy bởi các lực thị trường nhằm nâng cao giá trị con người lên. Cả hai nền kinh tế đều thống nhất rằng mọi người tự làm cho mình có giá trị bằng cách thực hiện các nhiệm vụ có giá trị, nhưng động lực của chúng thì không hoàn toàn giống nhau:

Nền kinh tế lấy nhiệm vụ làm trung tâm đi tìm người có thể làm những công việc có giá trị; nền kinh tế lấy con người làm trung tâm đi tìm nhiệm vụ khiến con người trở nên có giá trị.

Hoán chuyển vị trí của hai từ thoạt nhìn có vẻ không quan trọng, nhưng thật sự nó tạo nên toàn bộ sự khác biệt. Nền kinh tế lấy nhiệm vụ làm trung tâm thường sẽ định hình con người cho phù hợp với vị trí việc làm, ví dụ như câu "có nhu cầu cao đối với nhà khoa học dữ liệu" sẽ dẫn đến "hãy học khoa học dữ liệu vì nó khiến cho bạn có giá trị và mang lại một sự nghiệp tốt". Ngược lại, nền kinh tế lấy con người làm trung tâm sẽ định hình một cách lý tưởng những công việc phù hợp với con người, chẳng hạn như câu, "Chúng ta hãy cùng nhau tìm hiểu xem bạn giỏi và thích làm gì, rồi xem chúng tôi có thể tạo ra những cơ hội nào cho bạn." Câu thứ nhất nghe có vẻ tự nhiên hơn đối với chúng ta vì nó là những gì mọi người đã quen nghĩ, và mọi người đã quen nghĩ như vậy là vì nó là nền kinh tế hiện tại của chúng ta. Từ cách nhìn này, câu thứ hai có thể khó hiểu, có lẽ giống như sự nuông chiều người lao động hơn là thuê mướn họ. Tôi sẽ thuyết phục bạn ngược lại rằng thị trường "điều chỉnh công việc" là thị trường lớn nhất đang chờ đợi được hình thành để xây dựng một nền kinh tế vững mạnh nhất.

Gần đây, con trai tôi nói với tôi rằng nó có ý định lấy bằng đại học về nhân chủng học. Một tìm kiếm nhanh trên Internet cho thấy ngày nay đây là chuyên ngành đại học được trả lương thấp thứ tư. Hơn 10.000 sinh viên Mỹ tốt nghiệp chuyên ngành nhân chủng học mỗi năm, trong khi vị trí đăng tuyển cho chuyên ngành này tính bằng con số hàng trăm. Điều này thoạt tiên đã khiến tôi lo ngại. Dưới góc độ quan điểm của nền kinh tế lấy nhiệm vụ làm trung tâm, con trai tôi đang đưa ra một lựa chọn rất tồi tệ. Nó nên chọn một chuyên ngành mang lại cho nó cơ hội rộng mở hơn để có một công việc tốt. Tuy nhiên, góc nhìn của nền kinh tế lấy con người làm trung tâm dẫn tôi đến một quan điểm khác. Hãy quên đi các vị trí công việc và hỏi xem nó có thể tạo ra giá trị gì với kiến thức về nhân chủng học của chúng ta. Hãy nghĩ ra công việc dựa trên những gì bạn biết và yêu thích. Con trai tôi, cũng giống như mọi người khác, có một sự kết hợp độc đáo giữa các khả năng, và khi trí tuệ nhân tạo mở rộng phạm vi của nó từ tương tác xã hội sang tương tác văn hóa, từ xã hội học đến nhân chủng học, sẽ có điều gì đó thú vị chờ đợi nó, một phương thức tạo ra một công việc thích hợp với hồ sơ việc làm của nó. Đây là ý nghĩa của nền kinh tế lấy con người làm trung tâm: nhào nặn ra các công việc cho con người dựa trên tài năng và mong muốn của từng cá nhân.

Luận điểm của tôi là nền kinh tế lấy con người làm trung tâm có thể tạo ra nhiều giá trị hơn nền kinh tế lấy nhiệm vụ làm trung tâm, và trí tuệ nhân tạo là chìa khóa để hiện thực hóa tiềm năng đó. Đây là những gì chúng ta mong muốn với tư cách cá nhân và cho mọi người trong nền kinh tế. Đây là một loại xã hội được hình dung trong quyển sách này, một xã hội không thể bất khả thi:

Một nền kinh tế đổi mới,
nơi con người cùng nhau làm những việc có ý nghĩa
với những người họ yêu thích,
được đánh giá cao bởi những người không quen biết,
và cung cấp cho những người họ yêu thương.

Nếu đổi mới giúp chúng ta thực hiện được điều này, chúng ta sẽ trở nên thịnh vượng.

Thêm một lưu ý nữa về tầm nhìn nêu ở trên mà chúng ta sẽ lặp lại nhiều lần trong quyển sách này. "Được đánh giá cao bởi những người xa lạ" nghe có vẻ lạ lẫm, nhưng nói một cách đơn giản nhất, đó là điều mà một nền kinh tế thành công cần phải có. Được nhiều người khác đánh giá cao là điều làm nên sức mạnh của một nền kinh tế. Một nền kinh tế hiện đại có thể bao gồm hàng triệu người, nhưng mỗi người trong đó chỉ có thể có quan hệ quen biết một phần rất nhỏ của toàn dân số. Tuy nhiên, mỗi người trong chúng ta luôn bị lệ thuộc vào những người khác và công việc cụ thể mà họ làm. Những người đó có thể ở gần hay rất xa chúng ta. Nếu chúng ta đánh giá cao hiệu quả công việc được thực hiện bởi những cộng đồng xa xôi và khác biệt này, chúng ta sẽ đánh giá cao giá trị của tất cả những người khác mà chúng ta sẽ không bao giờ có thể gặp mặt. Chúng ta có thể đánh giá cao những người, mà giống như chúng ta, họ cũng khám phá ra rằng họ phải lệ thuộc vào những người khác (bao gồm cả tôi) nhiều đến mức nào, những người có thể làm hoặc tạo ra vô số thứ chúng ta cần và ngược lại là những người cần những thứ mà chúng ta có thể làm hoặc tạo ra. Chúng ta tạo ra cho những người khác cũng giống y như họ tạo ra cho chúng ta, củng cố nền kinh tế vững vàng hơn trong phạm vi tiếp cận và sự phong phú của nó.

PHẦN HAI: NỀN KINH TẾ LẤY NHIỆM VỤ LÀM TRUNG TÂM ĐANG THẤT BẠI

> *Tóm tắt:*
>
> *Nền kinh tế lấy nhiệm vụ làm trung tâm tập trung vào việc giảm chi phí của các nhiệm vụ. Nó không chủ yếu tìm cách làm cho con người trở nên có giá trị hơn. Mối đe dọa chính có thể dễ dàng tóm tắt như sau: khi người lao động được xem như một loại chi phí (như hiện nay), các công nghệ tiết kiệm chi phí sẽ không ngừng cạnh tranh nhau giúp hạ giá thành, và do đó cũng đồng thời hạ giá trị của người lao động xuống thấp. Đổi mới càng được cho là "tốt" bao nhiêu, giá trị của người lao động càng trở nên thấp hơn bấy nhiêu. Con người đang cố gắng duy trì giá trị của họ trong một thế giới biến đổi, nhưng sự đổi mới lại không giúp ích gì cho họ, ngoại trừ một số ít người lao động cá biệt nào đó. Nền kinh tế hiện nay đang bị ảnh hưởng bởi nhiều triệu chứng của căn bệnh chết người này. Trong chương này, chúng ta sẽ xem xét một số triệu chứng đó và kết nối chúng với những nguyên nhân tương ứng.*

Chúng ta đã trở nên xuất sắc trong việc đổi mới, và thế giới đã bước vào nền kinh tế đổi mới toàn cầu. Nền kinh tế lấy nhiệm vụ làm trung tâm đem lại sự đổi mới nhằm làm tăng hiệu quả chi phí của mọi thứ và giảm chi phí lao động. Kết quả là, con người lo sợ về một tương lai của nền kinh tế lấy nhiệm vụ làm trung tâm. Họ thấy nơi làm việc thường xuyên bị bấp bênh vì trí tuệ nhân tạo và đổi mới công nghệ dự đoán sẽ tước mất hầu hết các công việc truyền thống từ bàn tay của con người. Trong khi công nghệ thực sự có thể tạo ra của cải, nhiều chuyên gia không cần thấy tương lai của nó ra sao miễn là nó có thể giúp giảm thấp chi phí lao động.

Nhiều lần chúng ta đã nâng cao sức mạnh công nghệ lên nhưng vẫn không cảm thấy hạnh phúc hơn vì chúng ta không có nhiều thời gian hơn cho những việc chúng ta thấy có ý nghĩa. Bất chấp tỷ lệ thất nghiệp gần đây đã giảm xuống ở Mỹ, mọi người vẫn tiếp tục lo lắng. Nhìn chung, các công việc mới hình thành ít hấp dẫn hơn đối với người lao động so với các công việc đã biến mất. Giới trẻ lâm vào cảnh nợ nần để trả cho thời gian học kéo dài mà thường không mang lại cho họ một công việc có ý nghĩa, hoặc công việc mà họ được trang bị kiến thức để làm đã trở nên lỗi thời vào thời điểm họ tốt nghiệp. Điều này góp phần vào một núi khổng lồ nợ sinh viên ngày càng lớn, mà bản thân đến lượt nó (núi nợ sinh viên) có thể đủ lớn để gây ra một cuộc khủng hoảng tài chính khác. Những tiến bộ trong đổi mới và công nghệ, mà chúng ta mong đợi thay vì sẽ giúp giải quyết được những vấn đề này nhưng trên thực tế lại khiến chúng trở nên tồi tệ hơn.

Quay trở lại quy tắc cơ bản - nền kinh tế là mọi người có mặt vì nhau - chúng ta có thể nhận ra rằng nền kinh tế lấy nhiệm vụ làm trung tâm sẽ tuân thủ đúng theo quy tắc này chỉ khi con người là chủ thể thực hiện các nhiệm vụ. Nhưng vì sự đổi mới được thúc đẩy bởi động cơ giảm chi phí nên nó hoạt động như một động lực thúc đẩy việc thay thế con người bằng máy móc, hoặc ít nhất là bằng nhân công rẻ hơn.

Chúng ta nên xem xét rằng liệu nền kinh tế lấy nhiệm vụ làm trung tâm hiện giờ chỉ có khả năng xử lý đổi mới với quy mô nhỏ hay lớn. Điều này không khác gì cách mà men rượu có thể tồn tại trong rượu mà nó đã sinh ra nhưng chỉ ở một mức độ nhất định, và rồi sau đó nó sẽ chết đi.

Dấu hiệu cảnh báo

Dấu hiệu cảnh báo (1): Thị trường lao động ngày càng trở nên ít hòa nhập hơn

Lao động khuyết tật là "những con chim hoàng yến trong mỏ than". Nghĩa là, khi nền kinh tế bắt đầu thấy người lao động nói chung trở nên có ít giá trị hơn, người bị khuyết tật sẽ là đối tượng bị gạt ra khỏi cuộc chơi sớm nhất vì trước đó họ đã phải khó khăn vật lộn để được công nhận khả năng của họ. Khi họ bị loại bỏ ra khỏi lực lượng lao động thì những người lao động khác cũng có lý do chính đáng để lo lắng rằng mình có thể sẽ là đối tượng tiếp theo. Chúng tôi sẽ đề cập đến những người khuyết tật nhiều lần trong quyển sách này bởi vì hóa ra những con người này có thể có những khả năng đặc biệt được nâng cao mà chúng tôi gọi là "coolabilities", có thể mang lại khả năng tiếp cận đáng ngạc nhiên vào một thị trường lao động với những công việc tốt hơn cho mọi người.

Trí tuệ nhân tạo là một công nghệ tuyệt vời cho sự hòa nhập của lực lượng lao động. Những người khuyết tật, những người có nhu cầu đặc biệt hay khác biệt về văn hóa có thể được so khớp những công việc phù hợp với hồ sơ đặc biệt của họ. Trí tuệ nhân tạo cũng có thể tạo ra các công cụ hỗ trợ để khắc phục điểm yếu và lấp đi sự khác biệt giữa những người đến từ các nền văn hóa khác nhau.

Vấn đề ở đây là sự hòa nhập đang không diễn ra. Nhìn vào dữ liệu thống kê thị trường lao động, chúng ta thấy rằng công nghệ thông tin thông minh đang được sử dụng với mục đích chủ yếu là loại bỏ những người không phù hợp với khuôn mẫu hiện có.

Theo SourceAmerica[3], tương lai của công việc (ở Mỹ) có vẻ ảm đạm một cách không cân đối về phía người khuyết tật. Số người rời bỏ lực lượng lao động vì bị khuyết tật đang gia tăng. Một lý do giải thích cho điều này là những người từng thuộc tầng lớp trung lưu giờ đang trượt xuống thấp hơn trên bậc thang kinh tế, làm gia tăng sự cạnh tranh đối với các việc làm có mức lương thấp hơn ở bên dưới, mà cho đến nay, những công việc có mức lương thấp hơn này là những gì tốt nhất mà người khuyết tật có thể hy vọng có được. Biểu đồ sau cho thấy xu hướng người khuyết tật bị loại trừ dần ra khỏi lực lượng lao động, bắt đầu bằng sự nổi lên của nền kinh tế internet.

---

[3] Kanady, Shane. "*Tương lai của công việc và cộng đồng người khuyết tật - Báo cáo Tương lai Doanh nghiệp Xã hội năm 2018 - SourceAmerica.*" Https://www.sourceamerica.org/sites/default/files/report/files/2018_socialenterprisefuture_report_final_hires_ada.pdf. Truy cập ngày 3/5/2018.

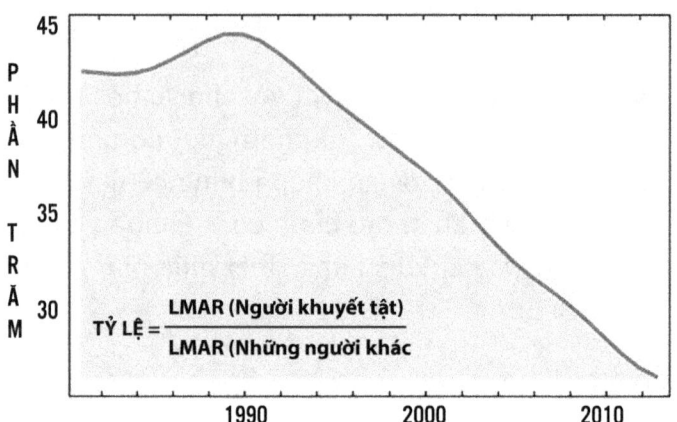

Tỷ lệ Mức độ Tích Cực Trên Thị Trường Lao Động (LMAR) giữa người khuyết tật và không khuyết tật. 100% = không loại trừ 0% - loại trừ hoàn toàn. LMAR bởi Đại học Cornell Viện Yan Tan. Dữ liệu: BLS/Census.

Theo các nhà nghiên cứu Đại học Cornell, tỷ lệ người khuyết tật tham gia trên thị trường lao động[4] đạt đỉnh cao vào năm 1990, trong thời kỳ tiền internet, nhưng cũng chỉ bằng gần một nửa so với số người không bị khuyết tật. Từ đó trở đi, như có thể thấy trong biểu đồ, tỷ lệ này đã giảm dần đều[5]. Vào thời điểm ra đời của nền kinh tế thông minh vào năm 2014, số người khuyết tật trên thị trường lao động đã giảm xuống chỉ còn một phần tư số người không khuyết tật.

Bức tranh này được khẳng định bởi tình hình việc làm ngày càng tồi tệ hơn đối với người lao động lớn tuổi ở Mỹ. Theo AARP, sự đối xử phân biệt theo

---

[4] Định nghĩa tỷ lệ hoạt động trên thị trường lao động (LMAR): tỷ lệ phần trăm người Mỹ trong độ tuổi 18-64 đã làm việc hơn 52 giờ trong năm dương lịch trước đó. LMAR của người khuyết tật đang thu hẹp tương ứng với LMAR của người không khuyết tật. (Nguồn: Viện Yang Tan thuộc Đại học Cornell; dữ liệu từ Điều tra Dân số Hiện tại (CPS) của Cục Điều tra Dân số và Cục Thống kê Lao động.

[5] Để làm cho xu hướng rõ ràng hơn, biểu đồ đã được làm cho uyển chuyển hơn bằng một thuật toán Gaussian (fwhm 4 năm) - biểu đồ không được làm cho uyển chuyển có vẻ bề ngoài lởm chởm hơn.

tuổi tác tiếp tục gia tăng[6], bất chấp nửa thế kỷ luật pháp chống lại vấn đề này. Nếu đổi mới công nghệ thực sự nhằm mục đích tăng năng suất của người lao động thì xu hướng đó đã ngược lại. Công nghệ hỗ trợ sẽ là một cơ hội kinh doanh lớn, giúp tăng năng suất cho cá nhân mà nó được áp dụng, nhưng thực tế thay vào đó, có vẻ như phương pháp để tìm kiếm năng suất cao hơn là thông qua việc sàng lọc ứng viên xin việc chặt chẽ hơn - áp dụng trí thông minh của máy móc để tìm kiếm những người lao động phù hợp hơn với thành kiến thiên lệch của nhà tuyển dụng - vốn thường là những định kiến, chẳng hạn như một kỹ sư phần mềm thì phải trẻ tuổi.

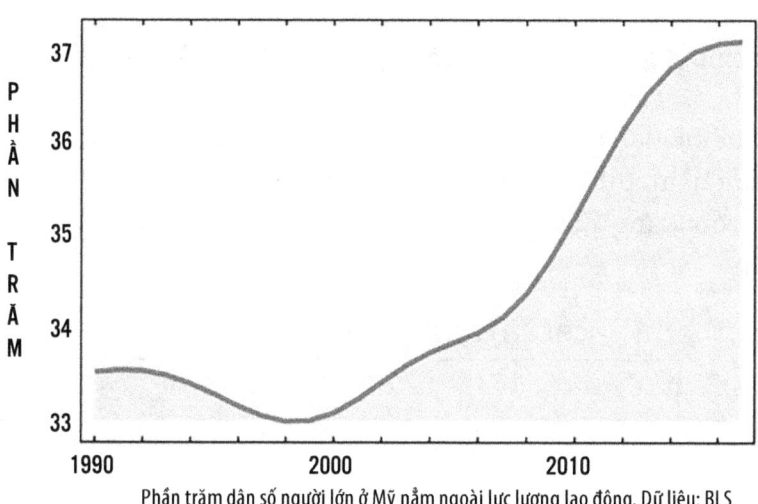

SỰ LOẠI TRỪ LAO ĐỘNG MỸ NGÀY CÀNG TĂNG

Phần trăm dân số người lớn ở Mỹ nằm ngoài lực lượng lao động. Dữ liệu: BLS

Tỷ lệ những người bị loại khỏi lực lượng lao động đã tăng từ gần 34% trong nền kinh tế trước internet vào năm 1990 lên 37% trong nền kinh tế điện thoại thông minh vào năm 2014. Tỷ lệ những người bị loại trừ đã tăng 10%, và việc loại trừ những người không phù hợp với khuôn mẫu đang tăng lên

---

[6] "Sự phân biệt tuổi tác được phơi bày trực tuyến - AARP." https://www.aarp.org/work/working-at-50-plus/info-2017/age-discrimination-online-fd.html. Truy cập ngày 3/5/2018.

một cách phi tuyến tính. Lưu ý rằng điều này khác nhau đối với các quốc gia khác nhau, như Sven Otto Littorin, cựu Bộ trưởng Bộ Lao Động Thụy Điển, đã chỉ ra trong một chương do ông ta viết trong quyển sách này.

Kết luận là,

> công nghệ có khả năng cải tiến việc làm nhưng trên thực tế được sử dụng theo cách làm cho con người trở thành những người khó có việc làm hơn,

và điều này đến lượt nó trở thành một vấn đề đối với nhà tuyển dụng.

Dấu hiệu cảnh báo (2): Khoảng cách giàu nghèo ngày càng lớn

Thu nhập bình quân của những gia đình có thu nhập trung bình ở Mỹ[7] đang giảm đi mỗi năm, tụt hậu xa hơn một chút so với các gia đình có thu nhập cao hơn, vốn đang đẩy thu nhập trung bình của họ lên cao hơn mức bình quân.

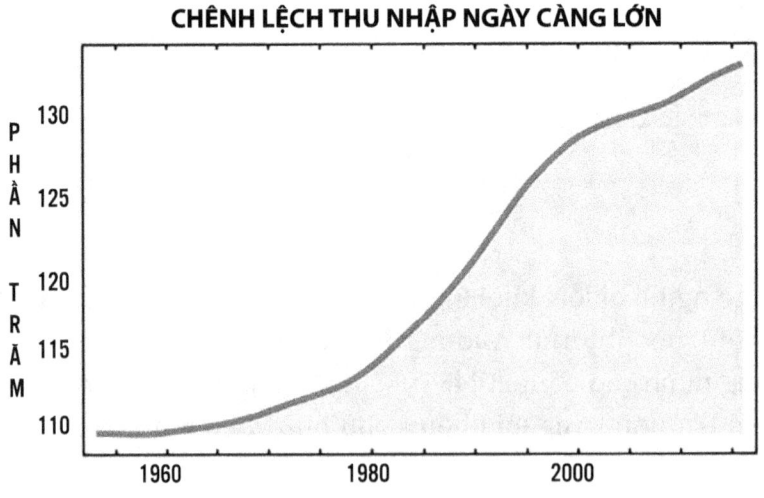

---

[7] Cục điều tra dân số Mỹ, Thu nhập gia đình trung bình ở Hoa Kỳ [MAFAINUSA646N - trung bình và MEFAINUSA646N - trung bình], được truy xuất từ FRED, Ngân hàng Dự trữ Liên bang St. Louis. Phương pháp Làm mịn Gaussian được áp dụng.

Trí tuệ nhân tạo có thể giúp con người có được nền giáo dục và công việc tốt, tạo ra một xã hội bình đẳng hơn cho mọi người, khiến họ tận dụng được sự khác biệt của nhau. Hầu như ai cũng đều có thể có gì đó có giá trị đối với người khác, và những kỹ năng và tài năng của họ thật sự có nhu cầu. Nhưng đây không phải là những gì đang xảy ra. Ở Mỹ và nhiều quốc gia khác, người giàu ngày càng giàu, người nghèo ngày càng nghèo, và do đó khoảng cách giàu nghèo tiếp tục gia tăng.

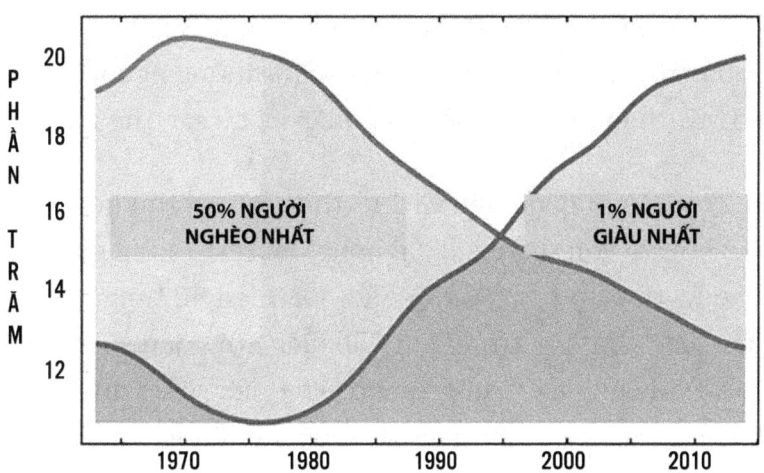

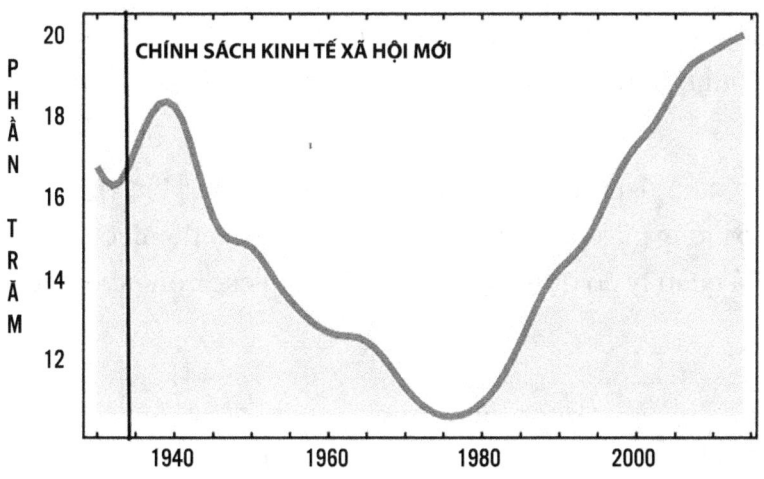

Sự cách biệt đó không phải lúc nào cũng giống như vậy. Từ năm 1980 trở về trước, trước khi xuất hiện công nghệ thông tin, 1% những người có thu nhập cao hàng đầu ở Mỹ hàng năm đang chia sẻ tài sản của họ nhiều hơn một chút với 50% dân số có thu nhập thấp nhất, và mức thu nhập của họ giảm xuống còn 10% của tổng thu nhập quốc dân (GNI) trong năm đó. Nhưng kể từ năm đó, phần trăm ở trên cùng của chiếc bánh này đã tăng gấp đôi lên 20%. Sự khác biệt ngày nay lớn hơn so với năm 1935, trong thời kỳ Đại suy thoái, khi Tổng thống Roosevelt công bố "Chính sách kinh tế xã hội mới" đưa lực lượng lao động Mỹ trở lại nền kinh tế trung lưu. Ngày nay, cứ $5 tổng thu nhập quốc dân thì có $1 sẽ đi vào túi của số 1% những người có thu nhập cao hàng đầu ở Mỹ (theo Cơ sở dữ liệu thu nhập và tài sản thế giới).

Nhưng tổng thu nhập quốc dân GNI và thu nhập bị thu hẹp lại bởi khoảng cách chủ sở hữu và vốn thậm chí lớn hơn. Một phần trăm giàu nhất đã tăng quyền sở hữu[8] của họ từ 25% vào năm 1980 lên 40% ngày nay, trong khi tỷ lệ sở hữu của "tầng lớp trung lưu" (khoảng 40% dân số) đã giảm từ 34% xuống 27% so với cùng kỳ. Trong khi đó, 50% dân số có thu nhập thấp nhất đã mất đi phần trăm nhỏ nhoi mà họ từng sở hữu và bây giờ nhìn chung, đang mắc nợ và không được sở hữu bất kỳ thứ gì.

Sự trỗi dậy của tầng lớp lao động trung lưu từng được kích hoạt bởi "Chính sách kinh tế xã hội mới" của Roosevelt giờ đã bị xóa sổ hoàn toàn.

Vào những năm đầu của thế kỷ này, tôi có dịp làm việc với chính sách đổi mới. Để đo lường giá trị, chúng tôi đã căn cứ vào sự thành công của các công ty. Các nhà quản lý có động lực mạnh mẽ giúp các công ty hoạt động tốt và

---

[8] Tỷ lệ tài sản cá nhân ròng do 1% cao nhất nắm giữ; tổng giá trị của các tài sản phi tài chính và tài chính (nhà, đất, tiền gửi, trái phiếu, cổ phiếu, v.v.) do các hộ gia đình nắm giữ trừ đi các khoản nợ của họ. Piketty, Thomas; Saez, Emmanuel và Zucman 2016. http://wid.world/data/

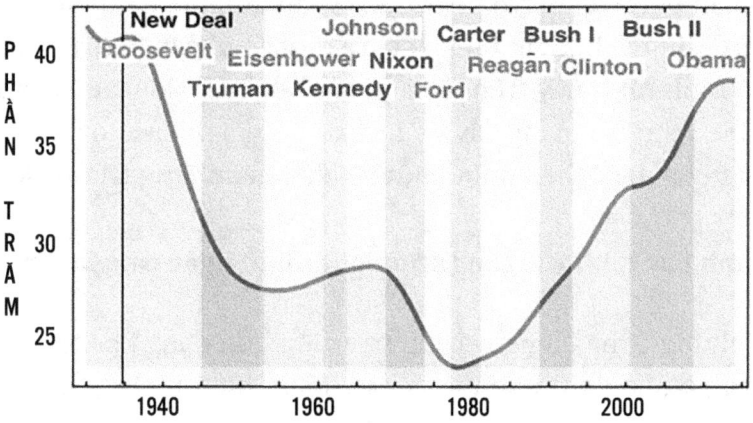

PHẦN 1% GIÀU NHẤT CHIẾM TRONG TỔNG CỦA CẢI NƯỚC MỸ

xây dựng được khối tài sản khổng lồ mà một số nhà kinh tế cho rằng có khả năng lan rộng đến những công ty khác theo kiểu "giọt nước nhỏ giọt". Nhưng những phân tích khách quan các con số cho thấy rằng dường như chúng "nhỏ giọt lên" chứ không phải "nhỏ giọt xuống". Lý thuyết kinh tế nhỏ giọt có giá trị khi người có nhiều tiền chi tiêu cho những người thuộc tầng lớp trung lưu và thấp, những người làm những việc có giá trị. Nhưng nếu sự đổi mới gạt quá nhiều công nhân ra khỏi thị trường lao động thì tiền mà người giàu chi tiêu sẽ không đến được tay của tầng lớp trung lưu và thấp. Thay vào đó, nó sẽ dành cho một số ít người được trả lương cao - những người chủ và những người đổi mới - là những người tiếp quản luôn miếng bánh từng dành cho người lao động. Kết quả là càng có nhiều tiền di chuyển qua lại giữa những người giàu, và ít tiền chảy xuống những người nghèo hơn. Khi số tiền mà người sử dụng lao động tiết kiệm được bằng cách trả lương ít hơn cho người lao động trở nên bằng với thu nhập ròng của họ thì sự tăng trưởng không tồn tại nữa và nền kinh tế bắt đầu co cụm lại. Điều này càng làm tăng áp lực lên những nhà đổi mới đang ra sức giúp chủ sở hữu của họ cắt giảm nhiều chi phí lao động hơn nữa để cứu vãn lợi nhuận đang giảm dần. Sự cạnh tranh giành lấy đô-la ngày càng trở nên khốc liệt hơn trên chiếc bánh đang dần nhỏ lại. Cũng giống như ở giai đoạn cuối của một căn bệnh hiểm nghèo, bệnh nhân dần dần chết đi.

Với đà chênh lệch về thu nhập và sự giàu có ngày càng gia tăng như vậy, theo tôi, rõ ràng căn bệnh đang trở nên trầm trọng hơn hoặc ít nhất cũng trông có vẻ như vậy. Kinh tế học rất phức tạp, và một số nhà kinh tế đang cho rằng căn bệnh rõ rành rành này trên thực tế có thể chỉ là ảo giác. Nhưng tôi tin rằng nó rất hiện thực và mang đầy sự đe dọa. Để giải thích cho điều này, trước tiên chúng ta phải biết thêm một chút về khái niệm tăng trưởng kinh tế.

Dấu hiệu cảnh báo (3): Tỷ lệ tăng trưởng kinh tế ngày càng giảm

Dòng chảy những công cụ ngày càng tiên tiến hơn đang không ngừng chảy vào tay chúng ta, và do đó chúng ta có thể mong đợi rằng sẽ tạo ra được nhiều giá trị hơn cho nhau, với tỷ lệ tăng trưởng nhanh hơn hàng năm. Nhưng đây không phải là những gì đang xảy ra. Thay vào đó, con số tăng trưởng GDP đang ngày càng chậm lại. Một nỗi lo khác là nền kinh tế kỹ thuật số đang khiến nền kinh tế thế giới dễ bị phá vỡ hơn. Đã có những thăng trầm xảy ra đối với nhiều nền kinh tế trên thế giới, nhưng cuộc Đại suy thoái vào năm 2008 thật bất thường khi tất cả các nền kinh tế trên thế giới đều bị ảnh hưởng cùng một lúc. Có vẻ như các nền kinh tế thế giới đã trở nên liên kết chặt chẽ với nhau đến mức sự sụp đổ ở một nơi có thể gây ra sự sụp đổ ở các nơi khác ngay tức thì.

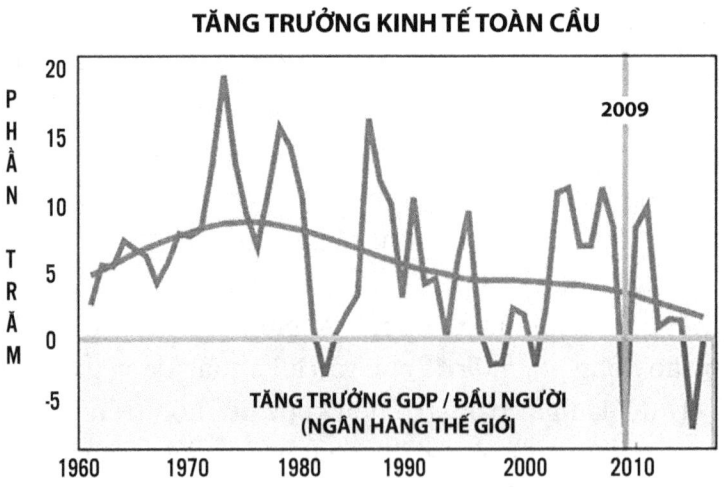

Giảm phát công nghệ đang khiến chúng ta bị nhầm lẫn

Chúng ta nói rằng tỷ lệ tăng trưởng kinh tế đang chậm lại. Vậy chúng ta cần xem xét kỹ nhận định này hơn một chút. Trong nền kinh tế đổi mới, "tăng trưởng kinh tế" là một khái niệm khó hiểu hơn trước đây. Tỷ lệ tăng trưởng chậm lại có thể do hai nguyên nhân gây ra. Hoặc đổi mới làm giảm giá trị của người lao động khiến họ kiếm được cũng như chi tiêu ít hơn, hoặc chúng ta đang bị "giảm phát công nghệ", hoặc cả hai. Nói một cách đơn giản, giảm phát công nghệ là một quá trình mang lại cho chúng ta nhiều "giá trị đồng tiền" hơn theo thời gian do công nghệ được cải tiến. Các nhà kinh tế học đổi mới thường chỉ ra điều đó khi lập luận rằng nền kinh tế không hề chậm lại như các nhà kinh tế học truyền thống đề xuất. Ví dụ, máy tính luôn luôn được cải tiến cho tốt hơn trong khi giá cả của chúng lại giảm chứ không phải tăng lên. Do đó, giảm phát công nghệ đang làm nhầm lẫn hiểu biết của chúng ta về mức độ tăng trưởng. Do tầm quan trọng ngày càng tăng của "giảm phát công nghệ" trong nền kinh tế, chúng ta cần phải làm quen nhiều hơn với khái niệm này.

Sự gia tăng giá trị của đồng tiền mà chúng ta thấy trong giảm phát công nghệ có vẻ như là một điều tốt. Thật vậy, chúng ta chắc chắn rất vui khi thấy chất lượng hàng hóa dịch vụ trở nên tốt hơn trong khi chi phí sản xuất ra chúng lại ít hơn mỗi năm. Tuy nhiên, chúng ta nên biết rằng điều tốt đẹp thoạt nhìn có vẻ thật sự tốt đẹp này đồng thời cũng báo hiệu cho chúng ta thấy những tai họa ngấm ngầm đang diễn ra.

Có hai loại giảm phát công nghệ; một loại tốt, còn loại kia rất nguy hiểm.

Chúng ta sẽ nói về loại giảm phát công nghệ có tiềm năng tốt trước. Chúng ta hoàn toàn có quyền hy vọng chiếc điện thoại thông minh tiếp theo của chúng ta sẽ tốt hơn chiếc điện thoại thông minh hiện có, và điều tuyệt vời là giá cả của nó vẫn như cũ. Chúng ta không bao giờ có ý định sẽ dùng chiếc điện thoại mới này cho đến khi nó bị hư. Ngược lại, chúng ta hy vọng sẽ có thể bỏ nó trong khi nó vẫn còn tốt để có được một chiếc điện thoại tốt hơn nữa mà chúng ta mong đợi trong một tương lai không xa.

Loại giảm phát công nghệ này là dấu hiệu của một nền kinh tế đổi mới đang hoạt động tốt. Điểm khác biệt mấu chốt giữa nền kinh tế thông thường và nền kinh tế đổi mới được thể hiện rõ khi các nền kinh tế được thúc đẩy bởi các sản phẩm có tuổi thọ trên kệ bán hàng ngắn hơn so với thời gian chúng ta có chúng trong tay trước khi chúng bị hư. Một mẫu điện thoại thông minh sẽ được bán trong khoảng hai năm trước khi được thay thế bằng một mẫu mới hơn với các tính năng được cải thiện. Bản thân điện thoại có thể tiếp tục hoạt động hoàn hảo trong năm hoặc mười năm nếu chúng ta có đủ kiên nhẫn để thử nghiệm điều đó. Nhưng đây là một nền kinh tế mà khách hàng mua một sản phẩm nào đó chỉ một lần, và khi người tiêu dùng càng yêu thích sản phẩm đó, họ càng mong muốn thay thế nó càng sớm càng tốt bằng một thứ gì đó tân tiến hơn. Quy tắc đầu tiên của kinh doanh là giữ chân khách hàng bằng mọi giá. Trong nền kinh tế đổi mới, sản phẩm quan trọng nhất không phải là sản phẩm đang tồn tại mà nó là những sản phẩm tiếp theo được tưởng tượng ra và sau đó được bán cho khách hàng.

Đổi mới trở thành động lực thúc đẩy nền kinh tế tăng tốc và khiến mọi người mua bán nhiều sản phẩm hơn cũng như tìm kiếm những cách thức mới để thỏa mãn nhu cầu của nhau tốt hơn.

Do đó, theo quan điểm của nhiều nhà kinh tế học đổi mới, việc các nhà kinh tế học truyền thống chỉ ra rằng đổi mới không làm tốc độ tăng trưởng tăng lên là thiếu một cái gì đó quan trọng. Mọi người đang nhận được nhiều hơn với cùng số tiền của họ. Một chiếc điện thoại được mua ngày hôm nay có giá trị gấp đôi chiếc điện thoại được mua với cùng mức giá cách đây hai năm. Nếu dữ liệu kinh tế được sửa lại bằng cách cân nhắc thêm điều này vào, chúng ta sẽ thấy một mức tăng trưởng liên tục, vững chắc và theo cấp số nhân. Nếu mọi thứ tuân theo định luật Moore, nếu hiệu suất về giá tăng gấp đôi sau mỗi 18 tháng thì tốc độ tăng trưởng sẽ tăng theo cấp số nhân là 46% mỗi năm. Điều đó có nghĩa chúng ta đã tăng tốc mức tăng trưởng lên gần 50% mà không nhìn thấy nó biểu hiện trong biểu đồ tăng trưởng. Đây là một tốc độ tăng trưởng ẩn khá lớn đến mức nó sẽ làm cho các biểu đồ hiện có trở nên vô nghĩa đối với việc tìm hiểu giá trị được tạo ra như thế nào vì chúng ta không biết nền kinh tế tuân theo định luật Moore có quy mô lớn đến mức nào.

Để phản biện, người ta có thể lập luận rằng vì một phần ngày càng lớn của nền kinh tế đang được thúc đẩy bởi định luật Moore nên ngày càng có nhiều sản phẩm được trao đổi nhanh hơn, theo như ví dụ về điện thoại thông minh đã đề cập ở đoạn trước: máy ảnh, trò chơi, nhạc cụ, thiết bị nhà bếp, dụng cụ cầm tay, v.v. Động lực tiêu dùng của chúng ta sẽ tăng lên vì chúng ta có xu hướng chi tiêu nhiều hơn, và do đó có động lực lớn hơn để làm việc nhiều hơn và kiếm tiền nhiều hơn để đủ mua những sản phẩm chúng ta muốn. Điều này có thể được nhìn thấy dưới dạng mức độ tăng trưởng tính bằng đô-la, nhưng thật ra thì không phải như vậy.

Điều này dẫn chúng ta đến hình thức giảm phát công nghệ còn lại mà không được tốt cho lắm. Loại này thực sự có thể giết chết các nền kinh tế. Nó không chỉ mang lại cho mọi người giá trị nhiều hơn với cùng số tiền chi ra mà còn khiến mọi người kiếm được ít tiền hơn. Lý do là vì các công ty phải cạnh tranh, và do đó phải trả lương ít hơn cho công nhân mới có thể mang lại cho người tiêu dùng giá trị nhiều hơn với cùng số tiền họ bỏ ra mua sản phẩm. Người ta sẽ tạm gác lại việc mua sắm thứ gì đó ngày hôm nay vì họ cho rằng nó sẽ rẻ hơn vào ngày mai. Điều này không chỉ kìm hãm nền kinh tế phát triển chậm lại mà còn khiến mọi người mất công ăn việc làm, và do đó họ càng có lý do chính đáng để không tiêu số tiền mình kiếm được.

Kartik Gada, một thành viên của cộng đồng i4j chúng tôi, đề xuất các chính phủ nên in tiền để bù đắp giảm phát công nghệ. Ông nói rằng việc in tiền và phân phát như Trợ cấp thu nhập tối thiểu cho người dân có thể thay thế tiền thuế[9]. Đó là ý tưởng kinh tế có tính khiêu khích thái quá nhất mà tôi

---

[9] Kartik Gada, *The Accelerating TechnOnomic Medium (ATOM)* (2016), *http://atom.singularity2050.com*

từng nghe cho đến nay. Khi ý tưởng này được trình bày, nó đã làm cho các nhà kinh tế cảm thấy bị báo động, và các thành viên trong cộng đồng của chúng tôi, những nhà kinh tế nổi tiếng, thậm chí đã nổi giận đến mức tôi phải nhảy vô can thiệp.

Logic trong ý tưởng của Kartik là "nới lỏng định lượng" để chống lại giảm phát công nghệ, bởi vì in tiền gây ra lạm phát, và lạm phát sẽ cân bằng lại giảm phát do công nghệ gây ra. Một tác dụng của việc in tiền là chiếc điện thoại tiếp theo của bạn sẽ có giá cao hơn chiếc bạn đang có chứ không bằng (hoặc ít hơn) như hiện nay. Kartik nói rằng điều này là tốt vì nó là một chiếc điện thoại tốt hơn và vì thế phải có giá cao hơn. Hiệu quả thứ hai là bạn sẽ không phải đóng thuế nữa; bạn chỉ cần nhận được tiền mới tinh mỗi tháng từ cái máy in của chính phủ. "Trợ cấp thu nhập tối thiểu" này có tác dụng phân phối lại giá trị từ người giàu sang người nghèo. Trước khi tiếp tục với các chỉ trích, tôi muốn nói rằng tôi thật sự bị hấp dẫn bởi sự thông minh, đơn giản và bản chất vô cùng khiêu khích của ý tưởng này. Nhưng tôi không biết liệu nó có đúng và vận hành tốt hay không. Nếu không, nó có thể phá hủy tiền tệ và toàn bộ nền kinh tế.

Bất kỳ nhà kinh tế nào cũng sẽ nói rằng in tiền được coi là kế sách cuối cùng để kích thích một nền kinh tế đang dậm chân tại chỗ. Nó giống như sử dụng phương pháp điều trị sốc điện trên một bệnh nhân có trái tim đã ngừng đập. Đề xuất của Kartik về việc in tiền thay vì thu thuế cũng rất khiêu khích. Đây là lý do tại sao tôi vẫn hoài nghi với ý tưởng này. Kartik là một người thông minh và tận tâm khác thường, một nhà tư tưởng nguyên bản, một người luôn trung thành với niềm tin của mình cho dù bị công kích mà vẫn không thấy khó chịu. Thấu hiểu được ý tưởng này của anh ấy sẽ rất có giá trị trong việc giải thích sự kỳ lạ của giảm phát công nghệ mà tôi đang chia sẻ với các bạn. Tóm lại, chúng ta cần xem xét kỹ hơn cách thức chúng ta hiểu về giảm phát công nghệ vì nếu không, chúng ta sẽ không thể hiểu hoặc dẫn dắt tốt nền kinh tế đổi mới.

Dấu hiệu cảnh báo (4): Những người làm việc độc lập theo yêu cầu cũng giống như những người vô sản được đề cập trong Bản tuyên ngôn của đảng Cộng sản

Một chủ đề đang được thảo luận sôi nổi hiện nay là liệu cuộc cách mạng trí tuệ nhân tạo và máy học, mà dường như đang đe dọa việc làm của chúng ta, có gì khác so với các cuộc cách mạng công nghiệp trước đây hay không. Rõ ràng bối cảnh ngày nay chắc chắn trông mới mẻ hơn khi chúng ta có thể chiêm ngưỡng xe hơi tự lái, có nhiều lựa chọn thiết bị thông minh và một thế giới kết nối và cạnh tranh toàn cầu. Nhưng những mô hình thay đổi đó vẫn là như nhau. Khi Marx và Engels viết Bản tuyên ngôn của đảng Cộng sản vào năm 1848, cuộc cách mạng công nghiệp đang đánh sập các nền kinh tế truyền thống như những cây nhỏ trong một cơn gió mạnh. Những thay đổi nhanh chóng về công nghệ trong những thập kỷ trước đã dẫn đến sự tự động hóa với tốc độ nhanh chóng mặt trong nông nghiệp và thủ công nghiệp, xóa bỏ những công việc cũ trong nhà và ngoài đồng ruộng, tạo ra những công việc mới trong các nhà máy. Tình hình hiện nay cũng có vẻ hơi tương tự nhưng bạn có thể sẽ bị sốc khi tôi mô tả mức độ tương tự đó.

Chủ nghĩa cộng sản là một ý tưởng có sức thu hút lớn nhưng là một thất bại thảm hại của con người khiến hàng tỷ người rơi vào cảnh khốn cùng và sinh ra nhiều chế độ độc tài với các nền kinh tế rối loạn. Với điều này trong đầu, hãy đọc đoạn văn bản gốc sau đây của Bản tuyên ngôn của đảng Cộng sản, trong đó tôi chỉ thay thế bốn từ khóa bằng những từ tương đương hiện đại: "giai cấp tư sản" thay bằng "kinh doanh trên Internet", "giai cấp vô sản" thay bằng "người lao động theo yêu cầu", "văn minh" thay bằng "kinh tế kỹ thuật số", "cách mạng" thay bằng "sự phá vỡ".

"Kinh doanh trên Internet không thể tồn tại nếu không có sự phá vỡ thị trường liên tục, kéo theo sự xáo trộn không ngừng của các điều kiện xã hội. Nhu cầu của một thị trường không ngừng mở rộng sẽ thúc đẩy việc kinh doanh trên Internet trên toàn thế giới, mang lại tính chất kỹ thuật số trong sản xuất và tiêu dùng ở mọi quốc gia. Các ngành công nghiệp lâu đời bị gạt sang một bên, và sự cải thiện nhanh chóng của các thị trường cùng với giá cả thấp buộc tất cả các quốc gia phải bắt đầu nền kinh tế kỹ thuật số, trở thành những chủ doanh nghiệp trên Internet. Trào lưu kinh doanh trên Internet đã hợp nhất các thị trường lại với nhau và tập trung quyền sở hữu vào tay của một số ít người. Nó cũng giống như người thầy phù thủy khi không còn khả năng kiểm soát sức mạnh của những con quỷ mà ông ta đã gọi lên bằng chính bùa chú của mình. Bong bóng thị trường vỡ theo định kỳ tạo ra sự tàn phá khốc liệt. Khi những bong bóng này vỡ ra, xã hội thoái trào, công nghiệp và thương mại dường như bị phá hủy, và tại sao vậy? Bởi vì tồn tại quá nhiều nền kinh tế kỹ thuật số và quá nhiều cách thức kinh doanh. Trào lưu kinh doanh trên Internet đã tạo ra tầng lớp lao động hiện đại - những người lao động độc lập theo yêu cầu, những người phải bán mình kiếm từng bữa ăn. Họ đã trở thành một loại hàng hóa phải đối đầu với những ý muốn bất chợt nảy sinh của thị trường. Công việc của họ đã đánh mất đi tất cả tính cách cá nhân và sự hấp dẫn của họ. Vì thế, họ chỉ được yêu cầu làm những công việc đơn giản và dễ kiếm nhất. Chi phí sản xuất của lao động độc lập theo yêu cầu gói gọn gần như hoàn toàn trong chi phí sinh hoạt của anh ta. Nhưng giá cả hàng hóa về lâu dài bằng với chi phí sản xuất ra chúng. Do đó, tính cách cá nhân của người lao động càng biến mất khỏi công việc thì tiền lương càng giảm đi theo tỷ lệ. *Tầng lớp trung lưu thấp sẽ dần trở thành những người lao động độc lập theo yêu cầu, một phần là vì các kỹ năng chuyên môn của họ đã bị các phương pháp sản xuất mới làm cho trở nên mất giá trị."*

Độ chính xác của thông điệp từ cõi chết này không kém phần ma quái. Sự tương đồng quá rõ ràng vì thông điệp mà nó gửi đi là:

> Chủ doanh nghiệp trên Internet chính là tầng lớp tư sản mới.

Văn bản gốc từ thời cuộc cách mạng công nghiệp và văn bản "được cập nhật" trong thời đại internet được trình bày song song trong Phụ lục A. Việc xem chúng song song là một trải nghiệm thú vị khiến tôi tin rằng chúng ta một lần nữa sẽ đi theo khuôn mẫu cũ nhưng trong bối cảnh mới.

Ví dụ, việc phân tích về lao động độc lập theo yêu cầu có vẻ như hoàn toàn chính xác. Theo Ridester[10], vào năm 2013 một tài xế Uber - một loại lao động độc lập theo yêu cầu đặc trưng - phải chạy 2,36 dặm để kiếm được $10. Vào năm 2016, tức ba năm sau, anh ta phải chạy gần như gấp đôi lên 4.71 dặm mới kiếm được cùng số tiền. Chúng ta nhận diện được những mẫu hình của chủ nghĩa Cộng sản, những bàn luận nghiêm túc về máy móc sẽ giết chết việc làm như thế nào.

Dấu hiệu cảnh báo (5): Sự trở lại của những ảo giác không tưởng: "Trợ cấp thu nhập tối thiểu sẽ thay thế việc làm"

Chẳng có gì đáng ngạc nhiên khi những ý tưởng tương tự như chủ nghĩa Cộng sản không tưởng đang xuất hiện trở lại, bởi vì những khuôn mẫu tư

---

[10] " Phí Uber: Uber THỰC SỰ Tốn bao nhiêu tiền ... - Ridester.com. " Ngày 5/3/2018, https://www.ridester.com/uber-fees/. Truy cập ngày 25/3/2018.

tưởng tương tự sẽ dẫn theo những đường lối tương tự. Bộ não của chúng ta đã không thay đổi nhiều, và các hành vi xã hội cơ bản của chúng ta cũng vậy.

Nỗ lực rõ ràng và triệt để nhất ngày nay nhằm ảnh hưởng đến tương lai của việc làm là chính sách Trợ cấp thu nhập tối thiểu, hay UBI. Trong hai loại UBI, tôi gọi loại thứ nhất là "UBI không tưởng" hay "UBI cộng sản", được ủng hộ bởi những người tin rằng mọi việc làm sẽ biến mất và tất cả lao động sẽ được thay thế bằng máy móc. Loại thứ hai là "UBI thân thiện với việc làm", ít hơn mức lương tối thiểu một chút - chỉ gần đủ sống. Loại UBI này mang lại cho mọi người động cơ tìm kiếm việc làm mạnh hơn vì nó xua tan đi nỗi sợ hãi về việc phải thay đổi việc làm; nghĩa là nó tạo ra tính linh hoạt trong lao động. Tuy nhiên, công chúng đề cập đến cả hai loại UBI này chỉ đơn giản như là một với tên gọi chung là UBI. Điều này gây ra sự nhầm lẫn nghiêm trọng.

Ở dạng không tưởng, UBI đề nghị mang lại cho mọi công dân một khoản Trợ cấp thu nhập tối thiểu đủ trang trải những khoản chi tiêu của họ mà không cần phải làm việc. Dạng này không thể vận hành tốt vì

---

con người luôn luôn có nhu cầu lệ thuộc vào những người xa lạ kể cả kẻ thù. Họ cần một ngôn ngữ chung để ấp ủ niềm tin, đạo đức, pháp luật và thói quen

---

mà mỗi cá nhân tận tụy đều có quyền lợi và tin rằng những lời hứa sẽ được thực hiện. Một ngôn ngữ chung và niềm tin như vậy sẽ rất cần thiết để làm cơ sở cho bất kỳ nền kinh tế, văn hóa hoặc xã hội thành công nào.

Tuy nhiên ngôn ngữ của niềm tin chỉ phát triển khi mọi người hình thành một mạng lưới cam kết với nhau. Điều này chỉ có thể xảy ra khi chúng ta thỏa mãn nhau bằng cách đổi thanh toán lấy dịch vụ. Nó có thể là mọi thứ từ nướng bánh cho nhau đến đáp ứng nhu cầu tinh thần của nhau. Có nghĩa là bạn phải đi làm đúng giờ vào mỗi buổi sáng nếu đây là thỏa thuận giữa bạn và chủ lao động, hoặc trở thành người đứng ra vạch trần những vi phạm của chủ lao động về quy tắc đạo đức cơ bản đã được thỏa thuận trước. Không có gì trong UBI không tưởng có thể thay thế những cam kết này.

UBI không tưởng vẫn sẽ không thành công với tư cách là một nền kinh tế thị trường ngay cả nếu xã hội đã không thoái hóa thành các đảng phái, và ngay cả khi đạo đức, niềm tin và công lý đã được gắn chặt trong bộ não của chúng ta. UBI sẽ vẫn thất bại vì logic cơ bản của đồng tiền. Nếu toàn bộ thu nhập được chính phủ phân phối dưới hình thức UBI thì tất cả số tiền mà mọi người chi tiêu phải được trả cho chính phủ đó để họ tiếp tục cấp phát UBI. Mọi quyền lực sẽ thuộc về chính phủ, và chủ nghĩa tư bản tư nhân sẽ biến mất. Logic cho thấy rằng chủ nghĩa tư bản tư nhân chỉ có thể lớn mạnh khi nó giúp mọi người kiếm được tiền lẫn chi tiêu.

Nguyên nhân sâu xa: nghịch lý tăng trưởng-lợi nhuận; giàu lên làm chúng ta nghèo đi

Tại sao ngày nay đổi mới không thể tạo ra nhiều việc làm tốt cho nhiều người hơn? Tại sao chênh lệch thu nhập ngày càng tăng? Tại sao có vẻ như đổi mới làm chậm tốc độ tăng trưởng lại thay vì đẩy nó nhanh lên?

Nguyên nhân sâu xa của tất cả những điều này là bản chất của nền kinh tế lấy nhiệm vụ làm trung tâm: đặt sản phẩm và những thứ khác không phải là con người vào trung tâm của các kế hoạch hình thành giá trị. Nhìn sự việc theo cách này xem ra có vẻ rất tự nhiên bởi vì suy cho cùng tôi muốn sơn nhà của tôi và có những người thợ sơn muốn sơn nó - vậy làm sao khác hơn được? Tuy nhiên, muốn công việc được thực hiện tốt hơn nhưng với giá rẻ hơn chính là thủ phạm của mọi rắc rối, và trên thực tế nó đã là vậy nhờ vào sự đổi mới.

Thật nghịch lý, mọi người cố gắng để trở nên giàu có hơn nhưng lại khiến họ nhìn chung trở nên nghèo hơn. Tôi gọi đó là "nghịch lý tăng trưởng-lợi nhuận" - sự đổi mới làm cho của cải vật chất phình ra nhưng nền kinh tế thì co lại.

Nghịch lý này được giải thích bởi sự khác biệt giữa kinh tế học vĩ mô và kinh tế học vi mô. Trong kinh tế vĩ mô, mọi người phải kiếm tiền để chi tiêu nên người lao động và khách hàng là một. Trong kinh tế vi mô, khách hàng và người lao động là hai: một người kiếm tiền, và người kia chi tiêu. Các tập đoàn thì sống trong môi trường của thế giới vi mô. Họ đổi mới, tự động hóa và khi cần thiết sẽ sa thải công nhân để mang đến một giao dịch mua bán hấp dẫn hơn cho khách hàng. Khách hàng là thượng đế; người lao động vẫn chỉ là người lao động.

Nhưng những khách hàng bị thất nghiệp là những thượng đế yếu ớt. Nhu cầu lớn nhất của họ là kiếm được một công việc khả dĩ với mức thu nhập đáng tin cậy. Trong nền kinh tế lấy nhiệm vụ làm trung tâm, các công ty không coi mục đích chính của họ là cạnh tranh để mang lại cho mọi người thu nhập khả dĩ mà là cạnh tranh nhằm mang lại cho chính họ thu nhập nhiều hơn để họ chi tiêu rộng rãi hơn. Nếu họ làm như vậy bằng cách sa thải nhiều công nhân hơn để cắt giảm chi phí lao động, vì tự động hóa cho phép họ làm như vậy, thì một khách hàng trung bình sẽ có ít tiền hơn để chi tiêu. Các công ty thích ứng với hầu bao ngày càng thu hẹp của khách hàng bằng cách cung cấp cho họ những sản phẩm và dịch vụ vẫn rẻ hơn bằng cách cắt giảm chi phí lao động. Nó là một đường xoắn ốc hướng xuống dưới và tiến dần về điểm không, nơi mọi người kiếm được và chi tiêu bằng không. Đây là cơ chế của nghịch lý tăng trưởng-lợi nhuận. Tăng trưởng kinh tế bị giết chết bởi các công ty đang cạnh tranh nhau vì lợi nhuận.

Trọng tâm của nghịch lý này nằm ở châm ngôn, *"Một đô-la tiết kiệm được là một đô-la kiếm được."* Câu châm ngôn này áp dụng cho cả bạn và tôi trong cuộc sống hàng ngày, và nó cũng áp dụng cho các công ty và mọi thành phần khác của nền kinh tế vi mô. Tuy nhiên, nó không áp dụng trong nền kinh tế vĩ mô, nơi mà một đô-la tiết kiệm được thực sự là một đô-la mất đi. Một quốc gia không làm ra lợi nhuận nhưng nó có sự tăng trưởng. Điều này là do thu nhập của người này luôn bằng chi tiêu của người kia. Nếu mọi người chi tiêu ít hơn thì nhìn chung điều đó có nghĩa là mọi người cũng kiếm được ít hơn.

Thị trường lao động như trò chơi Ghế và âm nhạc (trong bữa tiệc, âm nhạc trỗi lên, người ta chạy quanh những hàng ghế có số ghế ít hơn số người chơi là một; khi âm nhạc bất ngờ tắt, mọi người phải chộp lấy một cái ghế để ngồi; một người nào đó không có ghế ngồi sẽ bị loại khỏi cuộc chơi.) Nếu người ta càng cố gắng kiếm nhiều tiền hơn bằng cách tiêu xài ít hơn thì sẽ càng có nhiều cái ghế bị loại bớt ra ngoài.

Do đó, các quốc gia muốn tăng cả thu nhập và chi tiêu trong khi các doanh nghiệp muốn tăng thu nhập và cắt giảm chi tiêu. Vì thế, trong nền kinh tế lấy nhiệm vụ làm trung tâm, chính phủ và doanh nghiệp có những động lực kinh tế trái ngược nhau. Chúng ta có thể thấy chính phủ khắp nơi luôn cố gắng khuyến khích các doanh nghiệp phải sử dụng nhiều lao động hơn mức họ cần. Điều này đã mang lại cho các doanh nghiệp một động cơ kép để càng ra sức cắt giảm chi phí lao động. Trước hết là để giảm chi phí sản xuất và sau đó là để được nhận tiền hỗ trợ hoặc những chính sách ưu đãi từ chính phủ nhằm duy trì người lao động. Đây thật sự không phải là một giải pháp hay cho tất cả mọi người.

Nghịch lý tăng trưởng-lợi nhuận là một mối đe dọa thực sự nhức nhối đối với xã hội của chúng ta và cần phải được giải quyết. Trong trường hợp này, câu nói "một đô-la tiết kiệm là một đô-la kiếm được" là trung tâm của nghịch lý đó. Nó đã trở thành một bộ phận có vấn đề trong động cơ kinh tế.

Có thể sẽ chẳng bao giờ giải quyết được nghịch lý tăng trưởng-lợi nhuận trong một nền kinh tế lấy nhiệm vụ làm trung tâm bởi vì nó vốn đã có sẵn trong tư duy. Tư duy này luôn nhìn vào công việc và đặt câu hỏi đâu là cách làm hiệu quả nhất về mặt chi phí. Điều vẫn giữ cho nền kinh tế không bị sụp đổ là những giới hạn vốn có của tự động hóa công việc. Dù muốn hay không, công nhân vẫn là một chi phí cần thiết. Nhưng kết quả sẽ ra sao nếu trí tuệ nhân tạo cho phép hầu hết mọi công việc được tự động hóa? Giờ đây, tư duy lấy nhiệm vụ làm trung tâm đang nổ tung vào bên trong. Với tư duy lấy nhiệm vụ làm trung tâm, sự đổi mới được tạo ra để quay trở lại giết chết các nền kinh tế đang có.

PHẦN BA: GIẢI PHÁP - NỀN KINH TẾ LẤY CON NGƯỜI LÀM TRUNG TÂM

> Tóm tắt
>
> Nền kinh tế lấy con người làm trung tâm (PCE) tương tự như "Cuộc cách mạng Cô-péc-ních" ở chỗ nó hoán chuyển con người vào trung tâm của nền kinh tế và đưa nhiệm vụ ra quỹ đạo xung quanh. Từ góc nhìn mới này, mục đích của các tổ chức là luôn luôn phục vụ con người: dịch vụ này là phục vụ cho chi tiêu, còn dịch vụ kia thì phục vụ cho việc kiếm tiền. Các tổ chức hình thành nên một hệ sinh thái cạnh tranh làm cho con người có giá trị đối với nhau bằng những thuật toán so khớp cao cấp. Vấn đề của nền kinh tế hiện nay là sự mất cân đối giữa các dịch vụ kiếm tiền và dịch vụ chi tiêu. Giải pháp là tạo ra "hệ sinh thái cho đổi mới việc làm", nơi mà các doanh nghiệp cạnh tranh nhau cung cấp dịch vụ kiếm tiền tốt hơn. Doanh thu của những doanh nghiệp như vậy có được từ việc nhận diện đặc điểm nhân khẩu học của những người bị đánh giá thấp và đổi mới cách làm tăng giá trị của họ lên. Tiền tệ là cơ sở hạ tầng tạo ra giá trị có thể áp dụng dưới hình thức mới tạm thời, cục bộ nhằm khởi động nền kinh tế. Khả năng có thể bổ sung thêm một mô-đun giá trị giữa các cá nhân nữa được xem xét như những phương thức nâng cao nền kinh tế thông qua việc tối ưu hóa quan hệ giữa con người với nhau, nơi mà đồng tiền là phương tiện.

"Cuộc cách mạng Cô-péc-ních" - đặt con người vào trung tâm

Tôi đã chỉ ra rằng sự đổi mới có sức mạnh to lớn như thế nào khi đẩy nền kinh tế lấy nhiệm vụ làm trung tâm vào hố đen của nghịch lý tăng trưởng-lợi nhuận, mà chúng ta đã có thể thấy những dấu hiệu cảnh báo từ ban đầu. Cố gắng khắc phục những rạn nứt bên trong nền kinh tế lấy nhiệm vụ làm trung tâm sẽ không giải quyết được vấn đề bởi vì bản thân tư duy tập trung vào nhiệm vụ là nguyên nhân của nghịch lý. Khi chúng ta cố gắng giải quyết nó theo cách đó thì thực tế mà chúng ta đang nhận thức trở nên phức tạp và khó hiểu hơn. Chúng ta bắt đầu tranh luận về những công việc nào máy móc không thể làm, liệu máy móc có thể trở nên giống hệt như con người hay không, máy móc có phải nộp thuế không, máy móc nên có nhân quyền không nếu chúng trở nên giống con người, v.v. Đây đều là những câu hỏi triết học thú vị, nhưng thảo luận về chúng sẽ khó giải quyết được vấn đề thực tế. Đó là, sự đổi mới đang phá vỡ nền kinh tế.

Tôi cho rằng lý do chính khiến nền kinh tế của chúng ta có vẻ phức tạp đến mức khó hiểu là vì chúng ta thiếu một ngôn ngữ thích hợp và sự am hiểu.

Chúng ta đang áp dụng một ý tưởng cũ tuyệt vời mà đã một thời làm cho thế giới này dễ hiểu giờ đây trở nên khó hiểu.

Điều này thường xảy ra trong lịch sử. Ví dụ, những người ở thời trung cổ từ lâu đã nghĩ rằng trái đất là trung tâm của vũ trụ, và khi các nhà khoa học ngày càng trở nên tinh thông và nhiều tham vọng hơn trong việc vẽ ra những mô hình về cách các hành tinh khác và mặt trời xoay quanh trái đất như thế nào, thì quỹ đạo của chúng càng trở nên phức tạp và khó hiểu hơn (xem hình minh họa). Tuy nhiên, chỉ đơn giản bằng cách chuyển đổi góc nhìn và nói rằng các hành tinh có thể chuyển động xung quanh mặt trời thì những quỹ đạo phức tạp và gần như huyền ảo của chúng đã được biến đổi thành những hình elip gần tròn rất đơn giản. Ngày nay, hầu hết mọi người có thể hình dung toàn bộ hệ mặt trời trong đầu mà không cần đến mô hình hay hình ảnh minh họa nào.

Với cách làm tương tự, tôi nghĩ chúng ta có thể tạo ra lợi nhuận bằng cách hiểu những nguyên nhân có thể dẫn đến một nền kinh tế lành mạnh. Cũng giống như mô hình thiên văn đã được đơn giản hóa ngay lập tức bằng cách đặt mặt trời ở trung tâm, tôi đề xuất rằng các mô hình kinh tế có thể được đơn giản hóa rất nhiều bằng cách chuyển giá trị của con người vào trung tâm thay vì chi phí của mọi thứ, như thể hiện trong hình.

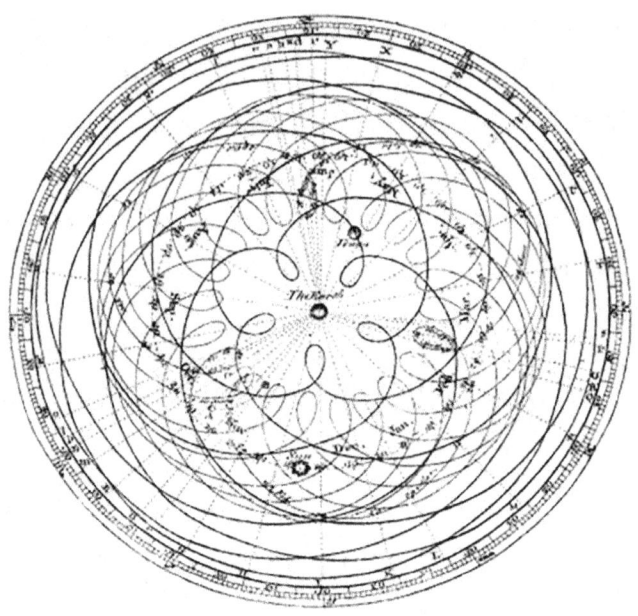

Trái đất ở trung tâm: Quỹ đạo của Sao Thủy, Sao Kim và Mặt trời quanh Trái đất. Từ Bách khoa toàn thư Britanica (1771) - xuất bản lần thứ nhất.

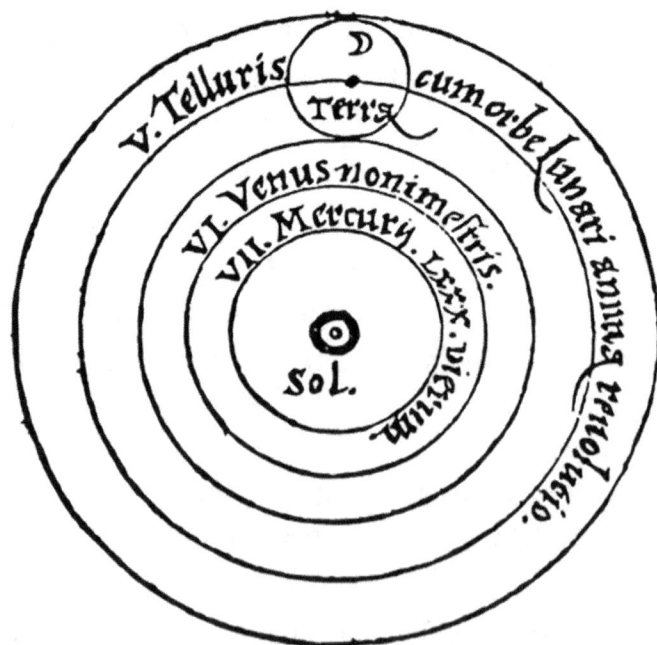

Mặt trời ở trung tâm: Quỹ đạo của Sao Thủy, Sao Kim và Trái đất quanh Mặt trời. Từ Cô-péc-ních. "De revolutionibus orbium coelestium" (1543).

Cách nhìn nhận nền kinh tế lấy nhiệm vụ làm trung tâm hiện tại của chúng ta có vẻ như là cách thức hiển nhiên đã được kiểm nghiệm qua thời gian, nhưng thật ra nó phức tạp, không kết nối và có nhiều sai lầm. Nó phân chia một con người ra làm hai bộ mặt trên hai thị trường khác nhau: một bộ mặt là người lao động kiếm tiền trên thị trường lao động và một bộ mặt khác là người tiêu dùng chi tiền trên thị trường tiêu dùng. Đây thực sự là một thực tế mất kết nối, trong đó chúng ta đang sống một cuộc sống có hai mặt!

Thay vào đó, hãy đặt con người ở trung tâm và mọi thứ sẽ gọn gàng hơn xung quanh chúng ta. Thị trường lao động và tiêu dùng hợp nhất thành một thị trường duy nhất với chúng ta là trung tâm; xung quanh chúng ta, các công ty cung cấp cho chúng ta hai loại dịch vụ, một loại để kiếm tiền và loại kia để tiêu tiền. Chúng ta đồng nhất thành một trở lại; nền kinh tế tập trung vào chúng ta và cung cấp cho chúng ta những việc để làm, cả kiếm tiền lẫn chi tiêu.

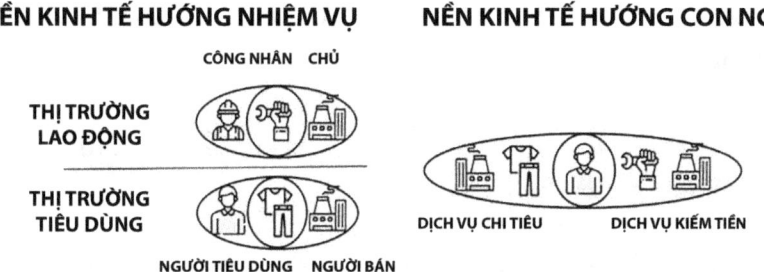

Tầm nhìn phân chia: Con người kiếm tiền trên thị trường lao động và tiêu tiền trên thị trường tiêu dùng.

Đơn giản, tiện dụng hơn: Con người tạo ra giá trị và trao đổi nó trên thị trường nơi mà các tổ chức cung cấp cho họ vừa dịch vụ kiếm lẫn dịch vụ chi tiêu.

PCE bao hàm một cách nhìn đơn giản và tiện lợi: con người tạo ra giá trị và trao đổi với nhau, và được phục vụ bởi các tổ chức.

Có lẽ quan điểm kinh tế lấy con người làm trung tâm có thể cho phép chúng ta đơn giản hóa nền kinh tế đổi mới và thiết kế nó tốt hơn như "cuộc cách mạng Cô-péc-ních" đã làm đối với vật lý và thiên văn học. Suy cho cùng, nền kinh tế là về con người, vì vậy việc đặt chúng ta ở vị trí trung tâm dường như là một điều tất yếu.

Nhìn nền kinh tế đổi mới qua lăng kính PCE

Bàn luận về việc liệu trí tuệ nhân tạo sẽ tạo ra hay giết chết việc làm dưới góc nhìn lấy nhiệm vụ làm trung tâm rất phức tạp và khó hiểu. Nhưng nhìn qua lăng kính PCE, điều đó rõ ràng hơn nhiều: "Sự đổi mới của trí tuệ nhân tạo đang được áp dụng nhiều hơn vào kiếm tiền hay chi tiêu?" Câu trả lời là "chi tiêu" và kết luận chúng ta cần hỗ trợ sự đổi mới để giúp mọi người kiếm được tiền tốt hơn để chi tiêu.

Xác định lại công việc như một dịch vụ kiếm tiền thật không dễ dàng chút nào. Hầu như không có người nào tôi từng gặp có thể nắm bắt được khái niệm đó ngay. Họ có khuynh hướng nói rằng, "Người lao động phục vụ người sử dụng lao động, không phải ngược lại." Nhưng PCE là một cách suy nghĩ hoàn toàn khác. Nó giả định rằng mọi người được phục vụ bởi các tổ chức, không phải ngược lại.

Tái điều chỉnh thiết yếu (1): Việc làm là dịch vụ để kiếm sống & người lao động là khách hàng của dịch vụ đó

Một lời mời chào dịch vụ kiếm tiền thật sự tốt sẽ trông như thế này:

TUYỂN DỤNG TRONG NỀN KINH TẾ
LẤY CON NGƯỜI LÀM TRUNG TÂM

Kính gửi quý khách, chúng tôi đề nghị sẽ giúp quý khách kiếm sống tốt hơn theo những cách có ý nghĩa hơn.
Chúng tôi sử dụng trí tuệ nhân tạo để tìm ra một công việc phù hợp với kỹ năng, tài năng và niềm đam mê độc đáo của quý khách.
Chúng tôi sẽ so khớp quý khách với các nhóm có những người quý khách có thể thích làm việc cùng với họ.
Quý khách có thể chọn giữa nhiều loại công việc có ý nghĩa khác nhau.

Quý khách sẽ kiếm được nhiều hơn những gì quý khách đang kiếm được ngày hôm nay.
Chúng tôi sẽ tính phí hoa hồng.
Quý khách có muốn sử dụng dịch vụ của chúng tôi không?

Đây là điểm mấu chốt của một dịch vụ mà mọi người đều mong muốn nhưng hầu như không ai có thể tìm thấy. Ngày nay, chỉ những người lao động hấp dẫn nhất mới có thể hy vọng được tiếp cận theo cách này. Tôi lập luận rằng một lời mời dịch vụ việc làm như vậy không những chỉ trở nên khả thi mà nó còn là cơ hội kinh doanh lớn nhất đang chờ để chúng ta khai thác. Đây là nơi chúng ta điều chỉnh nền kinh tế lấy nhiệm vụ làm trung tâm thành nền kinh tế lấy con người làm trung tâm bằng cách điều chỉnh "một việc làm" thành một "dịch vụ mà khách hàng sử dụng để kiếm sống". Điều này nghe có vẻ kỳ lạ đối với hầu hết mọi người, cũng giống như mọi người đã từng thấy kỳ lạ là trái đất lại xoay quanh mặt trời. Rốt cuộc, mỗi khi những người ở thời Cô-péc-ních nhìn lên bầu trời, họ đều nghĩ rằng họ đã nhìn thấy mặt trời xoay quanh trái đất. Trên thực tế, các chuyên gia thường gặp khó khăn nhất trong việc điều chỉnh lại vì họ đã quen suy nghĩ theo cách truyền thống. Họ đã luôn bồi đắp tư duy của họ vào bên trong và xung quanh cái hệ thống duy nhất mà họ am hiểu nhiều đến nỗi việc thay đổi sẽ là một thách thức cực kỳ to lớn đối với họ. Người thợ hồ chỉ cần định hướng lại một «hạt cát ý tưởng» thì các chuyên gia có thể xây dựng lại cả một tòa nhà chọc trời khổng lồ. Đây là một trong những chiến lược được các công ty khởi nghiệp đổi mới sử dụng để cạnh tranh với các tập đoàn khổng lồ với nhân lực và ngân sách gấp ngàn lần họ. Họ đã làm gì? Họ đã điều chỉnh lại.

Hãy để tôi thử giải thích sự điều chỉnh lại này một cách đơn giản, hợp lý và thuyết phục. Tôi đã có dịp trò chuyện một vài lần với các chuyên gia có kiến thức chuyên môn sâu về công nghệ và đổi mới, và tôi tin rằng tôi đã tìm thấy một phép ẩn dụ tốt cho việc giải thích chúng.

Đây là cuộc đối thoại giữa tôi với người chịu trách nhiệm xuất bản Guido van Nispen của i4j:

Guido: "Việc làm là một dịch vụ kiếm sống" và "người lao động là khách hàng" nghĩa là gì? Nó chả có nghĩa gì cả. Người lao động thực hiện một dịch vụ cho người sử dụng lao động, và khách hàng là người trả tiền.

David: Có những trường hợp khách hàng chính là người kiếm tiền, không phải người tiêu tiền.

Guido: Điều đó có nghĩa là gì?

David: Hãy thử suy nghĩ về các nền tảng mới như Uber hoặc eBay. Họ có hai đối tượng khách hàng - khách hàng trả tiền là người chi tiêu và khách hàng tham gia là người kiếm tiền - có thể là người bán đồ trên eBay hoặc người làm việc độc lập theo yêu cầu của Uber.

Guido: Đúng vậy. Các nền tảng có hai mặt này phục vụ cả người bán và người mua như nhau. Nó đã trở thành một mô hình phổ biến và mạnh mẽ cho kinh doanh trực tuyến.

David: Tôi nghĩ rất hiếm khi có một nền tảng phục vụ người kiếm tiền và người tiêu tiền một cách bình đẳng. Họ thường sẽ phục vụ đối tượng này tốt hơn đối tượng kia. Người tiêu tiền muốn trả ít hơn và người kiếm tiền muốn kiếm được nhiều hơn, và các công ty hoạt động trên những nền tảng như vậy thường rơi vào tình huống họ phải ngã về bên này và buông bên kia. Vì vậy, họ sẽ ra quyết định nên buông bên nào. Uber thích giữ người tiêu tiền - khách hàng đi xe - và buông người lái xe - người kiếm tiền. Ngược lại, eBay thà giữ người kiếm tiền - người bán - và bỏ rơi người tiêu tiền - người chỉ ghé thăm eBay để mua hàng. Do đó, khách hàng chính của eBay là người kiếm tiền, những người bán mọi thứ thông qua nền tảng của họ.

Guido: Đúng vậy. eBay phụ thuộc vào việc giữ những người bán hàng tốt. Khi họ đã có người bán tốt, người mua tất sẽ tự tìm đến.

David: Bây giờ hãy tưởng tượng nếu eBay bổ sung "jobBay" vào nền tảng của họ, cho phép người bán của họ có thể bán những thứ khác hơn là sản phẩm. Bây giờ họ có thể bán cả dịch vụ. Họ có thể bán bất kỳ dịch vụ nào họ muốn và tính phí người sử dụng dịch vụ theo giờ như làm vườn, dọn dẹp, dạy kèm, lập trình, hát opera trên giày patin. Vậy, người bán dịch vụ hay người mua nó sẽ là khách hàng chính của jobBay?

Guido: Người bán vẫn sẽ là khách hàng chính của jobBay. Bổ sung thêm chọn lựa bán thời gian làm việc không thay đổi thực tế đó. Tuy nhiên, tôi đoán rằng ca sĩ opera trên giày trượt patin sẽ không có nhiều khách hàng lắm.

David: Thật vậy. Bây giờ, hãy tưởng tượng rằng jobBay giới thiệu một bộ công cụ hỗ trợ và tiếp thị giúp người bán bán được món hàng của họ tốt hơn. Họ có thể cung cấp cho ca sĩ opera một bảng phân tích thị trường, chẳng hạn như, "*Nếu bạn cưỡi ngựa thay vì trượt giày patin thì điều đó có thể làm tăng cơ hội của bạn, nhưng cơ hội tìm được khách hàng của bạn vẫn cực kỳ mỏng manh. Nhưng Max's Opera Cafe thường thuê những người phục vụ có thể hát, còn bạn thì có thể trượt patin, chứng tỏ bạn có khả năng giữ thăng bằng tốt – rõ ràng đó là một điểm cộng cho những người phục vụ. Bạn có muốn tiếp thị dịch vụ của bạn cho họ không? Hãy nhấp chuột vào nút này.*" Hơn nữa, họ có thể cung cấp bảo hiểm y tế cho những người bán hàng đã bán trung bình hơn 30 giờ làm việc mỗi tuần. Người bán bây giờ sẽ có động cơ mạnh hơn để bán qua jobBay. Với việc bổ sung này, liệu người bán có còn là khách hàng chính không?

Guido: Vâng, người bán vẫn là khách hàng chính. Việc thêm các dịch vụ để giúp họ bán hàng không thay đổi bất cứ điều gì mà còn hoàn toàn ngược lại. Bạn nên thêm bảo hiểm sức khỏe vì nó thúc đẩy người bán bán nhiều hơn qua eBay và giải quyết mọi vấn đề pháp lý nếu lỡ người bán bị thương tích trong khi thực hiện dịch vụ cho người mua.

David: Nó thậm chí có thể là một mảng kinh doanh tuyệt vời cho jobBay bởi vì nếu họ có hàng triệu người bán, điều đó sẽ phân tán rủi ro bảo hiểm, và do đó họ hoàn toàn có thể thành lập công ty bảo hiểm của riêng mình. Đó sẽ là một ngành kinh doanh mới VÀ nó sẽ mang lại động lực cho những người kiếm tiền trên jobBay sẵn sàng bán nhiều giờ làm việc của họ hơn.

Guido: Thật vậy, đó một ý tưởng kinh doanh thông minh VÀ một dịch vụ tốt cho người bán.

David: Bây giờ hãy tưởng tượng bước tiếp theo. jobBay nói với những người kiếm tiền của họ, "Nếu bạn bán hơn 30 giờ một tuần, chúng tôi cũng có thể cung cấp cho bạn một loại bảo hiểm khác - bảo hiểm tiết kiệm và có thể bảo hiểm cho sự sụt giảm thu nhập của bạn. Bạn được yêu cầu đăng ký với tư cách là nhân viên của jobBay, nhưng đừng lo lắng, "nhân viên" chỉ là về mặt pháp lý. Chúng tôi sẽ không bao giờ đánh lừa bạn; bạn vẫn là khách hàng quan trọng của chúng tôi và có thể tự do đến và đi tùy ý bạn. Chúng tôi sẽ phục vụ bạn với tư cách là "nhân viên-khách hàng". Các chuyên gia thuế của chúng tôi sẽ quản lý bản khai thuế của bạn miễn phí và bạn sẽ nhận được các lợi ích khác, chẳng hạn như gói thưởng kỳ nghỉ có trả tiền. Vào cuối năm, chúng tôi tính thu nhập trung bình hàng tháng của bạn và bạn sẽ nhận được thưởng thêm một tháng lương vào năm sau - mà không cần phải làm việc! - để bạn có thể đưa gia đình đi nghỉ mát mà không tốn bất kỳ dịch vụ nào đi kèm với gói "việc làm" của jobBay. Bạn chỉ cần làm việc tối thiểu 120 giờ mỗi tháng trong một năm để đủ điều kiện. Đi kèm với gói việc làm jobBay là chương trình đào tạo chuyên môn kỹ thuật phần mềm mà bạn có thể chọn từ đối tác giáo dục Udacity của chúng tôi. Mỗi khóa học thường có giá trị hàng trăm đô-la, nhưng bạn sẽ được học chúng miễn phí. Nếu bạn tham gia những khóa học đó, việc kinh doanh của chúng tôi sẽ tốt hơn vì khi bạn kiếm được nhiều tiền hơn, chúng tôi cũng sẽ kiếm được nhiều tiền hoa hồng hơn. Sự quan tâm của bạn cũng là sự quan tâm của chúng tôi". Với gói này được thêm vào, liệu những người kiếm tiền có còn là khách hàng chính của jobBay không?

Guido: Vâng, thậm chí còn hơn thế nữa. Những lợi ích bổ sung này làm cho dịch vụ của jobBay đối với người bán, hay "người kiếm tiền" như bạn gọi họ, trở nên "keo sơn gắn bó" với họ hơn nhiều. Bây giờ, họ có đủ mọi lý do để trung thành với nhà cung cấp nền tảng kinh doanh của họ.

David: Vì vậy, tôi kết luận - và đây cũng là điều lắt léo: Nếu khách hàng chính của jobBay, người bán, chấp nhận lời đề nghị thì họ chính thức được jobBay tuyển dụng. Về mặt pháp lý, điều này không khác với bất kỳ công việc thông thường nào nhưng sự khác biệt lớn là họ - những người lao động - hiện là khách hàng chính của người sử dụng lao động chính thức. Công việc của họ được cung cấp cho họ như thế đó là một dịch vụ - và thực tế là vậy. jobBay không quan tâm họ làm gì, miễn là họ hài lòng với dịch vụ này và tiếp tục sử dụng nó để kiếm sống. Do vậy, việc làm đã trở thành một dịch vụ để kiếm sống, và người lao động là khách hàng.

Guido: Bây giờ thì tôi đã hiểu. Tôi chưa bao giờ nghĩ về nó theo cách này cả. Có vẻ khá kỳ lạ nhưng tôi đoán nó có thể được nhìn nhận theo cách này. Có phải đây là triết học, hoán đổi các từ ngữ và gọi mọi thứ bằng cái tên khác không?

David: Vâng, nhiều người sẽ nói nó "chỉ là triết học". Tôi thấy có vấn đề với từ "chỉ". Loại triết học này rất thực tế. Nó làm cho cuộc sống đơn giản hơn và cho phép mọi người kiếm sống theo những cách tốt hơn nhưng lại ít phức tạp hơn. Nó mở ra một thị trường mới khổng lồ cho việc kinh doanh.

Guido: Tôi nghĩ rằng tôi cần cho bộ não của tôi nghỉ ngơi một lúc. Chúng ta sẽ nói chuyện tiếp về đề tài này sau nhé.

* * *

Tái điều chỉnh thiết yếu (2): Thị trường lao động là thị trường dịch vụ & công ty cung cấp việc làm cho con người

Việc tái điều chỉnh đã hợp lý chưa? Nếu vậy, hãy sẵn sàng cho bước tiếp theo: khám phá một thị trường lớn nhất thế giới chưa được khai thác đang chờ đợi các doanh nhân đổi mới.

---

*Theo quan điểm của người lao động,
việc làm là một dịch vụ kiếm tiền.*

Người lao động nào cũng muốn điều này, nhưng họ rất khó tìm thấy nó. Khi chúng ta điều chỉnh lại công việc như một dịch vụ kiếm tiền, chúng ta điều chỉnh lại thị trường việc làm như một thị trường dịch vụ. Thị trường việc làm hiện nay đang kém chức năng của một thị trường dịch vụ. Có rất ít dịch vụ tốt được cung cấp và hầu hết các khách hàng sử dụng dịch vụ đều không hài lòng với những gì họ nhận được.

Ngày xửa ngày xưa, có một quốc gia tên là Liên Xô, nơi đã giới thiệu chủ nghĩa Cộng sản và nó đã phá hủy các thị trường tự do. Nếu bạn gây ảnh hưởng và mua chuộc đúng người, bạn có thể có "đặc ân" đáng kinh ngạc là được mua một chiếc xe có chất lượng rất tồi tệ nhưng lại với giá cao bằng vài năm tiền lương. Ngày nay, nếu ở Liên Xô cũ, bạn có thể mua bất kỳ chiếc xe nào bạn muốn miễn là bạn có đủ tiền. Tuy nhiên, tiêu tiền thì dễ hơn kiếm tiền. Mọi người ở khắp nơi đang gây ảnh hưởng và mua chuộc để rốt cuộc chỉ có được một việc làm có lương thấp không đáp ứng được nhu cầu cuộc sống của họ. Trong thế giới ngày nay, những thị trường dịch vụ chi tiêu cạnh tranh nhau khốc liệt để phục vụ khách hàng tốt nhất. Nhưng thị trường dịch vụ để kiếm tiền trên toàn thế giới thì vẫn tồi tệ như của hệ thống Liên Xô cũ.

Những người kinh doanh có thể nói rằng công việc của họ là bán hàng cho mọi người, không phải kiếm tiền cho họ, nhưng tư duy đó rất lạc hậu. Trước cuộc cách mạng công nghiệp đầu tiên, thành công trong lĩnh vực sản xuất đồng nghĩa với việc bán những thứ đắt tiền cho những người giàu có. Sau đó là sản xuất hàng loạt, cho phép các nhà sản xuất thành công nhất bán những thứ rẻ tiền cho đại chúng. Cho đến nay, những đại lý thành công nhất đã kiếm được tiền bằng cách giúp các nghệ sĩ và nhà văn nổi tiếng kiếm được thu nhập. Nhưng với trí tuệ nhân tạo, những đại lý thành công nhất sẽ giúp hàng triệu người lao động kiếm được kế mưu sinh tốt hơn theo những cách có ý nghĩa hơn.

Bây giờ chúng ta hãy xem xét kỹ hơn ý tưởng mà chúng tôi gọi là "công việc tuyệt vời như một dịch vụ" (GJAAS). Ở đây người kiếm tiền (người lao động) là khách hàng, và người sử dụng lao động cung cấp việc làm (dịch vụ) cho người lao động. Một nhà cung cấp việc làm tốt sẽ đầu tư rất nhiều vào công nghệ trí tuệ nhân tạo thông minh để lập hồ sơ, so khớp và cải thiện vốn nhân lực để tìm kiếm những công việc tốt hơn so với công việc mà người lao động tự kiếm. Họ sẽ mang lại cho người lao động thu nhập, phúc lợi, sự ổn định tốt hơn và nhiều điều lý thú để cùng nhau làm. Những điều này nhiều hơn hẳn những gì một cá nhân có thể tự xoay sở để có. Nó giúp khách hàng hài lòng khi trả hoa hồng trên mỗi đô-la mà dịch vụ kiếm được - như eBay hoặc bất kỳ thị trường mở nào khác. Phục vụ người kiếm tiền thậm chí có thể tốt hơn phục vụ người tiêu tiền bởi vì khi người tiêu tiền hết tiền, nhà cung cấp dịch vụ sẽ mất khách hàng.

Nếu chúng ta nhìn thị trường việc làm theo cách này - như một thị trường dịch vụ - thì thị trường lao động hiện tại sẽ thực hiện chức năng này như thế nào? Rõ ràng không tốt chút nào; ít nhất là khách hàng không hài lòng. Nhưng tin tốt lành cho chúng ta là thị trường dịch vụ lớn nhất thế giới đã sẵn sàng được mở ra thông qua những cách sáng tạo mới để đáp ứng nhu cầu và mong muốn của khách hàng.

Và cơ hội thị trường cho việc này là rất lớn! Đây là một ước tính: Theo Jim Clifton[11], chủ tịch của Gallup, trong số khoảng 5 tỷ người trên thế giới đang

---

[11] Jim Clifton "Cuộc chiến việc làm", Gallup. http://www.gallup.com/businessjournal/149144/coming-jobs-war.aspx

trong độ tuổi lao động thì có 3 tỷ người muốn làm việc và kiếm thu nhập. Hầu hết họ muốn có một công việc toàn thời gian với mức lương ổn định, nhưng chỉ có 1,3 tỷ người là được như ý. Trong số 1,3 tỷ người có việc làm này, chỉ có 200 triệu người là "gắn bó" với công việc họ làm để kiếm sống - tức là họ thích những gì họ làm và mong đợi mỗi ngày được làm việc. Tuy nhiên, số ít người may mắn này chỉ bằng một phần hai số những người buông thả, bày tỏ sự không hài lòng và thậm chí phá hoại công việc của người khác. Phần còn lại của dân số chỉ đơn giản là rời bỏ những gì họ đang làm, lê đôi chân của họ qua các con đường cho hết ngày tháng. Đây là tình trạng đáng buồn của lực lượng lao động toàn cầu, những người tạo ra sản phẩm và dịch vụ trị giá hàng trăm ngàn tỷ đô-la mỗi năm. Nhân loại đang hoạt động chỉ với một phần rất nhỏ công suất của nó.

Nếu ai cũng có một việc làm gắn bó, mọi người sẽ hạnh phúc hơn và nhân loại sẽ tạo ra nhiều giá trị hơn gấp nhiều lần hiện nay.

Hãy tưởng tượng sử dụng công nghệ thông tin hiện đại để điều chỉnh công việc cho mỗi một trong số 3 tỷ người muốn làm việc - công việc phù hợp với các kỹ năng, tài năng và niềm đam mê độc đáo của họ; làm công việc có giá trị mà họ được giao cho, và hợp tác với những người mà họ thích cùng làm việc. Trong một thế giới như vậy, một công dân thế giới trung bình sẽ có thể tạo ra giá trị trên đầu người nhiều gấp vài lần ngày nay. Ngoài ra, người có việc làm có ý nghĩa và thỏa mãn sẽ thấy hạnh phúc và khỏe mạnh hơn nhiều so với người thất nghiệp, thụ động hoặc bất mãn và không thành công trong việc tự mình tìm kiếm việc làm phù hợp. Sự xâm nhập của điện thoại thông minh ngày càng nhiều hơn và những năng lực mới như điện toán đám mây và phân tích dữ liệu lớn có thể điều chỉnh các việc làm xứng đáng cho mọi người trên hành tinh này. Chúng tôi đang bắt đầu cuộc cách mạng về tìm kiếm sức mạnh, giáo dục, so khớp việc làm, nhân sự và các cơ hội mới trong thị trường lao động lâu dài.

Hãy tưởng tượng 3 tỷ người đang làm việc trong một môi trường tích cực như vậy. Họ sẽ tạo ra giá trị lớn hơn bao nhiêu so với lực lượng lao động không hài lòng, không phù hợp ngày nay? Việc tăng gấp đôi giá trị được tạo ra chắc chắn vẫn còn thấp, nhưng ngay cả con số đó cũng đã bổ sung thêm đến 100 ngàn tỷ đô-la giá trị cho nền kinh tế thế giới. Nếu các nhà cung cấp việc làm tính hoa hồng 20% trên thu nhập người lao động kiếm được thông qua các dịch vụ của họ, điều này sẽ tạo ra doanh thu 40 ngàn tỷ đô-la. Để so sánh, người ta ước tính[12] rằng tài xế của các công ty dịch vụ chia-sẻ-chuyến-đi bị tính phí hoa hồng nhiều gấp đôi để có một cơ hội kiếm tiền rất tầm thường, không cần bất kỳ khả năng đặc biệt hoặc có tiềm năng phát triển nào. Đổi mới cho những công việc tuyệt vời như một dịch vụ là một phương thức mở ra cánh cửa cho những cơ hội đáng kinh ngạc, nơi các công ty sẽ cạnh tranh để tận dụng giá trị của con người.

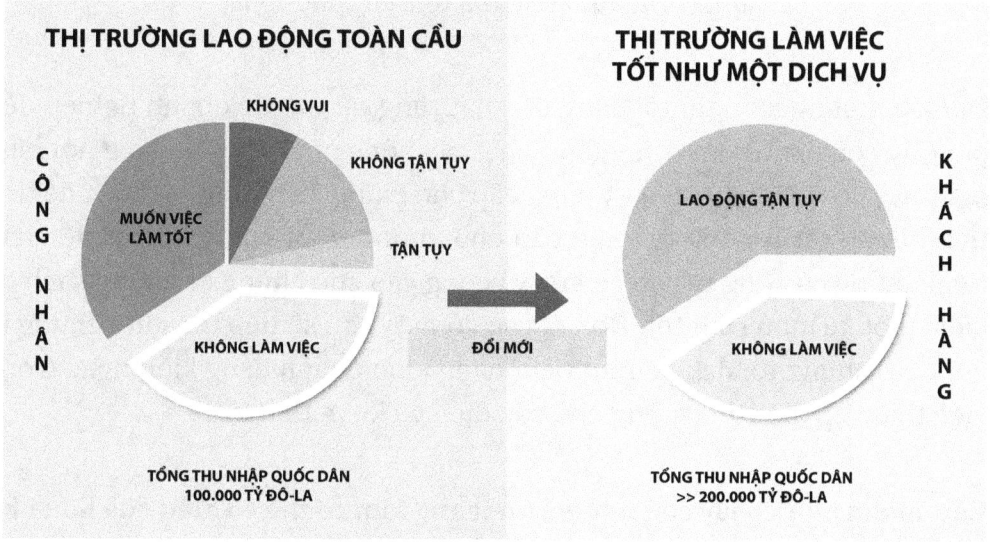

Dân số đang bị đánh giá thấp trong xã hội chính là những quả ngọt trong tầm hái. Dịch vụ việc làm đổi mới có thể sàng lọc nhân tài, đào tạo họ theo những cách phù hợp với khả năng của họ và tìm những công việc được trả lương mà họ có thể thực hiện một cách có hiệu quả. Một công ty khởi

---

[12] *"Phí Uber: Uber THỰC SỰ Tốn bao nhiêu tiền … - Ridester.com." Ngày 5/3/2018, https://www.ridester.com/uber-fees/. Truy cập ngày 25/3/2018.*

nghiệp với GJAAS sáng tạo như vậy có thể dễ dàng nâng cao giá trị của một bộ phận lớn những người không kiếm được tiền hay kiếm được chỉ vài đô-la, mời họ trở thành thành viên hiệu quả của lực lượng lao động.

Vì vậy, GJAAS không những chỉ có tiềm năng là thị trường việc làm lớn nhất chưa ai từng nghe đến, mà nó còn là một thị trường thương mại, nơi các công ty sẽ cạnh tranh nhau để phục vụ những người hiện đang bị bỏ rơi khỏi thị trường việc làm. Do đó, GJAAS là một ngành trên đường chân trời có thể giúp khôi phục nền kinh tế trung lưu ốm yếu trở nên khỏe mạnh.

Doanh nghiệp lấy nhiệm vụ làm trung tâm và doanh nghiệp lấy con người làm trung tâm sẽ cùng tồn tại song song.

Đôi khi mọi người nghĩ tôi đang đề xuất rằng tất cả các doanh nghiệp đều phải lấy con người làm trung tâm. Thật ra không phải vậy. Tôi đang nói rằng ngày nay có rất nhiều công ty cung cấp cho chúng ta những cách tốt để tiêu tiền nhưng rất ít công ty cung cấp cho chúng ta những cách tốt để kiếm tiền. Không có công ty nào gõ cửa và cung cấp cho chúng ta những cách để kiếm một kế mưu sinh tốt. Do đó, các công ty vẫn sẽ tiếp tục giúp chúng ta chi tiêu, nhưng tôi đang chỉ ra tiềm năng kinh doanh đáng kinh ngạc trong việc thiết lập một thị trường cho các dịch vụ kiếm tiền tốt.

Các doanh nghiệp lấy con người làm trung tâm có thể có hiệu quả hơn như thế nào so với các doanh nghiệp lấy nhiệm vụ làm trung tâm

Đã có nhiều thảo luận về việc hãng Uber thay thế tài xế con người của họ bằng xe hơi tự lái. Theo tôi, tôi sẽ đề xuất một chiến lược tốt hơn; đó là tự động hóa xe hơi nhưng vẫn phụ thuộc vào tài xế. Sau đó, họ có thể đổi mới nhiều thứ có giá trị hơn cho tài xế chứ không chỉ ngồi sau vô lăng cầm lái. Nếu các công ty đổi mới để tối đa hóa giá trị của mỗi người lao động, họ sẽ trở thành một công ty lấy con người làm trung tâm, có thể cạnh tranh với một công ty lấy nhiệm vụ làm trung tâm luôn luôn cắt giảm nhân viên bất cứ khi nào có thể. Kinh doanh bất kỳ cái gì mà phải cần đến người lao động được trả lương là chìa khóa để kinh doanh tốt. Thật là ảo tưởng khi coi công nhân như một chi phí đơn thuần. Ngược lại, họ là nguồn vốn thiết yếu để thu lợi nhuận. Lý do duy nhất khiến mọi người nghĩ rằng họ có thể kiếm được nhiều tiền hơn bằng cách cắt giảm nhân lực là vì họ chỉ nhìn thấy kết quả trong ngắn hạn. Tuy nhiên, về lâu dài, chiến lược này không thành công.

Hãy tưởng tượng bạn sở hữu một nhà máy sản xuất đồ nội thất và bạn thuê 1.000 công nhân, mỗi công nhân sản xuất ra giá trị trung bình $100/giờ, nghĩa là tổng giá trị sản lượng là $100.000/giờ. Chi phí lao động và các chi phí khác của bạn trung bình là $90.000/giờ. Điều này có nghĩa là mỗi giờ nhà máy của bạn tạo ra $10.000 lợi nhuận.

Bây giờ, hãy tưởng tượng bạn sa thải hết nhân viên của bạn và thay thế họ bằng máy móc. Chi phí quản lý máy móc và các chi phí khác là $60.000/giờ, vì vậy bây giờ lợi nhuận mỗi giờ của bạn tăng lên $40.000. Nhưng nó sẽ không kéo dài được lâu. Ngay sau khi đối thủ cạnh tranh của bạn mua cùng một cỗ máy và sa thải công nhân của họ giống như bạn đã làm, đối thủ cạnh tranh của bạn sẽ bắt kịp bạn. Khi mọi người có chi phí sản xuất thấp hơn, giá có thể - và thực chất là sẽ - thấp hơn khi bạn cạnh tranh để giành được số tiền của khách hàng chi tiêu. Nó sẽ thấp hơn bao nhiêu? Dự đoán đầu tiên có thể là giá bán của một chiếc ghế từ $100 giảm xuống còn $70. Vì $60 là chi phí sản xuất nên bạn sẽ thu lại mức lợi nhuận $10 mà bạn đã có trước khi giảm giá.

Nhưng điều đó không hoàn toàn chính xác vì giá bán sẽ còn xuống thấp hơn nữa. Khi bạn có công nhân, bạn buộc phải giữ một mức lợi nhuận an toàn nào đó vì con người thường lộn xộn và khó đoán. Họ có những ngày tồi tệ, phạm sai lầm, ốm đau, xin nghỉ phép, thấy hạnh phúc trong tình yêu và do đó trở nên chểnh mảng và làm việc kém hiệu quả hơn, hoặc thấy bất hạnh trong tình yêu và thậm chí trở nên làm việc kém hiệu quả hơn nữa. Không có cách nào để dự đoán điều gì sẽ xảy ra mặc dù số liệu thống kê của bạn có thể giúp giữ an toàn bằng cách duy trì một tỷ suất lợi nhuận nhất định để ngăn bạn không bị rơi vào vùng lỗ lã. Tất nhiên, đối thủ cạnh tranh của bạn cũng làm y như vậy.

Vì doanh nghiệp nào cũng phải đối phó với nguồn nhân lực lộn xộn như vậy nên tất cả họ đều phải duy trì một tỷ suất lợi nhuận nhất định để giữ an toàn. Kết quả là tất cả doanh nghiệp đều có thể hoạt động ở mức có lời ngay cả khi phải cạnh tranh nhau.

Nhưng với máy móc, mọi thứ sẽ khác. Chúng không rủi ro và lộn xộn như con người; chúng đáng tin cậy và dễ đoán hơn. Chúng cho phép bạn vận hành trên tỷ suất lợi nhuận mỏng hơn mà không sợ bị rơi vào vùng lỗ lã. Nhưng điều này cũng áp dụng cho các đối thủ cạnh tranh của bạn. Trong một cuộc cạnh tranh tự do bình đẳng, các đối thủ cạnh tranh cùng đẩy lợi nhuận biên của nhau xuống dưới vùng an toàn. Với những cỗ máy hoàn toàn đáng tin cậy, tỷ suất lợi nhuận sẽ cực kỳ mỏng và mỗi thị trường sẽ có khả năng bị thâu tóm bởi một doanh nghiệp lớn trong khi những doanh nghiệp nhỏ hơn phải phá sản. Khi đó, doanh nghiệp lớn hơn này có thể kiếm được một khoản tiền kếch xù bởi vì bây giờ nó có thể nâng tỷ suất lợi nhuận lên cao hơn vì hầu như nó không còn cạnh tranh nữa - như Windows với máy tính cá nhân và Google với công cụ tìm kiếm.

Một kết quả khác là một thị trường có nhiều đối thủ cạnh tranh và tỷ suất lợi nhuận thấp, chẳng hạn như ngành hàng không giá rẻ, hoặc sẽ hình thành những các-ten (nhóm tập đoàn ký thỏa ước chung), nơi các đối thủ cạnh tranh thương lượng với nhau về một mức giá chung. Cho dù là kết quả nào diễn ra thì chúng đều là những kết quả không đáng mong đợi so với một thị trường tự do cạnh tranh sôi động với các đối thủ cạnh tranh đang phát triển mạnh, cung cấp các dịch vụ tốt cho người tiêu dùng và cho phép người lao động của họ kiếm sống tốt. Tôi đề xuất có một cách hợp lý nhất để giải quyết vấn đề đó là chọn những doanh nghiệp nào cần sử dụng những người lao động được trả lương.

Do đó, nếu Uber có thể tự động hóa tất cả các xe hơi sử dụng công nghệ đáng tin cậy thì đối thủ cạnh tranh của họ là Lyft, và có lẽ Google, Apple, Hertz và những công ty khác cũng có thể làm vậy. Nếu Uber cắt giảm chi phí của nó và tăng hiệu quả chi phí lên thì không có công ty nào trong số còn lại KHÔNG thể làm tương tự như vậy nếu họ muốn vẫn tiếp tục tồn tại trong cuộc chơi. Họ sẽ tiếp tục cạnh tranh nhau mua xe hơi tự động bởi vì họ không thể để mất việc kinh doanh chuyên chở khách miễn là nó còn có lời. Họ hướng đến mục tiêu "người chiến thắng sẽ được nguyên cái bánh", với hy vọng trở thành "một Microsoft hoặc Google trong lĩnh vực kinh doanh chuyên chở khách bằng xe tự lái". Tôi khuyên họ nên trông cậy vào xác suất cao của một thị trường chi phí thấp, lợi nhuận thấp của các đối thủ cạnh tranh được tự động hóa.

Bây giờ hãy tưởng tượng giải pháp lấy con người làm trung tâm. Nếu họ bắt đầu phân tích các kỹ năng, tài năng và niềm đam mê của tài xế lái xe và cho họ công việc được trả lương cao hơn - không chỉ là lái xe mà một loạt các cơ hội có thể tận dụng thế mạnh cá nhân của họ - thì công ty có thể đối phó tốt hơn với việc "nhân lực lộn xộn" và vẫn duy trì được lợi nhuận. Họ sẽ được chuyển đổi từ một doanh nghiệp lấy nhiệm vụ làm trung tâm, với mục đích chính là giảm chi phí nhiệm vụ, sang một doanh nghiệp lấy con người làm trung tâm, với mục đích chính là nâng cao giá trị của người lao động - và có thể duy trì sự tồn tại của họ trong một thị trường nơi nhân lực có phần khá lộn xộn như vậy!

Đây là lý do tại sao các doanh nghiệp lấy con người làm trung tâm có thể thu được nhiều lợi nhuận hơn so với các doanh nghiệp lấy nhiệm vụ làm trung tâm, ngoại trừ những trường hợp hiếm hoi "người chiến thắng sẽ được nguyên cái bánh" và những các-ten. Các doanh nghiệp lấy con người làm trung tâm có thể giữ tỷ suất lợi nhuận cao hơn trong các thị trường cạnh tranh.

Thực tế sẽ diễn ra như thế nào nếu một ngành công nghiệp quyết định tự động hóa và sau đó cố gắng tìm ra những cái mới, có giá trị hơn để công nhân của họ làm? Hãy hình dung lại nhà máy sản xuất đồ gỗ. Chúng ta đã tự động hóa phần sản xuất của doanh nghiệp rồi. Giờ thì sao nữa? Chúng ta bắt đầu bằng cách mô tả kỹ năng, tài năng và niềm đam mê của những công nhân của chúng ta. Chúng ta sẽ xem họ có thể làm việc ổn với những người nào để thành lập các đội hợp lý. Người lao động sẽ hỏi, "Giá trị tốt nhất mà đội của chúng tôi có thể tạo ra là gì nếu công ty của chúng tôi loại bỏ các hạn chế đối với những công việc chúng tôi làm?" Điều này thật phức tạp. Chúng ta cần một hệ sinh thái để đổi mới việc làm, với các công ty khởi nghiệp phát triển những phương pháp để làm những việc như vậy. Chúng ta sẽ thử nghiệm với một vài công ty khởi nghiệp đó và mua dịch vụ của họ. Thành công của chúng ta sẽ phụ thuộc vào sự chính xác trong việc tìm ra tài năng và niềm đam mê thực sự trong nhóm, phát minh ra một phương cách thực sự có lợi để đưa họ vào cuộc chơi và giữ được tỷ suất lợi nhuận cao bằng cách đảm bảo mọi người trong đội yêu thích những gì họ làm và yêu mến nhau hơn. Điều này sẽ khiến họ ở lại với công ty của chúng ta. Tất cả những việc như thiết lập hồ sơ năng lực, tìm kiếm cơ hội, sáng tạo dịch vụ, và việc làm mới sẽ được xây dựng và củng cố trên hệ sinh thái đổi mới việc làm. Khi công ty chuyển từ việc sa thải nhân viên sang việc giữ họ và tìm những việc mới để họ làm, một kết luận hợp lý là công ty lấy nhiệm vụ làm trung tâm bây giờ có thể trở thành công ty lấy con người làm trung tâm.

Công ty đồ gỗ này sớm muộn gì rồi cũng sẽ gặp phải sự cạnh tranh từ các công ty khởi nghiệp chuyên đổi mới việc làm cho người lao động. Chúng ta sẽ cạnh tranh để giữ nhân công của chúng ta. Nếu chúng ta thất bại trong cuộc cạnh tranh đó thì một giải pháp thay thế khác có thể là tiếp tục phát minh ra thêm dịch vụ cho những người mua đồ nội thất của chúng ta. Những dịch vụ mới này đòi hỏi sử dụng lao động mới mà chúng ta có thể thuê lại từ các công ty dịch vụ cung cấp người làm (người muốn kiếm tiền).

Bằng cách này,

một hệ sinh thái đổi mới việc làm có thể chuyển đổi một nền kinh tế lấy nhiệm vụ làm trung tâm thành một nền kinh tế lấy con người làm trung tâm thịnh vượng.

Cuộc cách mạng công nghệ trí tuệ nhân tạo: cá nhân hóa hàng loạt

Tại sao việc cá nhân hóa việc làm trên diện rộng vẫn chưa diễn ra? Thật ra, một phần của câu trả lời đã rõ ràng. Khoa học công nghệ hỗ trợ cho việc điều chỉnh công việc trên quy mô lớn chỉ mới phát triển trong vòng mười năm qua, có thể thực hiện được nhờ khoa học máy tính, khoa học dữ liệu, trí tuệ nhân tạo, mạng xã hội, điện thoại thông minh, điện toán đám mây, phân tích dữ liệu lớn, Internet vạn vật, v.v. Trước đây, chưa bao giờ chúng ta có thể so khớp từng cá nhân ở bất kỳ nơi nào trên thế giới với một công việc ở bất cứ nơi đâu một cách nhanh chóng. Giờ đây, chúng ta có các công cụ để bất kỳ lúc nào cũng có thể tổ chức các nhóm người giỏi trong hầu hết mọi lĩnh vực. Chúng ta có thể thiết kế các sản phẩm, quy trình và dịch vụ (bao gồm cả việc làm) và ước tính tiềm năng thị trường của chúng thông qua mô phỏng máy tính. Hơn nữa, tạo mẫu và sản xuất đang bước vào một kỷ nguyên mới về giá trị và tính linh hoạt thông qua các công nghệ như in 3D.

Cuộc cách mạng công nghiệp làm bùng nổ sản xuất hàng loạt. Internet và trí tuệ nhân tạo làm bùng nổ cá nhân hóa hàng loạt.

Mọi người trên hành tinh này sẽ là người nhận các sản phẩm và dịch vụ được cá nhân hóa phù hợp với nhu cầu và mong muốn của họ bao gồm giáo dục và việc làm. Chúng ta đã có một thị trường dài hạn cho các sản phẩm và dịch vụ. Cơ hội to lớn ở phía trước là xây dựng một thị trường lao động dài hạn, khiến nhiều người muốn và cần nhau hơn, đồng thời tạo ra nhiều giá trị hơn cho nhau thông qua những phương thức nhỏ nhưng lại có ý nghĩa lớn. Trong một thị trường lao động dài hạn, kết hợp nhiều doanh số bán hàng nhỏ với các loại hình đa dạng trở nên có giá trị hơn so với các dịch vụ có loại hình ít hơn nhưng doanh số lớn hơn, một đặc trưng của thị trường lao động truyền thống. Chẳng hạn trong ngành xuất bản, tổng số lớn các tựa sách có lượng bán thấp hợp lại có thể sánh ngang hoặc vượt trội doanh thu của một vài tựa sách bom tấn bán chạy nhất của nhà xuất bản.

Tiền tệ trong nền kinh tế lấy con người làm trung tâm

Hãy tưởng tượng rằng tôi nói với bạn, "Hãy giúp tôi làm việc này, và một ai đó khác sẽ giúp lại bạn." Bạn có thể hỏi, "Tôi sẽ nhận được lại gì?" Tôi trả lời, "Tôi không biết." Bạn hỏi, "Vậy làm thế nào để tôi biết nó có xứng đáng với giá trị của những gì bạn đang yêu cầu tôi làm không?" Tôi nói, "Điều đó do bạn tự quyết định." Bạn hỏi, "Có lẽ ít nhất bạn cũng có thể cho tôi biết ai là người khác sẽ giúp lại tôi chứ?" "Tôi không biết một chút nào về điều đó cả." Tôi vặn lại, "Bạn hãy tự mình đi tìm người ấy nhé!"

Xác suất bạn sẽ đồng ý giúp tôi là bao nhiêu? Câu trả lời là, gần 100% với điều kiện chúng ta có tiền tệ. Tôi chỉ cần nói, "Đây, cầm lấy tờ giấy này với những con số trên đó." Như thể được chạm vào cây đũa thần, tôi từ một kẻ có thể bị xem như là một kẻ lừa gạt trở thành một con người chân chính. Đây là điều kỳ diệu thực sự của tiền tệ. Đó là lời hứa đền đáp mà chúng ta tin tưởng, ngay cả khi tôi không biết ở đâu hay lúc nào.

Bạn sẽ nhớ lại "định nghĩa" của PCE: mọi người tạo ra giá trị cho nhau và được phục vụ bởi các tổ chức. Tiền tệ cho phép chúng ta ban cho những người mà chúng ta không hề quen biết và nhận lại từ những người không phải là ruột thịt. Điều này biến hệ sinh thái các tổ chức thành một hệ thống so khớp con người khổng lồ. Nhưng thay vì so khớp con người một đối một giống như hầu hết các hệ thống hẹn hò lãng mạn, "hệ thống hẹn hò kinh tế" so khớp nhiều người này với nhiều người khác theo vô số các kiểu kết hợp. Tất cả chúng ta đều là khách hàng của hệ thống hẹn hò này - những người đang tìm cách tạo ra giá trị cho nhau. Các tổ chức trong hệ sinh thái hợp tác và cạnh tranh để thực hiện sự so khớp, đồng thời vừa kích thích và thỏa mãn nhu cầu, mong muốn, và vừa tận dụng khả năng của chúng ta. Mục đích là nhằm hỗ trợ cuộc sống có ý nghĩa với gia đình, bạn bè, và truyền lại sự hỗ trợ này đến nhiều thế hệ theo sau.

Nó chỉ đơn giản như vậy. Mọi người đều có thể tạo ra giá trị cho nhau. Một nền kinh tế tốt có một hệ sinh thái gồm các tổ chức cho phép điều đó xảy ra theo những cách có ý nghĩa và trọn vẹn nhất. Tất nhiên, chúng ta vẫn chưa đạt được điều đó. Chúng ta chỉ mới đau đớn nhận thức ra rằng bộ phận lớn nhất của những tài năng và mong muốn của con người đã và đang không được tận dụng như thế nào, và hệ sinh thái của chúng ta đã không hỗ trợ và thậm chí còn cản trở chúng ra sao. Điều này là do chúng ta không có nền kinh tế lấy con người làm trung tâm. Hơn nữa, chúng ta cũng không có một loại tiền tệ đủ hiệu quả.

Hôm nay, năm 2018, ngay khi tôi nói điều này, hầu hết mọi người sẽ nghĩ "À! Đúng là bitcoin rồi!" hoặc "tiền điện tử" khác mà nhiều người lạc quan công nghệ đang tuyên bố là "tiền tệ toàn cầu của ngày mai." Tôi sẽ giải thích tại sao bitcoin sẽ không bao giờ trở thành một loại tiền tệ hữu ích. Nhưng tôi cũng sẽ tìm hiểu cách "tiền điện tử" được thiết kế đúng đắn có thể mang lại hiệu quả kỳ diệu cho nền kinh tế như thế nào. Chúng có tiềm năng khiến hàng tỷ người tạo ra nhiều giá trị hơn cho nhau, đặc biệt là những người có quá ít tiền để hội nhập vào nền kinh tế, và giúp mọi người giúp đỡ lẫn nhau trong những tình huống mà nền kinh tế hiện tại không làm được, chẳng hạn như sau những cuộc khủng hoảng tài chính hay thiên tai.

Để làm được điều này, trước tiên chúng ta cần hiểu rõ hơn một chút về ý tưởng tiền tệ. Chúng ta bắt đầu bằng cách một lần nữa nói rõ xem nó làm được những gì. Tiền tệ là một lời hứa rằng những gì người này làm cho người kia sẽ được một người khác nữa trả lại vào một dịp nào đó. Lời hứa đó được giữ như thế nào? Tại sao chúng ta nên tin tưởng nó?

Tiền tệ có nguồn gốc từ truyền thống trao đổi hàng hóa. Ví dụ, tôi sẽ dọn dẹp nhà cửa cho anh nông dân Bob, và anh ấy sẽ trả lại cho tôi thứ mà tôi cảm thấy có giá trị tương đương - giả sử đó là một bao lúa mì. Thay vì dùng lúa mì làm thực phẩm, tôi có thể đổi nó với người khác để họ đào giếng cho tôi. Bao lúa mì có thể đi từ người này sang người khác không bao giờ trở thành ổ bánh mì mà nó vẫn tạo ra giá trị bằng cách thực hiện vai trò của tiền tệ.

Tuy nhiên, lúa mì không thực sự là thứ mà tôi gọi là tiền tệ. Tôi sẽ nói rằng tiền tệ bắt đầu bằng việc đi vay và cho vay, và tôi sẽ giải thích như thế nào. Một bao lúa mì mang theo rất nặng và không dễ dàng bảo quản; nó sẽ dần dần không còn tươi ngon nữa. Vả lại, nó có thể thu hút lũ chuột đến ăn. Nhưng không giống như những món đồ nội thất cũ của tôi, tôi không cần phải trả tiền cho ai đó để cất giữ nó. Chủ ngân hàng Anne thậm chí còn trả phần trăm tiền lãi cho tôi khi cất lúa mì của tôi trong kho tiền của cô ấy. Cô ấy đưa cho tôi một cuốn sổ nhỏ, trong đó cô ấy điền số lượng lúa mì tôi đã đưa cho cô ấy.

Cô làm bánh Becky đến gặp cô chủ ngân hàng Anne và hỏi liệu cô ấy có thể có một bao lúa mì không; cô ấy sẽ trả lại sau khi đã nướng nó thành bánh mì và bán. Mỗi bao lúa mì làm ra bánh mì đủ để đổi lấy hai bao lúa mì khác sau đó. Anne tất nhiên rất vui khi được giúp đỡ. Becky ký tờ giấy nợ để lấy bao lúa mì với phần trăm tiền lời cao hơn phần trăm tiền lời tôi nhận được từ Anne; chênh lệch này là doanh thu của Anne. Nhưng thay vì đưa cho Becky bao lúa mì, Anne đưa cho cô ấy một tờ giấy ghi rằng "Tôi sẽ đổi tờ tiền này lấy một bao lúa mì. Cảm ơn vì đã tin tưởng, Anne (chủ ngân hàng)." Becky mang tờ giấy do Anna viết đến anh nông dân Bob, đưa anh ta và nhận một bao lúa mì từ anh ta - bao lúa mì này đổi lấy bao lúa mì kia.

Tôi quyết định đã đến lúc tôi nên nhận lại sự đền đáp cho bản thân tôi từ việc dọn dẹp nhà cửa cho anh Bob. Tôi yêu cầu Becky nướng bánh mì cho tôi từ một bao lúa mì. Tôi đến gặp cô chủ ngân hàng Anne để lấy bao lúa mì của tôi, nhưng thay vào đó cô ấy lại đưa cho tôi một tờ tiền khác, giống như tờ cô ấy đưa cho Becky. Becky nhận tờ tiền, rất vui khi nướng bánh mì cho tôi vì cô ấy có thể dùng nó để mua một bao lúa mì khác từ Bob.

Và như vậy vòng tròn được khép lại. Bob, Anne, Becky và tôi đều đã tạo ra giá trị cho nhau; chúng tôi đã tạo ra một nền kinh tế. Tôi đã dọn dẹp sạch sẽ nhà cho Bob; Bob đưa lúa mì cho Becky; Becky nướng bánh mì cho tôi. Cô chủ ngân hàng Anne đã đơn giản hóa cả một quy trình phức tạp như vậy bằng cách tạo ra tờ giấy bạc ngân hàng cho chúng tôi. Dựa trên sự tin tưởng của chúng tôi đối với những tờ giấy bạc, Bob, Becky và tôi đã thực hiện được công việc làm ăn của mình một cách suôn sẻ.

Một trong những khía cạnh của giao dịch này có tính chất cực kỳ quan trọng. Đó là, đơn vị tiền tệ của chúng tôi thực sự không phải là những bao lúa mì mà là lời hứa của chủ ngân hàng Anne như được chính thức hóa trên tờ tiền giấy. Tại sao những lời hứa của chủ ngân hàng Anne, những tờ tiền của cô ấy, lại đáng tin cậy như vậy? Bởi vì chúng có bảo chứng thích hợp. Anne có một bao lúa mì trong kho của cô ấy, và trên hết, cô ấy còn có khoản nợ của Becky, tờ Giấy nợ (IOU) cho một bao lúa mì khác. Cô ấy đã phát hành hai tờ tiền để cả hai bao lúa mì đều được đảm bảo an toàn. Một tờ tiền có tài sản thế chấp và tờ tiền kia được đảm bảo bằng lời hứa của Becky sẽ trả lại trong tương lai.

Bây giờ chúng tôi đặt tên cho đơn vị tiền tệ của chúng tôi là "BLM", viết tắt của "Bao Lúa Mì". "Rổ tiền tệ" của chúng tôi có hai loại "BLM" đang được lưu hành. Một là tài sản thế chấp, BLM, và hai là BLM-GN (Bao Lúa Mì-Giấy Nợ). Một cái được bảo chứng bởi những gì đang có, cái còn lại được bảo chứng bởi sự tin tưởng của chúng tôi rằng trong tương lai người làm bánh Becky sẽ có thể trả nợ cho Anne. Theo nghĩa đen, chúng tôi đang tin tưởng vào tương lai tiệm bánh của Becky. Người ta có thể nói rằng sự tin tưởng của cô chủ ngân hàng Anne đối với Becky đã được "nướng" vào trong cái bánh BLM.

Tiền tệ tốt là tiền tệ hướng con người, và sức mạnh của nó là lời hứa của chúng ta sẽ tạo ra giá trị thông qua nó.

Nhưng rồi tai họa ập đến. Hỏa hoạn xảy ra và tiệm bánh của Becky bị thiêu rụi. Ngân hàng của Anne phải xóa khoản nợ của Becky. Khoản nợ này bây giờ không còn giá trị nữa. Có hai tờ tiền đang được lưu hành, và cả hai đều thuộc sở hữu của anh nông dân Bob. Nhưng Anne chỉ có một bao lúa mì để đảm bảo cho hai tờ tiền, vì vậy thực tế mỗi tờ tiền bây giờ không còn giá trị một bao lúa mì nữa cho dù có bất kỳ cái gì đã được viết trên chúng. Mỗi tờ tiền chỉ còn giá trị một nửa bao lúa mì.

Đây là một lời giải thích đơn giản về những gì đã xảy ra vào ngày 15/9/2008, khi nền kinh tế thế giới bước vào cuộc Đại suy thoái. Ở Mỹ, hơn 90% tiền là GN-đô (Giấy Nợ Đô-la), được bảo chứng bởi những lời hứa của mọi người. Rất nhiều người có những khoản thế chấp lớn mà họ không thể trả được. Khi cả thế giới nhận ra rằng những lời hứa trả nợ này là vô giá trị thì hệ thống đó đã sụp đổ.

Trở lại cộng đồng của chúng tôi. Chúng tôi tổ chức một cuộc họp về khủng hoảng, và nhận ra rằng có lẽ rốt cuộc rồi tất cả vẫn chưa mất hết. Giả sử Becky có thể nhận được sự giúp đỡ để xây dựng lại tiệm bánh của cô ấy để cô ấy vẫn có thể trả được nợ thì nền kinh tế và đồng tiền BLM sẽ được cứu sống. Có nhiều cách khác nhau để giải quyết vấn đề này nhưng nó sẽ cần sự chung sức của tất cả những người tham gia. Vì vậy, chúng tôi đã đồng ý cùng nhau thành lập một tổ chức chung. Vì tôi là một người dọn dẹp chuyên nghiệp và đây cũng đại loại là một hoạt động thu dọn chiến trường nên bạn bè đã bầu tôi làm chủ tịch. Bây giờ, mọi chuyện tùy vào giải pháp do tôi đưa ra. Trước hết, tôi đến gặp chủ ngân hàng Anne nói với cô ấy rằng tôi sẽ đảm nhận lại đồng BLM từ tay cô ấy. Tôi sẽ cứu nó và cứu lấy danh tiếng của cô ấy. Tôi hình thành ra một ngân hàng trung ương, cho nó quyền phát hành tiền giấy BLM. Tôi nói với các thành viên trong tổ chức rằng, kể từ bây giờ, một phần ba của mọi giao dịch kinh doanh sẽ được chuyển đến tổ chức chung của chúng tôi để cùng nhau cung cấp những thứ mà chúng tôi cần. Tôi ra lệnh cho ngân hàng trung ương phát hành ba tờ tiền BLM mới và cho cô chủ ngân hàng Anne vay chúng với lãi suất thấp. Cô ấy cho Becky vay chúng lại để trả cho anh nông dân Bob để anh ấy xây dựng lại tiệm bánh và cung cấp một bao lúa mì để Becky nướng. Sau đó, tôi đến gặp anh nông dân Bob và bảo anh ta đưa ba tờ BLM mà anh ta vừa thu được từ Becky cho ngân hàng trung ương để đổi lấy hai tờ GN (Giấy nợ) do ngân hàng trung ương phát hành (mà trong thực tế hiện nay chúng ta gọi là trái phiếu chính phủ). Tờ thứ ba là tiền nộp thuế của anh Bob. Tổ chức sử dụng ba tờ BLM để thành lập đội cứu hỏa. Tôi ký hợp đồng thuê Becky làm Giám đốc đội cứu hỏa (bán thời gian, vì cô ấy còn bận phải làm bánh), trả cho cô ấy một tờ BLM, và trao cho cô ấy hai tờ còn lại để làm ngân sách phát triển đội cứu hỏa như mua sắm cơ sở hạ tầng, trả tiền lương cho nhân viên cứu hỏa, v.v.

Kết quả là, tiệm bánh Becky đã kinh doanh trở lại; tờ GN cũ của cô ấy được khôi phục và cô chủ ngân hàng Anne không phải bị thất thu. Becky hiện có một khoản nợ lớn hơn để trả nhưng cô ấy kiếm được nhiều hơn với tư cách là Giám đốc đội cứu hỏa. Vì vậy, cô ấy đã có thể trang trải tốt cho khoản đó. Với mọi người đã đi đúng hướng, nền kinh tế đang dần hoạt động trở lại. Chúng tôi đã thành công! Niềm tin được khôi phục. Tờ tiền BLM bị thiệt hại khi nó mất đi một nửa giá trị nhưng nó có thể sẽ phục hồi vì chúng tôi hiện đang tạo ra nhiều giá trị hơn.

Bây giờ giá trị của BLM bằng bao nhiêu bao lúa mì? Rất phức tạp và khó hiểu. À, chúng tôi tự hỏi liệu chúng tôi có thể đáp ứng nổi mục tiêu sản xuất của mình không? Câu trả lời là, "Có." bởi vì chúng tôi có niềm tin vào bản thân và việc thực hiện những lời hứa. Trên thực tế, toàn bộ sự kiện bị cháy đó đã khiến chúng tôi trở nên mạnh mẽ hơn. Chúng tôi đã xuất sắc trong những gì mà một nền kinh tế muốn hướng tới: tồn tại vì nhau và tạo ra giá trị cho nhau. Biết được cái gì có thể làm bảo chứng tốt cho giá trị của tờ tiền BLM là rất khó trong khi giá trị giao dịch của nó lại liên quan mật thiết đến niềm tin của chúng tôi đối với nó và niềm tin của lẫn nhau. Rất nhiều điều nằm trong tầm tay của tổ chức của chúng tôi và tôi với tư cách là chủ tịch. Vì thế, nhiệm vụ của tôi là đảm bảo giữ cho nền kinh tế tiếp tục cân bằng và sẵn sàng vượt qua thảm họa kế tiếp.

Giả sử bây giờ tôi cần tìm cách theo dõi những gì đang diễn ra để có thể quyết định cách duy trì giá trị ổn định cho đồng tiền BLM. Chúng tôi bắt đầu với một đơn vị BLM có giá trị bằng một bao lúa mì, nhưng sau khi tôi in thêm tiền BLM thì thật khó để nói nó thực sự có giá trị là bao nhiêu. Sau đó, tôi chợt nhận ra rằng tiền tệ của chúng tôi thực sự là một hệ thống vận chuyển! Tiền tệ không phải là giá trị mà là vật chuyên chở giá trị. Điều quan trọng ở đây không phải là một đơn vị BLM có giá trị bao nhiêu mà là chúng tôi có thể trao đổi giá trị với nhau nhanh chóng như thế nào.

BLM giống như một toa tàu chở những giá trị mà chúng tôi đang trao đổi cho nhau. Hãy tưởng tượng chúng tôi có bốn chiếc xe hơi BLM để vận chuyển giá trị mà chúng tôi đang trao đổi. Nếu nhu cầu trao đổi của chúng tôi trở nên căng thẳng hơn thì mỗi chiếc xe BLM sẽ phải vận chuyển nhiều hơn. Ngược lại, nếu tình hình nguội đi thì mỗi chiếc xe BLM sẽ chở ít hơn.

Vậy một đơn vị BLM có giá trị bằng bao nhiêu? Nó sẽ bằng chính giá trị mà một đơn vị BLM mang lại! Nếu chúng tôi cân bằng giữa số lượng BLM đang lưu hành với lượng giá trị trao tay tại mỗi thời điểm thì giá trị mà nó vận chuyển sẽ được ổn định. Những toa tàu BLM trong hình bên dưới có vẻ như đang phải chở hơi quá nhiều, vì vậy chúng tôi đã đưa thêm một vài toa tàu BLM nữa vào hoạt động. Bây giờ tải trọng mà mỗi toa tàu BLM vận chuyển đã trở nên hợp lý hơn.

QUÁ TẢI! CHÚNG TA MUỐN MỖI BLM CHỈ CHỞ MỘT BAO LÚA MÌ

NGÂN HÀNG TRUNG ƯƠNG THÊM BLM VÀO ĐẾN KHI MỖI BLM CHỈ CHỞ MỘT BAO LÚA MÌ

Tôi muốn giá trị của BLM ổn định bởi vì với tư cách là người dọn dẹp, tôi muốn chắc chắn rằng khi tôi dọn dẹp nhà cửa cho anh nông dân Bob hôm nay với giá trị bằng một bao lúa mì, tôi sẽ có thể mua bánh mì vào tuần tới từ cửa hàng bánh Becky với cùng một giá trị không đổi.

Với cái nhìn sâu sắc này, tôi bổ nhiệm một chủ tịch ngân hàng trung ương với mô tả công việc như sau:

Mục tiêu: Làm cho BLM trở thành một loại tiền tệ đáng tin cậy để kinh doanh

Nhiệm vụ:

1. Theo dõi chính xác số lượng lúa mì một BLM "chuyên chở" trong giao dịch. Bạn có thể hỏi anh nông dân Bob anh ta tính giá bao nhiêu BLM cho một bao lúa mì ("chỉ số giá tiêu dùng").

2. Giữ cho BLM ổn định bằng cách điều tiết số lượng BLM đang lưu hành. Bạn thêm vào để giảm bớt giá trị, hoặc lấy bớt ra để tăng thêm giá trị mà nó chuyên chở. Cố gắng giữ giá trị của nó gần với một bao lúa mì để mọi người cảm thấy tin tưởng về giá trị của nó.

3. Hoạt động trơn tru quan trọng hơn việc giữ ổn định. Nếu quá trình trao đổi chậm lại, hãy thêm nhiều BLM vào hơn, ngay cả khi điều đó làm giảm giá trị mà nó chuyên chở.

4. Hãy nhớ rằng chủ ngân hàng Anne đang phát hành BLM-GN bằng cách cho mọi người vay tiền. Điều này hoạt động tốt miễn là mọi người có thể trả được nợ của họ, vì vậy chủ tịch ngân hàng trung ương phải để mắt đến Anne và các Giấy nợ. Nếu cô ấy cho những người không có khả năng trả nợ vay BLM thì rắc rối có thể sẽ ập đến.

5. Gọi cho tôi nếu có khủng hoảng. Công việc của bạn là giữ cho BLM luôn ổn định và vận hành trơn tru. Phần còn lại là việc của tôi.

Tôi hy vọng ví dụ nhỏ này đã cho bạn một cái nhìn sâu sắc về tiền tệ. Nếu bạn rút ra một bài học từ nó, nó sẽ như sau:

Tiền tệ và quản lý nhà nước là một.

Sau đây là một ví dụ từ thực tế. Năm 2008, Tây Ban Nha rơi vào cuộc suy thoái kinh tế. Nền kinh tế phát triển quá nóng, và bong bóng bất động sản đã khiến giá cả tăng cao. Hậu quả là giờ đây thế giới không còn muốn mua sản phẩm của Tây Ban Nha nữa vì họ sẽ nhận được nhiều sản phẩm hơn nhưng chỉ phải trả cùng một số tiền nếu mua từ Đức chẳng hạn. Nếu Tây Ban Nha có tiền tệ của riêng họ, ngân hàng trung ương đã có thể làm những động tác để hạ giá trị của nó xuống, và ngành công nghiệp của Tây Ban Nha đã có thể cạnh tranh với Đức trở lại. Nhưng vì Tây Ban Nha có cùng loại tiền tệ với Đức - đồng Euro - cho nên đây không thể là một giải pháp. Tây Ban Nha có các ngành công nghiệp được tổ chức tốt, nhưng điều đó không giúp ích được gì khi giá thành sản xuất quá cao. Nhiều doanh nghiệp đã phải đóng cửa vì chúng không cạnh tranh nổi về giá.

Chúng ta hãy chuyển sang bitcoin để hiểu rõ hơn về tiền tệ. Hãy tưởng tượng nếu Tây Ban Nha đã sử dụng bitcoin thay vì Euro làm tiền tệ. Tình hình có khả quan hơn không? Câu trả lời là KHÔNG. Hãy tưởng tượng rằng Tây Ban Nha đã chuyển tiền tệ của nó sang bitcoin vào năm 2010. Một công nhân có việc làm với mức lương tương đương $5.000/tháng đã được ký lại hợp đồng lao động bằng Bitcoin. Vào thời điểm họ chuyển đổi tiền tệ, Bitcoin có giá trị 5 xu, tương ứng với mức lương là 100.000 Bitcoin/tháng. Tua nhanh đến tháng 12 năm 2017, các nhà đầu cơ đã đẩy giá trị của Bitcoin lên đến $20.000/Bitcoin (!). Mức lương theo hợp đồng của người công nhân đó bây giờ tương đương 10 tỷ đô-la/tháng. Điều này cũng tương tự đối với mọi công nhân ở Tây Ban Nha. Nó có vẻ như là một mức lương cao, nhưng những người lao động được trả bằng Bitcoin sẽ không cảm thấy hạnh phúc được lâu vì chi phí lao động của người sử dụng lao động sẽ tăng lên. Ví dụ, chi phí nhân công để chế tạo một chiếc xe hơi ở Tây Ban Nha lúc đó sẽ vào khoảng 100 tỷ đô-la. Kết quả là chẳng ai muốn mua hàng hóa của Tây Ban Nha nữa. Các chủ lao động Tây Ban Nha sẽ phá sản; mọi hợp đồng lao động sẽ bị chấm dứt. Chính phủ Tây Ban Nha sẽ không thể ngăn chặn việc này vì họ không thể in thêm Bitcoin để ổn định tiền tệ.

Những người ủng hộ sẽ nói rằng bitcoin tốt vì ngăn chặn được tình trạng các chính phủ kém năng lực in tiền và gây ra siêu lạm phát như đã xảy ra ở Đức một thế kỷ trước. Quan hệ bitcoin - Tây Ban Nha có thể tốt hơn theo cách nào không? Nhà nước không thể quản lý bitcoin, và do đó nó không thể là một loại tiền tệ. Nó không phải là công cụ giúp mọi người tạo ra giá trị cho nhau và cùng nhau xây dựng nền kinh tế.

Tiền điện tử đặc chế giúp con người trở nên có giá trị

Nhưng tiền điện tử không nhất thiết phải giống như Bitcoin. Trên thực tế, nó mang lại một thế giới cơ hội để xây dựng các loại tiền tệ mới. Giờ đây, chúng ta có thể tạo ra tiền tệ được lập trình theo cách cho phép nhiều người có giá trị hơn. Hãy suy gẫm về điểm mấu chốt của chúng ta: Tất cả mọi người đều có giá trị, và mọi người đều có thể tạo ra giá trị cho người khác. Những gì chúng ta cần chỉ là một nền kinh tế có thể tạo điều kiện cho điều đó xảy ra.

Nhiều thành phố lớn trên thế giới có những khu ổ chuột với những người sống trong hoàn cảnh nghèo khó, trong số đó có rất nhiều người không có việc làm. Điều gì sẽ xảy ra nếu tất cả những cư dân tốt trong những khu ổ chuột này - và trên thực tế hầu hết họ đều tốt - nói "hãy quên việc làm đi", và bắt đầu giúp đỡ lẫn nhau mà không cần có một người chủ trả lương? Tôi biết đó là một ý tưởng không tưởng, nhưng hãy tưởng tượng về nó trong giây lát. Mọi người đều có thể sống trong một môi trường dễ chịu, với những ngôi nhà được thu dọn ngăn nắp và những con phố sạch sẽ. Bằng cách kết hợp các khả năng của họ lại với nhau, người dân ở các khu ổ chuột có thể thoát khỏi cảnh nghèo đói. Vấn đề không phải là thiếu khả năng mà là thiếu một hệ sinh thái các tổ chức cung cấp dịch vụ thu nhập và chi tiêu. Ngày nay, điện thoại thông minh có giá rẻ và trí tuệ nhân tạo có mặt khắp mọi nơi. Nó là phần lớn những gì chúng ta cần để xây dựng hệ sinh thái đó, nhưng chỉ sở hữu chúng không vẫn chưa đủ. Mọi người cần tiền tệ để duy trì hệ sinh thái và vận hành một nền kinh tế. Về nguyên tắc, nếu thiếu tiền tệ thì vẫn có một giải pháp thay thế đơn giản. Đưa cho mọi người những mảnh giấy với những con số trên đó và để mọi người trao đổi chúng để đổi lấy cái gì đó. Một mẩu giấy như vậy có trị giá bao nhiêu? Nó trị giá đúng với cái mà bạn sẽ nhận được. Nó không cần phải là đô-la. Hơn nữa, nó cho phép chúng ta xây dựng giá trị của nó ngay từ đầu.

Nhưng việc giới thiệu các loại tiền tệ mới là một việc rất hỗn độn. Việc in đô-la và đưa chúng đến các khu ổ chuột là một công thức tuyệt vời để dẫn đến thất bại thảm hại. Chúng ta có thể nghĩ đến việc tăng tiền thuế lên và rót tiền vào các khu ổ chuột, nhưng điều này lại gửi một thông điệp tiêu cực đến những người đóng thuế: "Người nghèo gây tốn phí quá."

Hầu hết các xã hội đều thất bại trong việc xây dựng nền kinh tế ở các khu ổ chuột, thường dẫn đến việc người nghèo hình thành các nền kinh tế phi chính thức. Họ sẽ trao đổi hàng hóa. Tội phạm có tổ chức sẽ cho họ vay tiền với lãi suất cắt cổ và trở thành "ngân hàng" tại địa phương. Chúng ta biết điều đó quá rõ đến nỗi xem đó là hiển nhiên. Nếu các khu ổ chuột được dọn dẹp sạch sẽ, thường là do chúng được xây dựng lại cho trông có vẻ lịch sự, điều này vẫn không thể giải quyết được vấn đề.

Nhưng tiền điện tử cung cấp các công cụ có thể làm thay đổi cục diện vấn đề.

Ý tưởng: Tiền điện tử địa phương hỗ trợ xóa đói giảm nghèo

Đây là ý tưởng của tôi về phương thức nó có thể hoạt động ra sao. Đó là một kịch bản chưa được thử nghiệm, nhưng tôi hy vọng sẽ thuyết phục bạn rằng nó đáng để thử nghiệm.

Giả sử tôi là thị trưởng và tôi quyết định xóa đói giảm nghèo ở một khu ổ chuột. Tôi có ý tưởng thực hiện điều đó mà không cần sử dụng một đồng tiền thuế. Tôi sẽ thiết kế một loại tiền điện tử như thế này:

- Mỗi cư dân thất nghiệp sẽ nhận được một ví tiền điện tử có giá trị sử dụng trong một năm.

- Mỗi ví có chứa 10 đồng tiền điện tử.

- Mỗi đồng có giá trị một ngày công.

Một số quy tắc mà tôi lập trình cho đơn vị tiền tệ này như sau:

- Một đồng ở trạng thái nhàn rỗi trong một tuần sẽ tự động biến mất.

- Mỗi khi một đồng được sử dụng, 10% giá trị của nó (tương đương một giờ công) sẽ được chuyển đến chính quyền thành phố.

Tôi có một bài phát biểu trước các công dân của khu phố ổ chuột này như sau:

"Mọi người thân mến, các bạn đã bị lãng quên khá lâu rồi. Tất cả các bạn đều là những người tuyệt vời, những người xứng đáng được sống trong một xã hội tốt đẹp, nơi chúng ta luôn hướng về nhau. Chúng ta nên và sẽ trân trọng giá trị của lẫn nhau. Mọi người đều xứng đáng được người khác cần và mong muốn, không chỉ bởi những người gần gũi và thân yêu của mình, mà còn bởi những người lạ mặt khác trong xã hội nói chung. Đây chính là mục tiêu mà hôm nay chúng ta cùng nhau đặt ra để đạt nó. Mỗi người trong số các bạn không có việc làm sẽ nhận được một ví tiền điện tử ngay hôm nay. Nó có 10 đồng xu trong đó, mỗi đồng có giá trị bằng một ngày làm việc thực hiện bởi một trong những cư dân trong khu của các bạn. Chúng tôi có một ứng dụng điện thoại thông minh để so khớp công việc. Bạn đơn giản chỉ cần nói bạn muốn được giúp việc gì và nó sẽ tìm ra cho bạn những người tốt nhất muốn giúp bạn. Bạn kiếm được thêm tiền xu bằng cách giúp người khác. Ngược lại, họ cũng kiếm được thêm tiền xu bằng cách giúp bạn. Đây là điều mà nền kinh tế hướng đến - tồn tại vì nhau. Chúng ta tìm hiểu và kết bạn mới thông qua việc giúp đỡ lẫn nhau như vậy. Chúng ta cùng xây dựng lòng tin và sự gắn bó với nhau."

Ban đầu, tôi chỉ cho phép mọi người sử dụng nguyên đồng xu thay vì chia nhỏ nó. Nếu Anne yêu cầu giúp đỡ, cô ấy sẽ nhận được sự giúp đỡ từ Bob hoặc Becky trong trọn ngày hôm đó. Nếu họ chỉ ở lại làm việc có một giờ, Anne vẫn phải trả họ chẵn một ngày công. Điều này là bởi vì tôi muốn mọi người có thời gian và cơ hội hiểu nhau hơn và xây dựng lòng tin cá nhân với nhau tốt hơn. Đó là một điều tuyệt vời đối với một khu phố. Việc các đồng xu sẽ biến mất nếu chúng không được sử dụng nhằm khuyến khích mọi người yêu cầu sự giúp đỡ của nhau. Mỗi ngày họ làm việc cho nhau, tôi được hưởng một phần mười ngày công. Điều này có nghĩa là trung bình cứ mười ngày, họ sẽ có một ngày làm việc cho cộng đồng. Tôi sẽ tuyển họ để dọn dẹp đường phố, sửa chữa các tòa nhà công cộng, v.v.

Loại tiền tệ này có thể hữu ích ở Detroit, khi ngành công nghiệp xe hơi đóng cửa và nền kinh tế chết dần, biến thành phố với những tòa nhà chọc trời trống rỗng thành nghĩa trang. Detroit không thể in đô-la, nhưng nó có thể tạo ra một loại tiền tệ địa phương có thể khiến mọi người quay trở lại giúp đỡ lẫn nhau, không can thiệp vào đồng đô-la, chỉ mang tính địa phương và tạm thời như vậy.

Tính nhân văn của nền kinh tế lấy con người làm trung tâm

Cho đến giờ, tôi đã xem công việc là một dịch vụ giúp mọi người kiếm sống. Trong một nền kinh tế mà người lao động là khách hàng của dịch vụ việc làm, và các công cụ khác nhau cho phép các nền tảng giới thiệu việc làm có thể cá nhân hóa công việc cho phù hợp để cạnh tranh giành lấy khách hàng, chúng ta có thể hình dung một dịch vụ như vậy như thế nào? Chúng tôi đã trình bày một kịch bản cho một công ty làm được điều đó trong quyển sách trước đây của chúng tôi "Xóa Bỏ Tình Trạng Thất Nghiệp". Chúng tôi gọi nó là "Jobly". Bạn có thể đọc thêm về nó ở đó, nhưng đây là một bản tóm tắt.

Jobly sử dụng công nghệ thông minh để quét qua các thông tin như kỹ năng, tài năng, đam mê, kinh nghiệm, giá trị, mạng lưới quan hệ xã hội của bạn, v.v. Nó tìm ra các cách để thử nghiệm thị trường xem các kỹ năng của bạn có thể hữu ích như thế nào. Có lẽ bạn nói, "Tôi muốn vẽ những bức tranh phong cảnh, nhưng tôi không biết làm sao để có thể kiếm tiền từ việc đó." Cơ hội là trong số hàng tỷ người, trên thực tế, có một số người sẵn sàng trả tiền cho bạn để có được tranh phong cảnh. Có lẽ bạn sẽ thử như vậy trong vài tuần, rồi có ai đó sẽ mời bạn một công việc vẽ tranh phong cảnh cho bưu thiếp. Bạn càng làm công việc này, bạn càng thấy thích thú với nó và với những người bạn cùng làm việc.

Jobly giống với các công ty nhân lực ngày nay; họ thuê người và bán dịch vụ của họ. Một trong những cách nó hoạt động là cung cấp cho người lao động một công việc với các quyền lợi. Người lao động với tư cách là khách hàng của nó làm việc tự do theo giờ mà không bị ràng buộc. Điểm khác biệt giữa Jobly và các công ty nhân lực ngày nay là nó sử dụng công nghệ mới nhất để đặc chế ra những công việc phù hợp nhất với tài năng của mỗi cá nhân thay vì so khớp từng cá nhân vào các vị trí công việc. Jobly là thị trường lao động lâu dài, giống Match.com hơn là Monster.com, giống eBay hơn là Walmart, giống Airbnb hơn là Hilton.

Tôi đã nảy mầm ý tưởng về Jobly ở Paris vào năm 2014 khi ở Diễn đàn OECD (Tổ chức hợp tác và phát triển kinh tế). Tôi biết chơi piano nên tôi đã tìm kiếm trên Airbnb một người có cây đàn piano. Tôi nhận được phòng ở chung với Marie, một nhạc sĩ sống gần trụ sở của OECD. Khi chúng tôi trò chuyện, tôi phát hiện ra rằng mục đích của cô ấy không phải là trở thành một nhạc sĩ chuyên nghiệp. Cô đã có bằng cử nhân về phát triển kinh tế của một trường đại học hàng đầu ở Canada, nhưng cũng không phải mục đích đó. Cô muốn trở thành một người chuyên chữa bệnh bằng hào quang. Tôi đã không tìm hiểu nhiều về việc chữa bệnh bằng hào quang khi tôi học vật lý ở trường. Trên thực tế, nhiều nhà vật lý công khai phản bác nó. Tôi có thể đã lịch sự thay đổi chủ đề nếu gần đây con trai tôi không nói với tôi về việc nó chơi với một cô gái có thể nhìn thấy màu sắc trong khi đang nghe nhạc. Cô ấy yêu âm nhạc, và những màu sắc cô ấy nhìn thấy đi kèm với những làn sóng cảm xúc. Tôi được biết trạng thái này được gọi là trạng thái cảm xúc kèm, và một số nhạc sĩ được đánh giá cao trên thế giới có khả năng này.

Tôi trở nên tò mò liệu nhìn thấy hào quang có phải là một dạng khác của trạng thái cảm xúc kèm không? Tôi hỏi Marie liệu cô ấy có nhìn thấy màu sắc khi nghe nhạc không. Cô ấy trả lời, "Tất nhiên!" như thể đó là điều hiển nhiên. Tôi đã google ngay "hào quang" và "cảm xúc kèm", và đúng như tôi dự đoán, tôi đã tìm thấy nghiên cứu gần đây cho thấy rằng nhìn thấy hào quang là một dạng cảm xúc kèm. Điều này lóe lên trong tôi như một phát hiện và nó khiến tôi nghĩ rằng các nhà vật lý phải có tư duy cởi mở hơn. Tôi nghĩ những điều quan sát được vẫn có giá trị khoa học ngay cả khi những học thuyết thần bí đi kèm với chúng thì không.

Tôi bắt đầu nghĩ rằng trạng thái cảm xúc kèm của Marie thực sự có thể là một sức mạnh đầy quyền năng, một "bộ lọc thực tế nâng cao" được tích hợp trong não của cô ấy. Nhiều người bị ngắt kết nối với cảm xúc bản năng của họ thường đưa ra những quyết định không chính xác về con người. Marie có thể có điều ngược lại - một cái mũi rất nhạy đối với mọi người. Thật vậy, một tìm kiếm khác trên Google đã cho kết quả một bài đăng trên blog của một người phụ nữ có khả năng có cảm xúc kèm nói về cách cô ấy có thể biết liệu một người nào đó có đáng tin hay không. Tôi đã đưa nó cho Marie xem. Cô nói, "Chính xác là vậy." Tôi trả lời, "Chà, cô đúng là một cái máy đo địa chấn cảm xúc." Cô ấy thích cái meme đó và nói rằng cô ấy sẽ bắt đầu sử dụng nó.

Giả sử Jobly có thể quét tất cả dữ liệu của Marie, phát hiện ra sở thích của cô ấy đối với hào quang và cô ấy có thể nhìn thấy màu sắc khi nghe nhạc. Tạo kết nối và lướt qua tất cả các nghiên cứu có liên quan như tôi đã làm thì rất dễ dàng. Jobly có thể nói với cô ấy đại loại như, "Bạn có thể rất giỏi trong việc đọc hiểu về người khác. Hãy xem những bài báo này nếu bạn muốn tìm hiểu thêm." Jobly cũng sẽ phát hiện ra rằng Marie có bằng cấp về phát triển kinh tế, mang trong mình nửa dòng máu Bra-xin và đã từng sống ở Bra-xin. Cô ấy hiểu văn hóa của Bra-xin, nói được tiếng Bồ Đào Nha trôi chảy và rất yêu thích ở đó. Một tìm kiếm Google đơn giản khác cho thấy Bra-xin đang nhận được tiền viện trợ từ một số quốc gia. Những chương trình như vậy thường gặp vấn đề bởi nạn tham nhũng, và đây là nơi tài năng của Marie có thể tỏa sáng. Kiến thức về văn hóa, ngôn ngữ, trình độ học vấn và khả năng đặc biệt của cô ấy đã giúp cô ấy trở thành một loại máy phát hiện nói dối sống động. Dữ liệu mạng xã hội của cô ấy sẽ cho biết liệu cô có bạn bè nào, có lẽ từ thời học ngành phát triển kinh tế, đang làm việc với các dự án viện trợ ở Bra-xin hay không. Nếu vậy, Jobly có thể hỏi cô ấy, "Bạn có muốn làm việc với các dự án viện trợ ở Bra-xin không?" Nếu có, Jobly có thể cung cấp cho cô ấy các công cụ để kết nối với những người trong dự án cứu trợ, và tiếp thị kỹ năng của cô ấy. Nếu không có Jobly, có lẽ đây sẽ là một nhiệm vụ cao cả đối với cô ấy khi phải thuyết phục các tổ chức viện trợ thuê một người chữa bệnh bằng hào quang, nhưng tiếp thị khả năng của cô ta là công việc dành cho Jobly. Nếu cô ấy nhận một nhiệm vụ được giao, Jobly cũng có thể hỗ trợ về giấy thị thực, thuế má, giấy phép và các thủ tục giấy tờ khác. Điều này sẽ nâng cao giá trị dịch vụ của Jobly và giúp nó duy trì mối quan hệ với Marie.

Theo những cách như vậy, Jobly sẽ sử dụng trí thông minh của máy móc để thúc đẩy trí tuệ con người. Internet đã mở cánh cửa thế giới cho mọi người, từ hàng trăm đến giờ đây hàng triệu người có khả năng trao đổi ý tưởng và phát triển các mối quan tâm chung với nhau. Điều thách thức là làm sao tìm ra và tương tác với chúng, và đây là những gì được cho là chức năng của các mạng xã hội như facebook, Twitter và LinkedIn. Một giả thuyết, chẳng hạn như, "Những người nhìn thấy hào quang có thể giỏi về nhân sự" có thể được phát triển với sự trợ giúp của cả trí tuệ nhân tạo lẫn trí tuệ tập thể (các nhóm người cùng nhau suy nghĩ và giải quyết một vấn đề) mà Jobly có thể giúp tích hợp chúng lại. Jobly sẽ cung cấp cho Marie những công cụ giúp cô ấy có những cuộc đối thoại tốt với những người tốt. Thay vì xác định các vị trí công việc tiêu chuẩn rồi sau đó tìm kiếm người để lấp vào chúng, Jobly có thể tạo điều kiện cho các cuộc thảo luận giữa những người có thể có chung sở thích để họ hiểu nhau, có ý tưởng về những gì họ có thể làm cùng nhau và điều chỉnh công việc cùng nhau cho phù hợp. Trí tuệ nhân tạo cung cấp những công cụ tốt để thúc đẩy trí tuệ tập thể.

Tôi đã đồng xuất bản một bài ý kiến cá nhân bao gồm câu chuyện này cùng với đối tác và đồng chủ tịch của i4j, Vint Cerf[13]. Bài báo được đánh giá cao, nhưng một số cố vấn của chúng tôi đề nghị lấy một trường hợp khác thay vì Marie khi chúng tôi tiếp tục với kịch bản Jobly. Họ nói rằng nó quá khác xa với những điều quen thuộc nên người đọc có thể sẽ không đánh giá cao nó. Đối với tôi, điều này khiến tôi hơi nản lòng vì mục đích là chỉ ra cách Jobly có thể hoạt động trong mọi tình huống, ngay cả những tình huống có các tính năng khó hiểu.

Tôi vừa định nhượng bộ thì Joana, một thành viên của Diễn đàn Lãnh đạo i4j của chúng tôi, đã khiến tôi ngạc nhiên khi nói rằng cô ấy là một người có cảm xúc kèm và có thể xác nhận kịch bản mà chúng tôi đã phác thảo là có thật. Không cần phải nói, tôi đã rất kinh ngạc trước tình huống cầu may này. Cô ấy đủ hào phóng để chia sẻ câu chuyện của cô ấy với diễn đàn i4j. Cô ấy chưa bao giờ kể ai nghe về điều đó trước đây, kể cả người chủ của cô ấy[14].

---

[13] "Làm thế nào để ngăn chặn tình trạng thất nghiệp" của David Nordfors và Vint Cerf. http://i4j.info/2014/07/disrupting-uneprisment/ truy cập tháng 9/2018

[14] "Cách trạng thái cảm xúc kép giúp tôi "đọc" được mọi người" của Joana, http://i4j.info/2015/08/how- synesthesia-help-me-to-read-people

Câu chuyện của cô ấy bắt đầu bằng việc tuyển dụng một người có ánh hào quang "màu xanh lá cây đậm" có năng lực khá phi thường.

"Một vài tháng trước, tôi đã tuyển dụng một chuyên gia giỏi thiết kế web có ánh hào quang màu xanh lá cây đậm. Chúng tôi thật may mắn khi có anh ấy vì màu xanh lá cây đậm là một trong số những gam màu phù hợp nhất đối với công việc lập trình nhưng chúng lại rất khó tìm.

Tất cả những ai làm việc trong lĩnh vực quản lý nhân sự đều biết đến sự vất vả của việc tìm kiếm đúng người cho những vị trí phù hợp. Chúng tôi tìm kiếm các phẩm chất, kỹ năng bao gồm cả kỹ năng mềm, trình độ học vấn, kinh nghiệm, v.v. Tôi cũng kiểm tra màu sắc nữa.

Tôi là một người có chứng cảm xúc kèm, là một trong số khoảng 2-4% dân số thế giới. Cảm xúc kèm là một tình trạng hiếm gặp, có nghĩa là não của tôi kết nối những thứ như chữ cái và số với một số màu nhất định; chính xác là chữ cái, con số và con người. Con người ư? Đúng vậy. Nghe có vẻ kỳ lạ quá phải không?

Tên tôi là Joana. Tôi sống ở Đức và tôi là một nhà văn và nhà hoạt động vì hòa bình. Bên cạnh đó, tôi làm việc bán thời gian trong một công ty truyền thông. Công việc của tôi ở đó thực sự là quản lý dự án. Kể từ đầu năm nay, tôi cũng đang nắm giữ vị trí quản lý nhân sự vì sếp của tôi nhận thấy rằng tôi dường như có sở trường về hiểu tính cách, tài năng và khả năng của mọi người chỉ trong tích tắc.

Tôi chưa bao giờ nói với sếp điều gì đã khiến tôi giỏi đoán về người khác, nhưng khả năng kết hợp con người với màu sắc của tôi thực sự là điều giúp tôi cảm nhận được tính cách và tài năng của một ai đó.

Cảm xúc kèm cũng được mô tả là "sự trộn lẫn giữa các giác quan" và nhiều người coi nó như một loại thực tế được thêm thắt. Mãi đến năm 2012, một nghiên cứu mới được công bố về một loại cảm xúc kèm đặc biệt mà chỉ có rất ít trong số 2-4% người có chứng cảm xúc kèm có: một loại cảm xúc kèm có liên quan đến con người và cảm xúc.

Vì vậy, tôi sẽ để các nhà khoa học giải thích nó hoạt động như thế nào và tại sao. Ở đây, tôi sẽ chỉ đơn giản mô tả cảm giác khi có loại cảm xúc kèm này và những lợi ích mà tôi nhận được từ nó.

Khi tôi phỏng vấn người xin việc, tôi làm tất cả những việc thông thường như kiểm tra CV, hỏi về kinh nghiệm của họ, xem xét trình độ học vấn, kỹ năng, thư đề nghị, v.v. Nhưng công cụ chính xác nhất của tôi, hiếm khi thất bại, là cảm xúc kèm. Từ lâu lắm rồi, tôi đã có thể "nhìn thấy" mọi người qua màu sắc. Tất nhiên, tôi không nhìn thấy màu sắc bằng mắt thường. Nó giống như một sự liên tưởng rất mạnh mẽ và rõ ràng, một sự nhìn thấy bằng "đôi mắt bên trong". Vì vậy, khi tôi nhìn ai đó và tập trung vào họ, tôi ngay lập tức nhận được màu sắc mà tôi nhìn thấy bằng đôi mắt bên trong của tôi.

Sau đó, vào những năm cuối của tuổi thiếu niên bước qua tuổi đôi mươi, tôi mới nhận ra rằng có một số màu sắc trùng khớp với những đặc điểm nhất định.

Những người có màu giống nhau cũng có tính cách giống nhau, sở thích giống nhau hoặc tài năng giống nhau. Tôi thích sử dụng thuật ngữ "gia đình màu sắc" hoặc "nhóm có cùng tâm trí" vì những người có màu sắc tương tự có cách suy nghĩ giống nhau và do đó có tâm trí giống nhau.

Vì vậy, khi tôi gặp ai đó, tôi chỉ cần nhìn thấy màu của người đó là biết họ là người như thế nào. Tất nhiên như bạn biết đấy, nó không phải tất cả chi tiết cụ thể mà là những đặc điểm cơ bản hay một vài lối suy nghĩ của người đó.

Tôi đến với công việc quản lý nhân sự bởi vì hầu như tôi luôn luôn đúng khi lựa chọn một người nào đó cho một vị trí đặc biệt. Nó thường không những chỉ xác nhận những gì có trong CV hoặc kinh nghiệm đã chỉ ra (ví dụ như những người màu tím hầu như không bao giờ nghiên cứu những thứ như kinh doanh hoặc tiếp thị), mà nó còn có thể cho thấy những tài năng mà bản thân người đó cũng không nhận thức được. Tôi thường có thể "nhìn thấy" ai đó đang nói dối và tôi cũng có thể nhìn thấy những tài năng hoặc đặc điểm tiềm ẩn của họ. Tôi biết loại màu nào phù hợp với vị trí nào. Ví dụ:

Đối với công việc quản lý văn phòng, bạn cần một người thực sự có tổ chức và có tính tình "đơn giản".

Tôi biết rằng những người mà những đặc điểm này phù hợp nhất là những người có màu hơi đỏ hoặc hơi hồng, đôi khi cũng có màu vàng hoặc xanh nhạt. Tôi biết rằng hầu hết những người xanh đậm là những người có đầu óc thông minh nhưng dễ bị nhàm chán bởi những công việc thường ngày, vì vậy họ sẽ không thích hợp với loại công việc này và hầu như không bao giờ xin được nó.

À, nhà phát triển web có hào quang màu xanh lá cây đậm đã không nộp đơn cho vị trí này. Anh ấy đã nộp đơn cho ngành Bán hàng và Tiếp thị, nhưng màu sắc của anh ấy cho thấy một người hướng nội và rất có tài năng hiểu biết kỹ thuật liên quan đến máy tính. Vì vị trí phát triển web còn trống nên tôi đã cẩn thận hỏi anh ấy có bao giờ nghĩ đến việc làm việc trong lĩnh vực lập trình hay không. Đột nhiên mặt anh ấy sáng bừng lên và anh ấy giải thích rằng anh ấy lập trình như một sở thích chứ chưa bao giờ được học nó (anh ấy học truyền thông và tiếp thị vì cơ hội việc làm là rất tốt). Phải mất một lúc để thuyết phục ông chủ của tôi cho anh ấy một cơ hội làm nhà phát triển web, nhưng cuối cùng rồi chúng tôi cũng đã tuyển dụng anh ấy và đó là quyết định tốt nhất từ trước đến nay của chúng tôi. Anh ấy đã học được những gì anh ấy cần biết ngay lập tức và hiện là một trong những nhà phát triển web giỏi nhất của chúng tôi. Sếp của tôi vẫn còn ngạc nhiên về cách tôi phát hiện ra tài năng đặc biệt này, nhưng đối với tôi thì nó đã quá rõ ràng rồi.

Thực tế đã được thêm thắt mà tôi có thể nhìn thấy tương tự như một con chó có thể cảm nhận được cảm xúc. Có ý kiến cho rằng trạng thái cảm xúc kèm liên quan đến con người dựa trên việc đọc các dấu hiệu phi ngôn ngữ như ngôn ngữ cơ thể ẩn trong tiềm thức mà não bộ chuyển thành màu sắc.

Nhưng bất kể là điều gì đã khiến tôi có thể thấy mọi người có màu sắc, điều đó không chỉ mang lại cho tôi một nghề nghiệp trong lĩnh vực nhân sự, mà còn khả năng thấu hiểu con người rất tốt. Nói chung, khả năng có cảm xúc kèm đã giúp tôi phát triển sự hiểu biết nhiều hơn về con người và khả năng tiếp cận con người theo cách tốt hơn.

Câu chuyện của Joana không phải là một sự trùng hợp ngẫu nhiên đơn lẻ. Bloomberg Business đã công bố một câu chuyện tương tự đến mức kinh ngạc:

Khi Michael Haverkamp lướt ngón tay của mình trên bề mặt của lớp da thuộc của vô lăng xe hơi, anh ấy nhìn thấy màu sắc và các hình dạng. "Nếu kết cấu lớp da thuộc có cảm giác thô ráp, tôi sẽ nhìn thấy một cấu trúc trong mắt mình có các đốm đen, hình móc câu và các cạnh", một kỹ sư hãng xe hơi Ford Motors, 55 tuổi người Đức, giải thích. "Nhưng nếu lớp da thuộc quá mịn, cấu trúc sẽ phát sáng và trông giống như giấy, mỏng manh." Haverkamp cho biết những ảo giác này, kết quả của trạng thái cảm xúc kèm, giúp anh hoàn thành tốt công việc của mình, tối ưu hóa phối hợp ngoại thất của xe hơi, cảm giác cũng như âm thanh của các loại khung sườn xe, núm vặn, bàn đạp, v.v. Anh ấy chia sẻ những lựa chọn ưu tiên của anh ấy đối với từng chi tiết ấy với các kỹ sư thiết kế khác, sau đó họ sử dụng thông tin đó để tạo ra những chiếc xe làm người lái xe rất hài lòng.

Bài báo của Bloomberg tiếp tục viết:

Trong một nghiên cứu năm 2004, Khoa tâm lý học của trường Đại học California tại San Diego đã yêu cầu một nhóm nhỏ sinh viên đại học, một số có khả năng cảm xúc kèm và số khác không có, làm bài kiểm tra Torrance tiêu chuẩn về tư duy sáng tạo, đánh giá sự hình thành và độc đáo của ý tưởng cùng với những đặc điểm khác. Các sinh viên có khả năng cảm xúc kèm đạt số điểm cao hơn gấp đôi ở mọi hạng mục so với số sinh viên còn lại.

Theo Viện y tế quốc gia, khoảng 10 triệu người ở Mỹ là những người có khả năng cảm xúc kèm. Ngay cả nếu chỉ có một trong số 1.000 người trong số họ có thể nhìn thấy các nguyên mẫu được ánh xạ màu trên con người thì vẫn có thể có tới 10.000 "Joana" ở Mỹ, đủ để tạo ra một nghề mới trong các bộ phận nhân sự. Nghiên cứu thêm về các chủ đề như thế này có thể là một mỏ vàng quý giá cho các công ty trong việc nâng cao giá trị của con người.

'Coolabilities' – thế mạnh đặc biệt của người khuyết tật

Những người có các tình trạng sức khỏe khiến họ không thể phù hợp với các vị trí công việc thì không dễ dàng tìm được một việc làm. Điều này đặc biệt đúng đối với những người khuyết tật. Những người này thường được coi là mất khả năng lao động và phải sống lệ thuộc vào phúc lợi hoặc bảo hiểm tàn tật. Nhưng những người khuyết tật thường có những khả năng đặc biệt được nâng cao kèm theo đó, chẳng hạn như người khiếm thị vượt trội trong việc nhận biết âm thanh và xúc giác, hoặc những người tự kỷ thường rất tỉ mỉ.

Thị trường lao động luôn bao gồm những công việc mà những người có tình trạng đặc biệt có lợi thế hơn. Ví dụ, ở Thái Lan, "mát-xa người mù" được đánh giá cao, vì người mù được biết đến là những người có đôi tay khỏe và nhạy cảm. Nhưng những nghề như vậy thì ít phổ biến và thị trường của nó cũng rất hạn chế. Kinh doanh với sự hỗ trợ của công nghệ trí tuệ nhân tạo có thể làm thay đổi điều đó bằng cách đổi mới công việc. Một ví dụ ban đầu là công ty Discovery Hands[15] của Đức đã sáng tạo ra nghề *Kiểm tra y tế bằng xúc giác*, đào tạo những phụ nữ khiếm thị có đôi tay rất nhạy cảm để phát hiện các dấu hiệu sớm của bệnh ung thư vú. Sau thời gian đào tạo chín tháng, họ đều nhận được việc làm tại các bệnh viện và văn phòng bác sĩ.

Những người có các tình trạng đặc biệt có thể có giá trị thêm vì những tài năng đặc biệt mà họ có thường vượt trội những gì người khác có thể làm.

---

[15] "Khám phá chẩn đoán xúc giác ở bàn tay" https://www.discovered-hands.de/start-seite/ Truy cập tháng 9//2018.

Nếu hệ thống giác quan không hoạt động, não có thể tự thiết kế lại mạng lưới dây thần kinh để sử dụng các nguồn lực đang nhàn rỗi của nó vào các mục đích khác. Ví dụ, đối với những người khiếm thị, thùy chẩm, nơi quản lý thị lực, có thể được các thùy lân cận tiếp nhận lại để quản lý các chức năng khác thông qua một quá trình gọi là tái ánh xạ vỏ não và tạo hình thần kinh. Điều này có thể tăng cường sức mạnh xử lý của họ theo cách mà những người không bị mù vật lý không thể thực hiện được. Bộ não của những người khiếm thị có thể khiến họ có kỹ năng cao trong việc xử lý các cảm giác xô-ma (cảm giác thân thể, khác với tâm trí) và tín hiệu âm thanh.

Jobly cũng có thể giúp ích cho những người gặp khó khăn khi kiếm việc làm bằng cách phối hợp các kỹ năng của họ với cơ sở dữ liệu và phân tích, có thể so khớp tương quan các tình trạng đặc biệt của họ với khả năng đặc biệt cần có của công việc thông qua mô-đun công cụ tìm kiếm điểm mạnh. Jobly không những chỉ có thể đoán rằng những người chữa bệnh bằng hào quang có khả năng có cảm xúc kép và giỏi về nhân sự, như chúng ta đã thấy trong trường hợp của Marie, mà nó còn có thể phân tích các tình trạng và khả năng đã biết, sau đó sử dụng các mối tương quan khác nhau để dự đoán tiếp những tình trạng và khả năng mới chưa được khám phá. Những người có tình trạng và khả năng đặc biệt sẽ trở thành những trái ngọt dễ hái đối với Jobly vì họ là một trong những nguồn nhân lực đang được khai thác ít nhất. Theo Liên Hiệp Quốc[16], có khoảng 650 triệu người bị khuyết tật, khiến họ trở thành nhóm "thiểu số" lớn nhất thế giới - một nhóm dân số đang phải chịu tỷ lệ thất nghiệp lên tới 80% ở một số quốc gia. Ở Mỹ, chỉ có 35% người khuyết tật trong độ tuổi lao động đang làm việc, ít hơn một nửa số người không khuyết tật. Bản thân đây là một thị trường tiềm năng ngàn tỷ đô-la chưa được khai thác đối với Jobly.

---

[16] *Bảng thông tin do Bộ kinh tế Liên Hiệp Quốc xuất bản năm 2006 và Các vấn đề xã hội, Ban Chính sách Xã hội và Người Khuyết tật, http://www.un.org/disabilities/convention/pdfs/factsheet.pdf*

Với một phần năm dân số Mỹ được chẩn đoán là mắc một dạng khuyết tật nào đó, và có lẽ còn nhiều người khác chưa được chẩn đoán, đây là một vấn đề có liên quan rất lớn. Những người này cần một ngôn ngữ mới để nói về cả những thách thức đặc biệt và sức mạnh đặc biệt của họ mà cho đến nay vẫn chưa có. Những điểm mạnh và thách thức này được sử dụng trong một số công việc, chẳng hạn như lập trình phần mềm. Thorkil Sonne, cha đẻ của phong trào "Lợi thế tự kỷ" và là một thành viên của i4j, đã thành lập Specialisterne[17], công ty đầu tiên tập trung vào việc tìm kiếm, đào tạo và cung cấp việc làm cho các kỹ sư tự kỷ tài năng. Anh ấy kể lại câu chuyện trong một chương của anh ấy trong quyển sách này.

Một nhóm thành viên i4j gồm Chally Grundwag, Jay van Zyl và tôi thảo luận về ý tưởng Jobly, tập trung vào phương thức mà công nghệ trí tuệ nhân tạo có thể điều chỉnh công việc tốt như thế nào dựa trên những thế mạnh nâng cao điển hình này. Khi chúng tôi chia sẻ ý tưởng của mình, chúng tôi bắt đầu cảm thấy thất vọng vì không thấy một từ khóa nào phù hợp cho những khả năng đặc biệt này. Chúng tôi cần một thuật ngữ để sử dụng khi thiết kế kịch bản Jobly cho người khuyết tật. Nó phải thực tế, phù hợp và dễ hiểu trong lời nói hàng ngày. Cuối cùng, chúng tôi quyết định chọn "coolabilities" (khả năng bù trừ khi bị khuyết tật) bởi vì nó dễ dàng và thú vị để nói, cũng là điều mà chúng tôi thích, và thể hiện được tinh thần của những khả năng đặc biệt này đến bất ngờ, có thể nói đơn giản là "tuyệt vời". Vì chúng tôi đã và đang sử dụng nó nên từ khóa này thu hút sự quan tâm của mọi người ngay khi họ nghe thấy nó.

Trước khi có sự phát triển này, vào năm 2015, những khả năng đặc biệt đi kèm với tình trạng khuyết tật không có một tên gọi chung nào mặc dù rất nhiều người cảm thấy cần phải nói về những thách thức đặc biệt và những điểm mạnh nổi trội của họ. Nhưng tôi phải thừa nhận rằng việc so khớp những khuyết tật với khả năng bù trừ khi bị khuyết tật mới là nhiệm vụ chính của chúng ta. Chally Grundwag đã thực hiện bước đi đầu tiên bằng

---

[17] Specialisterne http://specialisterne.com/

cách tổng hợp bảng dưới đây, dễ dàng làm rõ ý nghĩa của "coolabilities". Cô ấy đã chọn ba tình trạng khuyết tật đều liên quan đến thần kinh và bổ sung các kết quả so khớp công việc có thể có từ STEM để làm ví dụ. Trong một chương của cô ấy trong quyển sách này, Chally trình bày một bảng mở rộng hơn bao gồm nhiều tình trạng khuyết tật hơn và giải thích chuyên sâu về ý tưởng "coolabilities".

	Phổ tự kỷ (ASD) (Chức năng cao)	Rối loạn tăng động thiểu năng tập trung (ADHD)	Chứng khó đọc
Khuyết tật	Khó khăn trong tương tác xã hội hay hiểu các sắc thái xã hội. Giảm nhận thức về bản thân. Khoảng tập trung bị hạn hẹp. Khó sàng lọc nhưng rất nhạy cảm với kích thích giác quan (âm thanh, ánh sáng, xúc chạm, mùi). Kháng thói quen lẫn thay đổi. Hành vi lặp lại. Khó khăn trong việc hoạch định các việc hàng ngày.	Tăng động. Phân tâm. Không duy trì được sự chú ý. Đứng ngồi không yên. Bốc đồng. Hay gây rối (và chịu rủi ro). Khả năng ức chế giảm. Bảo thủ (tiêu cực thái quá)	Khó khăn trong việc đánh vần, đọc chữ viết, giải mã từ ngữ, và hiểu đoạn văn viết.

Bảng 1. Khuyết tật và khả năng bù trừ: Tổng quan về mối tương đồng giữa khuyết tật với khả năng bù trừ, bao gồm những khái quát hóa về tính chất và đặc điểm có thể áp dụng cho bất kỳ cá nhân nào có chẩn đoán giống như ở đây.

Khả năng bù trừ	Tỉ mỉ. Khả năng quan sát phi thường. Rất say mê những lĩnh vực cụ thể nào đó. Tập trung cao. Trí nhớ dài hạn lâu hơn. Thích thú với quy tắc và hướng dẫn. Thích phân tích các kiểu mẫu phức tạp trong thế giới xã hội và vật chất. Sáng tạo trong những lĩnh vực đam mê. Người suy nghĩ thuần túy (dành nhiều thời gian hơn tập trung vô tài năng của bản thân hơn là giao lưu xã hội). Thật thà. Kỹ năng về thị giác cao. Tài năng xuất chúng trong những lĩnh vực rất đặc trưng. Thành công với những công việc lặp đi lặp lại. Kỹ năng hệ thống hóa cao.	Chấp nhận rủi ro cao; vô tư; giàu trí tưởng tượng, sáng tạo, tràn đầy sinh lực; độ chính xác cao; đa nhiệm; thích tìm hiểu cái mới lạ; liên hệ nhiều ý tưởng; sáng tạo nhiều giải pháp bất ngờ; tạo ra ý tưởng mới; thích đổi mới; chủ động; chịu đựng tốt sự không chắc chắn.	Sáng tạo. Thuần túy giải quyết vấn đề. Có nhiều quan điểm khác nhau. Liên kết nhiệm vụ với thực tiễn. Suy nghĩ đổi mới và khác nhau. tập trung cao độ vào lĩnh vực yêu thích. Tôn trọng. Có động cơ thúc đẩy. Kỹ năng thuộc thị giác (trừ việc đọc). Có khả năng nhìn tổng thể.
Nghề nghiệp	Lập trình viên máy tính, thiết kế phần mềm, truyền thông và mạng, thiết kế kỹ thuật, thiết kế trang thiết bị, cơ khí chính xác, nghiên cứu, sửa chữa cơ khí, lắp ráp cơ khí chính xác cao cấp, kỹ thuật viên phòng lab, thiết kế web, thiết kế trò chơi điện tử, thiết kế ứng dụng, kế toán, hóa học, kỹ sư, thống kê, hoạt hình máy tính.	Chủ doanh nghiệp, CEO, nhà giáo dục, nhà phát minh Các thế mạnh này rất thích hợp với những nghề STEM (khoa học, công nghệ, kỹ thuật, toán)	Thích hợp với các ngành STEM như khoa học, toán, kỹ thuật, y học, kiến trúc, thiết kế nội thất, thiết kế đồ họa, giáo dục, thiết kế video, v.v. nếu có công nghệ hỗ trợ và thích nghi.

Khi chúng tôi trình bảng này cho mọi người xem, nhiều người trong số họ thú nhận với chúng tôi ngay lập tức rằng bản thân họ, con em họ, hoặc thành viên nào đó trong gia đình họ bị khuyết tật. Một thành viên của i4j cũng nói với chúng tôi rằng anh ta mắc chứng khó đọc; anh ấy cũng là một nhà chiến lược tuyệt vời. Anh ấy đã đóng góp rất nhiều vào các phương pháp tiếp cận chiến lược để phát triển thị trường khởi nghiệp xoay quanh vấn đề coolabilities. Vào một buổi tối nọ, anh ấy giới thiệu tôi với một người bạn của anh ấy. Họ đã thành lập một số công ty cùng nhau, và anh ấy đề nghị tôi trình bày những gì chúng tôi đang làm. Sau một hồi, người bạn của anh ấy nói, "Điều này thật tuyệt! Nhân tiện, tôi cũng mắc chứng khó đọc đây." "Tôi cũng vậy," bạn tôi nói khi họ ngạc nhiên nhìn nhau. Họ đã làm rất nhiều việc cùng nhau nhưng cả hai đều không bao giờ tiết lộ với người kia về chứng khó đọc của họ. Đây là một chứng minh hùng hồn cho sức mạnh của cái bảng trình bày của Chally ở trên.

Một ghi chú cá nhân: Tình trạng rối loạn thiếu năng tập trung của bản thân tôi

Tôi không nên bàn thêm gì nữa nếu không mô tả về chẩn đoán của chính mình liên quan đến tình trạng rối loạn thiếu năng tập trung nhẹ cách đây vài năm, điều mà tôi đã kể với một số ít người. Khi tôi nhận được chẩn đoán, tôi có phần nào thấy nhẹ nhõm. Bây giờ tôi đã có một lý do chính đáng để biện minh cho việc được miễn phải vật lộn với những thứ mà hầu hết người khác có thể làm một cách dễ dàng. Khi tôi nhìn thấy cái bảng trên, tôi nhận ra ngay những khuyết tật, và tôi cũng nhận ra những khả năng bù trừ khi bị khuyết tật. Đặc biệt nhất, tôi luôn thiếu kiên nhẫn với việc đọc sách, và cho đến bây giờ, hầu như tôi sẽ làm bất cứ điều gì để tránh phải đọc một quyển sách hoặc thậm chí một bài báo dài. Nhưng bên cạnh đó, tôi lại có khả năng giải quyết vấn đề, tính kiên trì và tư duy đổi mới (độc giả hãy cẩn thận!). Trước đây tôi chưa bao giờ nghĩ về việc liệu những phẩm chất này có liên quan đến nhau hay không, nhưng bây giờ bỗng dưng tôi nhanh chóng đi từ chỗ phải biện minh cho mọi thứ mình không làm đến tình trạng được mặc nhiên miễn trách. Tình trạng đặc biệt của tôi đã được chuyển từ một chẩn đoán bệnh sang một loại nhân cách; từ DSM (Cẩm nang chẩn đoán và thống kê các rối loạn tâm thần) được các nhà tâm lý học sử dụng cho đến chẩn đoán Myers-Briggs (Chỉ số phân loại tính cách). Nó khiến tôi tin rằng thật sai lầm nếu chỉ đưa những điểm yếu vào trong định nghĩa của các tình trạng khiếm khuyết. Một định nghĩa hoàn chỉnh nên bao gồm tất cả các đặc điểm đồng xuất hiện, tích cực cũng như tiêu cực. Nếu chỉ bao gồm các tiêu cực không mà thôi thì gần như mọi đặc điểm hoặc hành vi đều có thể được xác định như là một bệnh lý. Bác sĩ tâm thần người Xcốt-len R.D. Laing đã có một câu nói đùa nổi tiếng về điều này: "Cuộc sống là một căn bệnh lây truyền qua đường tình dục, và tỷ lệ tử vong là 100%."

Sự thay đổi này là một sự lột xác đối với tôi và buộc tôi phải suy nghĩ lại về các chiến lược làm việc của bản thân. Tôi nhanh chóng nhận ra rằng tôi nên dành ít nỗ lực hơn để cải thiện khả năng của tôi đối với những thứ mà tôi có thể sẽ không bao giờ thích hoặc làm chúng một cách xuất sắc, thay vào đó dành nhiều nỗ lực hơn để phát triển những điểm mạnh đặc biệt của mình, điều mà bây giờ tôi nhận ra là ít phổ biến hơn tôi tưởng tượng.

Ví dụ, tôi không bao giờ đọc sách giáo khoa ở trường đại học. Thay vào đó, tôi đã tự giải quyết các vấn đề, và khi tôi không thể tự mình tìm ra điều gì đó, tôi sẽ "thiết kế ngược" sách giáo khoa. Tôi luôn cảm thấy như thể mình đã gian lận khi học đại học. Là một nhà nghiên cứu, tôi tiếp tục khám phá mà không bao giờ tìm kiếm tài liệu trước. Tôi không biết liệu những khám phá đó là của riêng tôi hay là của người khác trước tôi, vì vậy tôi cảm thấy mình là một nhà nghiên cứu tồi. Khái niệm về "coolabilities" đã khiến tôi nhận ra rằng cách học tự nhiên của tôi thường liên quan đến những việc làm vô ích, hoặc tự thú nhận là mình đã sai; đó chỉ là cách của tôi. Trở nên khác biệt không phải là một cái tội.

Tôi cũng nhận ra rằng người khuyết tật hầu như là những người duy nhất được xác định bởi những gì họ không thể làm thay vì những gì họ có thể làm. Nếu tôi nhận được chẩn đoán của mình khi còn là một thanh niên trẻ tuổi thì điều đó sẽ rất bất lợi cho tôi vì tôi đã bị xác định dựa trên những điểm yếu của tôi. Thay vào đó, tôi đã "gian lận" bằng cách phát minh ra một kỹ thuật mới có hiệu quả hơn nhiều đối với tôi.

Nhưng coolabilities thì vẫn tốt hơn vì bằng cách nhận ra thế mạnh của tôi, nó đã gán giá trị cho những sự khác biệt ấy.

Trong nền kinh tế lấy con người làm trung tâm, nơi mà hoạt động kinh doanh chủ yếu là nâng cao giá trị của con người, thì "quả ngọt dễ hái" cho các doanh nhân sẽ là xác định được nhóm người lớn nhất trong số những người bị đánh giá thấp nhất mà thu nhập của họ có thể được tăng lên đáng kể nhờ công cuộc đổi mới này. Đó sẽ là những người có khả năng bù trừ khi bị khuyết tật, những người luôn bị đánh giá thấp. Nhiều người bị loại ra khỏi nền kinh tế ngay cả khi họ có một nguồn tài nguyên khổng lồ tiềm ẩn những khả năng trên mức trung bình của con người nhưng chưa bao giờ được khai thác. Những đối tượng đó thường thuộc thị trường mục tiêu của các doanh nghiệp này.

Khi tôi đi đến luận điểm này, những người suy nghĩ thấu đáo thường hỏi, "Còn những người khuyết tật không có khả năng bù trừ thì sao? Họ có bị loại trừ không?" Câu trả lời là "Không." V. Ferose, phó chủ tịch cấp cao của công ty SAP - và là một thành viên của i4j - đã đưa ra quan điểm đó khi ông là người đứng đầu công ty SAP ở Ấn Độ. Họ cần nhân viên để quản lý nhà máy điện của họ, nơi điện được sản xuất bởi một trang trại máy phát điện bằng dầu diesel rất ồn ào. Ông ta không bao giờ thuyết phục được bất kỳ ai tiếp tục công việc quá vài tháng, ngay cả khi sử dụng thiết bị giảm tiếng ồn tốt nhất hiện có. Sau đó, ông nhận ra rằng mình nên thử thuê một người khiếm thính - người sẽ không bị ảnh hưởng bởi tiếng ồn khủng khiếp đó. Và ông ấy đã đúng. Nhân viên mới thậm chí còn thích công việc và thể hiện tốt hơn nhiều. Đây là cái mà chúng tôi gọi là "khả năng bù trừ tùy hoàn cảnh" khi hoàn cảnh biến điểm yếu thành điểm mạnh. Để nói rằng một người tàn tật năng "không có năng lực bù trừ", trước tiên người ta phải kiểm tra tất cả các năng lực bù trừ tiềm ẩn có thể tồn tại trong con người đó. Đây là một thách thức bởi vì chúng ta chưa biết liệu dù chỉ một phần rất nhỏ khả năng bù trừ đó có tồn tại hay không. Sau đó, chúng ta phải chứng minh rằng trong bất kỳ tình huống tạo ra giá trị nào, người này cũng có nhận được sự bù đắp ưu ái từ tình trạng khuyết tật của họ. Nói với bạn với tư cách bạn là một người được đào tạo khoa học chính quy thì việc chứng minh rằng một người không có khả năng bù trừ khi bị khuyết tật thì sẽ khó hơn là đi tìm một người như vậy - và điều này đúng với tất cả mọi người. Vì vậy, nếu bạn không nghĩ rằng một người khuyết tật cụ thể nào đó có bất kỳ khả năng nào, có lẽ bạn đã không suy nghĩ đủ thấu đáo. Ferose và Chally sẽ cho bạn biết nhiều hơn trong các chương của họ trong quyển sách này.

Thị trường việc làm có lợi nhất được biết đến dành cho những người có năng lực bù trừ khi bị khuyết tật là thị trường dành cho những người mắc chứng rối loạn phổ tự kỷ chức năng cao, hay còn được gọi là hội chứng Asperger, những người có xu hướng nhạy cảm đáng kinh ngạc với những chi tiết nhỏ. Một người bị rối loạn phổ tự kỷ gần giống như một chiếc micrô được kết nối với loa ở mức âm lượng cực đại. Micro thu nhận mọi tín hiệu và nếu âm thanh quá lớn, loa sẽ rít lên. Thông thường người ta sẽ giảm âm lượng đi, nhưng điều này sẽ không hiệu quả với những người tự kỷ, những người luôn luôn ở chế độ âm lượng cực đại. Người tự kỷ thường cần không gian rất yên tĩnh và họ có thể tìm thấy sự thư thái trong những công việc có tính chất lặp đi lặp lại. Một thách thức khác mà họ gặp phải là hiểu sự tinh tế hoặc ngôn ngữ cơ thể của người khác; họ có xu hướng hiểu mọi thứ đơn giản theo nghĩa đen và gặp khó khăn trong các cuộc phỏng vấn xin việc cũng như môi trường làm việc.

Nhưng mặt khác, họ lại có thể có một trí nhớ tuyệt vời, và một khi họ quan tâm đến điều gì đó, họ có thể học mọi thứ cần biết về nó và nhớ hết mọi chi tiết. Họ luôn kiên trì với những gì họ làm, không bao giờ từ bỏ nhiệm vụ. Điều này phổ biến trong ngành công nghệ thông tin, nơi năng lực bù trừ của người tự kỷ được đánh giá cao khi có môi trường làm việc phù hợp với nhu cầu đặc biệt của họ, chẳng hạn như ngồi trong phòng yên tĩnh với máy tính. Thực hiện các nhiệm vụ chính xác như tìm lỗi trong mã lập trình hay lập trình lặp đi lặp lại, điều mà nhiều kỹ sư phần mềm cảm thấy khó khăn, có thể được các kỹ sư tự kỷ thực hiện với hiệu quả cao và thậm chí là cừ khôi nữa. Quân đội Israel có một đơn vị đặc biệt dành cho người tự kỷ chuyên thực hiện các nhiệm vụ như diễn giải các bức ảnh chụp từ vệ tinh và vô tuyến. Họ có thể phát hiện các điểm nổi bật nào đó trong ảnh rồi lập chương trình để dò tìm ra các điểm đó trong vài tháng trong khi các kỹ sư khác phải mất nhiều năm. Tuy nhiên, những thách thức thực sự đối với họ lại đến từ các môi trường khác, chẳng hạn như khi bắt xe buýt về nhà sau giờ làm việc.

Trong một ngành kinh doanh được trả lương cao như công nghệ thông tin, có thể dễ dàng hình dung ra tiềm năng cho doanh nghiệp lấy con người làm trung tâm tìm kiếm những người bị loại khỏi thị trường việc làm ngày nay và biến họ thành những kỹ sư nơi họ có thể đáng giá một triệu đô-la doanh thu mỗi năm cho một công ty. Các nhiệm vụ phải làm là (a) tìm những người tự kỷ có tài năng và sở thích phù hợp với ngành CNTT, (b) đào tạo họ làm công việc đó, và (c) đưa họ vào làm việc.

Chúng tôi có những khởi đầu của ngành công nghiệp này ngày hôm nay và một số thành viên của i4j là trụ cột trong việc tạo ra nó. Tôi đã có dịp đề cập đến Thorkil Sonne, sáng lập viên và Giám đốc điều hành của Specialisterne, công ty tư vấn CNTT đầu tiên tập trung vào việc sàng lọc và đào tạo kỹ sư tự kỷ cho các công ty. Thorkil là một doanh nhân bền chí, đầy nhiệt huyết, người đã xây dựng mạng lưới các công ty con ở nhiều quốc gia trên thế giới. Anh ấy đấu tranh cho "lợi thế của người tự kỷ" trong kinh doanh và các lĩnh vực khác, và đã phát biểu về nó tại Diễn đàn Kinh tế Thế giới ở Davos và Liên Hiệp Quốc. Một thành viên i4j khác là Ferose, người chủ lao động đầu tiên tuyển dụng các kỹ sư tự kỷ và đào tạo họ (hiện anh đang làm việc với Thorkil). SAP đã đặt ra mục tiêu sẽ tuyển dụng 1% lực lượng lao động của họ từ "phổ tự kỷ" vào năm 2020. Các công ty CNTT khác cũng đã khởi xướng các chương trình dành cho người tự kỷ, bao gồm cả HP và Microsoft.

Quy mô tiềm năng của thị trường việc làm dành cho những người tự kỷ có năng lực bù trừ là khổng lồ, và có nhiều cơ hội trước mắt cho những doanh nghiệp muốn khai thác nó. Tuy nhiên, hầu hết các doanh nghiệp hiện tại đang phải vất vả để tiếp cận thị trường này, trong khi các công ty lớn, như SAP, thì đang vất vả để tìm đủ người mắc chứng phổ tự kỷ để tuyển dụng. Vì sao như vậy? Hãy xem xét hai thành phần của hệ sinh thái đổi mới việc làm lấy con người làm trung tâm: những người có năng lực quý giá nhưng kiếm được thu nhập thấp (nếu có), và các công ty muốn tuyển dụng họ. Cần thiết phải đổi mới để kết nối cả hai thực thể này lại với nhau.

Tôi tin chắc rằng bởi vì nhu cầu này tồn tại nên thị trường năng lực bù trừ sẽ sớm được hình thành. Điều cần thiết để tăng tốc cho nó là xác định đúng đắn đây là một cơ hội thị trường nóng bỏng. Điều này có thể thúc đẩy các công ty tiến hành xây dựng các quy trình tuyển dụng hiệu quả, phát triển các mô tả công việc phù hợp với năng lực bù trừ và chuẩn bị nơi làm việc hợp lý để tận dụng khả năng bù trừ cũng như chuẩn bị môi trường thích ứng cho người khuyết tật. Một khi có một công ty được nhiều người đánh giá cao đã thực hiện điều này và đạt được thành công về mặt thương mại khi tận dụng khả năng bù trừ của người khuyết tật thì có khả năng cao những công ty khác cũng sẽ noi theo.

Một số người sẽ thắc mắc rằng liệu một ngành công nghiệp phi lợi nhuận tạo ra công ăn việc làm cho những người khuyết tật có năng lực bù trừ có dẫn đến bóc lột người khuyết tật hay không. Đây thực sự là một rủi ro trong một doanh nghiệp lấy nhiệm vụ làm trung tâm, nơi mà người ta luôn tìm kiếm lao động sao cho hiệu quả nhất về mặt chi phí để thực hiện một số công việc nhất định. Tuy nhiên, rủi ro sẽ ít hơn nhiều ở các doanh nghiệp lấy con người làm trung tâm, những doanh nghiệp cạnh tranh để đổi mới dịch vụ kiếm tiền cho những người khuyết tật có năng lực bù trừ. Trong trường hợp này, việc người kiếm tiền phải là khách hàng chính là một vấn đề còn quan trọng hơn nữa.

Trước khi tiếp tục phần tiếp theo, tôi muốn nhấn mạnh rằng tình trạng phổ tự kỷ chỉ là một trong nhiều khả năng bù trừ khi bị khuyết tật, và những người trong phổ tự kỷ có tài năng và hứng thú không chỉ với công việc lập trình mà họ còn có nhiều lựa chọn công việc như bất kỳ ai khác. Đã đến lúc sử dụng khái niệm khả năng bù trừ khi bị khuyết tật vượt ra ngoài phạm vi ngành công nghệ thông tin. Nhiều người trong phổ tự kỷ trở nên thất vọng khi chỉ nghe mãi câu chuyện về cơ hội CNTT, vốn đã trở thành một mẫu rập khuôn. Hơn nữa, các ngành công nghệ thông tin và kỹ thuật phần mềm chỉ đại diện cho một phần nhỏ của thế giới lao động, và điều này cũng đúng đối với những người mắc chứng phổ tự kỷ. Nhiệm vụ của chúng ta là đổi mới các công việc bổ ích, đáng làm để có thể tận dụng khả năng bù trừ của 99,99% người còn lại với bất kỳ tình trạng khuyết tật nào, và so khớp hồ sơ cá nhân độc đáo về kỹ năng, tài năng và niềm đam mê của họ với những người mà họ thích cùng nhau làm những công việc có ý nghĩa.

Nền kinh tế được xây dựng xung quanh tính cách của chúng ta

Tối đa hóa giá trị của con người cũng đồng nghĩa với việc tận dụng tiềm năng của họ. Điều này sẽ ít phức tạp hơn nếu chúng ta thực sự biết tiềm năng của con người là gì và nó được đánh giá cao bởi chính bản thân họ và những người khác như thế nào. Trí tuệ nhân tạo có thể cung cấp các công cụ để tìm hiểu điều đó, nhưng theo hướng vừa có lợi vừa có hại.

Jobly không nhất thiết phải phỏng vấn mọi người để tìm ra những kỹ năng và tài năng tiềm ẩn của họ. Nó có thể phát hiện ra những phẩm chất này bằng cách quét (nếu được cho phép) dữ liệu đã biết về một người nào đó như những trao đổi qua email, mạng xã hội, tập tin trên máy tính của họ, lịch sử trình duyệt, lịch, sổ địa chỉ, hồ sơ bệnh án, v.v. Nó cũng có quyền truy cập vào các tài liệu cập nhật được các công ty như facebook và Google sử dụng để tiếp thị sản phẩm cho họ. Đây là vùng tối của việc quét dữ liệu cá nhân và nó đang trở thành một mối đe dọa thực sự. Tôi sẽ cung cấp cho bạn một tầm nhìn tương lai về phương pháp so khớp tính cách của mỗi người, và nó có thể được sử dụng để mang lại cho hầu hết mọi người những công việc tuyệt vời ra sao. Sau đó, tôi sẽ thảo luận về mối đe dọa tiềm tàng đối với quyền riêng tư của chúng ta, thậm chí còn lớn hơn những gì chúng ta lo sợ.

VeeMe, phiên bản "Tôi ảo" của tôi

Hãy cùng gặp gỡ VeeMe, phiên bản "Tôi ảo" của tôi cư xử và hành động giống hệt như tôi.

VeeMe vẫn chưa thành hiện thực, nhưng sự kết hợp của công nghệ di động, Internet vạn vật, điện toán đám mây, dữ liệu lớn và mạng xã hội đang đưa nó đến gần với chúng ta hơn.

Cuộc cách mạng di động có nghĩa là tôi giống như một cái máy luôn luôn được cắm điện và mọi thông tin liên lạc của tôi đều được ghi lại. Cuộc cách mạng Internet vạn vật có nghĩa là thông tin cũng có thể được ghi lại một cách vô thức - mọi thứ từ nhịp tim đến độ tươi của sữa trong tủ lạnh. Cuộc cách mạng điện toán đám mây có nghĩa là tất cả dữ liệu đó được lưu trữ và có thể truy cập, bao gồm cả dữ liệu do người khác tạo ra. Cuộc cách mạng dữ liệu lớn có nghĩa là có thể khai thác dữ liệu thông tin mà tôi (và những người khác) tạo ra, tìm kiếm mối tương quan giữa những việc tôi làm hoặc giữa hành động của tôi và hành động của người khác. Cuộc cách mạng mạng xã hội có nghĩa là có thể nhận diện được sự ảnh hưởng của người này đối với người khác và nội dung ảnh hưởng.

Khi tất cả các hành động của chúng ta, cơ thể của chúng ta và trạng thái của tất cả vật sở hữu của chúng ta đều được theo dõi và phân tích, chúng ta sẽ có tiềm năng xây dựng một phiên bản tôi ảo thực sự - một phiên bản trí tuệ nhân tạo "đại diện" cho tôi, mô phỏng mọi hành động và phản ứng của tôi.

VeeMe sẽ được xây dựng dựa trên tất cả dữ liệu thu thập được về tôi như email, dữ liệu mạng xã hội, dữ liệu thẻ tín dụng, dữ liệu sức khỏe, dữ liệu thuế, cuộc gọi điện thoại, dữ liệu định vị, v.v. Nó cũng sẽ dựa trên dữ liệu về bối cảnh để có thể lý giải cho những việc tôi làm, chẳng hạn nếu trời mưa, có lẽ tôi sẽ muốn đi xe hơi thay vì đi bằng xe đạp. VeeMe sẽ biết điều này vì nó luôn luôn thu thập thông tin mới nhất về tin tức, thời tiết, v.v.

Để tạo ra VeeMe, tôi thiết lập một mục lục tất cả các dữ liệu của bản thân, phân tích và tạo một mô hình có thể mô phỏng các hành vi của tôi. Tôi kết hợp nhiều kỹ thuật lại với nhau, chẳng hạn như khai thác dữ liệu, phân tích ngôn ngữ, phân tích mạng xã hội và trí tuệ nhân tạo. Tôi đã lưu trữ hàng triệu cặp mẫu kích thích-phản hồi, và bây giờ tôi sẽ huấn luyện VeeMe để bắt chước chúng.

Bằng cách này, VeeMe dần dần học cách cư xử giống như tôi, và việc học tiếp tục khi VeeMe tham gia cùng tôi trong mọi việc tôi làm. Tôi có thể hỏi VeeMe về những điều tôi khó nhớ. Tôi có thể yêu cầu "lời khuyên tốt nhất của chính tôi." VeeMe sẽ gợi ý những gì tôi nên làm trong một tình huống nhất định. VeeMe có một trí nhớ hoàn hảo và cũng có thể giúp tôi hiểu rõ hơn các sự kiện quan trọng, giải quyết xung đột và đưa ra lựa chọn tốt nhất.

Hãy tưởng tượng mọi người đều có một VeeMe, giống như mọi người đều có máy tính và điện thoại thông minh. Nó trông rất ngầu; bạn nhất định phải có một cái nhé. Sau đó, hãy tưởng tượng VeeMe của mọi người nói chuyện với nhau. Nếu VeeMe của tôi và VeeMe của bạn "thích" nhau, bạn và tôi có thể muốn gặp nhau ngoài đời! Sự tương tác giữa các VeeMe với nhau có thể là một cách để sàng lọc trước thông tin và những lựa chọn ưu tiên về mặt xã hội.

Khả năng tạo kết nối là lý do tại sao VeeMe của tôi sẽ hoạt động tốt với Jobly. VeeMe là một đặc tính nhận dạng kỹ thuật số tiên tiến và những nhận dạng này không giới hạn ở con người. Các cộng đồng, công ty, hay bất cứ thứ gì có khả năng tương tác và tạo dữ liệu đều có thể có VeeMe mô phỏng tính cách và hành vi. VeeMe là những trợ lý kỹ thuật số tài năng, người sàng lọc các lời đề nghị và mai mối kết bạn hay hẹn hò.

Jobly có thể là một trang web "hẹn hò" cho VeeMe. Thay vì tìm kiếm một lập trình viên, một công ty có thể tìm kiếm một người có sự kết hợp của các kỹ năng và tài năng mong muốn, đồng thời có tính cách phù hợp với nhóm nhân viên hiện có. Thị trường lao động rối loạn chức năng ngày nay đang cố gắng thực hiện điều này bằng cách thêm các bài kiểm tra tâm lý và các buổi phỏng vấn vào quy trình tuyển dụng.

Jobly có thể hỗ trợ các công ty trong việc tạo những đặc tính nhận dạng kỹ thuật số gọi là VeeJob, có thể gặp gỡ VeeMe của tôi và những VeeMe mà tôi sẽ cùng làm việc nếu tôi nhận được công việc. Nếu họ gần như hợp nhau, công ty có thể mời tôi đến để xem chúng tôi hòa hợp như thế nào trong đời thực.

Quyền riêng tư và quyền sở hữu: VeeMe của tôi phải thuộc về tôi

VeeMe cũng tôn trọng quyền riêng tư. Có rất nhiều dữ liệu về tôi được lưu trữ trên đám mây và trong các cơ sở dữ liệu khác nhau. Tôi vẫn có niềm tin đối với một số người chơi, như Google và facebook, với một lượng lớn dữ liệu kỹ thuật số về bản thân của tôi. Những người khác mà tôi không tin tưởng nhưng dù sao đi nữa họ vẫn có thể lấy được dữ liệu của tôi vì tôi thường không đọc hết những dòng chữ cảnh báo trước khi tải xuống những ứng dụng. Bây giờ chúng ta nhận thức được rằng có thể có những tổ chức mà chúng ta không hề biết nhưng lại biết rất rõ chúng ta là ai, chúng ta làm gì và chúng ta hành xử như thế nào. Những tổ chức đó đang sử dụng những thông tin này vào những mục đích không được chúng ta chấp thuận. Khi tôi xuất bản lần đầu tiên kịch bản VeeMe vào năm 2012[18], nó có vẻ giống như khoa học viễn tưởng thuần túy nhưng bây giờ, chỉ sáu năm sau, nó không còn cảm thấy xa vời nữa và giống như một thực tế đang đến gần hơn.

VeeMe là bản sao ảo tốt nhất của tôi và nó phải nằm trong tầm kiểm soát của tôi. Hãy tưởng tượng một công ty cung cấp cho tôi một số ứng dụng trên điện thoại thông minh và chiếm lấy quyền hợp pháp để tạo một bản VeeMe của tôi mà họ có thể sử dụng cho bất kỳ mục đích nào. Các công ty có động

---

[18] "Xconomy: Gặp gỡ VeeMe: Đặc vụ ảo được lập trình để suy nghĩ như tôi." Ngày 29/11/2012, https://www.xconomy.com/san-francisco/2012/11/29/meet-veeme-the-virtual-agent-programmed-to-think-like-me/. Truy cập ngày 26/9/2018.

cơ kinh doanh ngày càng cao muốn biết càng nhiều về tôi càng tốt để xây dựng một mô hình về tôi cho riêng họ và sử dụng nó để tiếp thị hoặc đặt mục tiêu dựa vào hành vi, và thực chất là họ đang làm điều đó. Luật về quyền riêng tư phải có một bước tiến dài nếu muốn bảo vệ chúng ta khỏi mặt tối này từ các doanh nghiệp tự do.

Tuy nhiên, mọi thách thức, bao gồm cả thách thức để duy trì quyền riêng tư, đều là cơ hội và có chỗ đứng cho một ngành mới phát triển - ngành bảo vệ VeeMe của tôi khỏi những "con mắt" tò mò. Những gì chúng ta cần là những người chơi có thế lực mạnh, có lợi ích kinh doanh phù hợp với nhu cầu riêng tư của tôi. Điều đó hoàn toàn có thể vì VeeMe sẽ có sức hấp dẫn đối với các nhà tiếp thị, những người có thể thử các đề nghị chào hàng của họ trên VeeMe và quyết định xem đây có phải là thứ mà tôi có thể thích hay không. Nếu VeeMe thích nó, tôi sẽ xem xét lời chào hàng đó. Tôi thậm chí có thể kiếm được một vài đô-la khi bán quyền truy cập vào VeeMe của tôi cho các nhà tiếp thị.

Cơ sở dữ liệu bên trong VeeMe là của tôi vì nó chứa thông tin cá nhân của tôi. Nếu tôi sở hữu VeeMe, tôi sẽ dễ dàng bảo vệ thông tin đó hơn. Một công ty quản lý VeeMe của tôi sẽ có động cơ để đảm bảo rằng không có bất kỳ phiên bản VeeMe không chính thức hoặc vi phạm bản quyền nào tồn tại ngoài phiên bản VeeMee chính thức của tôi. Jobly, các nhà tiếp thị và những người khác sẽ không thể sao chép cơ sở dữ liệu đó. Họ chỉ cần tương tác với nó mà thôi. Họ sẽ cung cấp các tác nhân kích thích và VeeMe sẽ phản hồi. Xây dựng và duy trì VeeMe sẽ trở thành một ngành kinh doanh lớn.

Nguyên lý cấu trúc sẽ như sau: tôi có một cái "hộp chứa" an toàn chứa tất cả dữ liệu của tôi trong đó. Hộp chứa của tôi được lưu trữ bởi một công ty chuyên cung cấp nền tảng chịu trách nhiệm giữ nó an toàn. Các nhà sản xuất ứng dụng tạo ra các ứng dụng có thể tương tác với dữ liệu của tôi thông qua nền tảng này. Các ứng dụng sẽ kết nối với VeeMee của tôi thông qua giao diện lập trình ứng dụng API của riêng tôi, do nhà cung cấp nền tảng quản lý.

Tại Đại học Warwick, dự án HAT "Trung tâm của vạn vật"[19], do Irene Ng đứng đầu, đã giải quyết vấn đề ai là người sở hữu dữ liệu của bạn bằng cách xây dựng một nền tảng thị trường kiểu này cho các cá nhân giao dịch và trao đổi dữ liệu của bạn với các dịch vụ.

Kiến trúc của hệ thống VeeMe phù hợp với nền kinh tế lấy con người làm trung tâm vì cả hai đều hướng đến việc tối đa hóa giá trị của con người; cả hai đều cố gắng tạo điều kiện cho mỗi cá nhân tận dụng tốt tiềm năng của mình để trở nên độc đáo. Sẽ có một thị trường tuyệt vời nhằm khai thác những công việc khiến mỗi người cảm thấy mình có ý nghĩa, nhưng chúng ta vẫn chưa nhận ra thị trường đó. Bây giờ tôi sẽ là tác giả của cuốn tiểu thuyết tuyệt vời đang được viết: cuộc sống của chính tôi. Công việc mà tôi có càng tốt bao nhiêu, tôi càng nhận được nhiều điều thú vị và VeeMe của tôi càng được tăng giá trị bấy nhiêu.

Các công ty cung cấp dịch vụ quản lý VeeMe của tôi sẽ là ngân hàng của tương lai. Họ phải có chính sách bảo mật cực cao và nghiêm ngặt. Họ phải vác theo những cây gậy rất lớn, đủ lớn để hạ gục những kẻ trộm danh tính và bảo vệ dữ liệu của tôi giống như các ngân hàng chăm sóc tiền của tôi hiện nay. Cũng giống như việc các ngân hàng kiếm được tiền từ tiền của tôi và chia sẻ số tiền thu được với tôi, các ngân hàng VeeMe trong tương lai sẽ tìm cách kiếm tiền trên VeeMe của tôi và chia sẻ nó với tôi. Sẽ còn nhiều cách khác nữa để kiếm được giá trị từ công việc làm ăn này.

Khi đạt đến mức độ mà VeeMe của tôi có thể hành động giống như tôi trong các tình huống khác nhau, nó sẽ tự thiết kế hành vi ngược lại cho chính mình trong những tình huống tương tự. Nó sẽ bắt chước nhiều thứ vượt ngoài ý thức của tôi. Vô thức của tôi cũng phát huy tác dụng bởi vì nó hiện diện trong hành động của tôi và do đó cũng trong dữ liệu tôi tạo ra như những cảm xúc bị kìm nén, kỹ năng tự nhiên, tiềm thức, thói quen, phản ứng vô điều kiện, và có lẽ cả những điều phức tạp, những điều ám ảnh và ham

---

[19] "Hub-of-All-Things." https://www.hubofallthings.com/. Truy cập ngày 26/9/2018.

muốn tiềm ẩn. Dữ liệu cá nhân của tôi có thể mang dấu ấn của tất cả những điều này. Dữ liệu của tôi là một bài kiểm tra tâm lý khổng lồ mà VeeMe có thể nghiên cứu ngay cả khi nó không thể hiện ra rõ ràng lắm. Đó là một vấn đề rất nhạy cảm; ai lại muốn giao chìa khóa nội tâm cá nhân mình cho các nhà tiếp thị nhỉ?

Giáo dục nhân văn (1): việc học hướng con người

Ngày nay, giáo dục và thị trường lao động là một cặp song sinh bị rối loạn chức năng. Cái này được cho là chất xúc tác cho các chức năng của cái kia, nhưng phần lớn chúng từ chối giao tiếp với nhau một cách hiệu quả. Hầu hết giáo dục thậm chí không được thiết kế để cung cấp cho mọi người kỹ năng phù hợp để làm việc. Thay vào đó, để cung cấp nguyên liệu thô cho thị trường lao động cơ bản, các hệ thống trường học được thiết kế để chuẩn bị cho học sinh vượt qua các bài kiểm tra và đủ điều kiện cho các cấp học tiếp theo cho đến khi có quá nhiều người không thể tiếp tục. Trường tiểu học thì hướng đến các cấp học trung học cơ sở; trung học cơ sở hướng đến trung học phổ thông; rồi trung học phổ thông hướng đến đại học, v.v.

Vào thời của ông bà tôi, sáu năm tiểu học là mức độ giáo dục tiêu chuẩn. Vào thời của cha mẹ tôi, đó là lớp chín đến lớp mười hai. Bây giờ nó là đại học và cao đẳng. Nếu điều này cứ tiếp tục, rất nhiều người sẽ phải xoay sở để có được bằng cấp sau đại học mà thị trường lao động sẽ yêu cầu họ. Trên thực tế, đã có một sự lạm phát bằng cấp sau đại học.

Thật kỳ lạ là ngày nay học sinh phải đợi đến tuổi 20 mới nộp cái đơn xin việc đầu tiên trong khi cứ trong hai đứa trẻ 10 tuổi thì có một đứa có thể tạo ra giá trị thị trường thông qua điện thoại thông minh. Tại sao lại như vậy? Câu trả lời đã từng là, công việc ngày càng tiên tiến hơn nên chúng ta cần phải có nền giáo dục tiên tiến hơn. Nhưng đó không phải là một câu trả lời thích hợp vào thời điểm mà một giáo sư đại học có thể bị đứa trẻ tuổi teen qua mặt trong việc sử dụng máy tính - một kỹ năng công việc hàng đầu. Câu trả lời chính xác nhất cho lý do tại sao tất cả mọi người đang làm điều đó là bởi vì những người khác ai cũng đang làm như vậy. Nhưng câu trả lời đó không bền vững và chúng ta đang bắt đầu thấy một quá trình phá vỡ và ra đời các mô hình thay thế.

Giáo dục sẽ bị phá vỡ để trở nên tốt hơn bởi vì chúng ta không còn học mọi thứ từ sách hoặc lớp học. Chúng ta học được nhiều kỹ năng phù hợp nhất bằng cách bắt tay vào làm thực tế. Nhờ vào những người như Steve Jobs, chúng ta không cần đọc cẩm nang hướng dẫn trước khi bắt đầu sử dụng máy tính. Chúng ta đang thay đổi mô hình: mô hình cũ là một chuỗi tẻ nhạt của việc học trước rồi sau đó mới làm.

Luận thuyết mới hơn, đơn giản hơn là vừa học vừa làm.

Nhìn chung, chúng ta đang bị kẹt trong cách vận hành tuần tự cũ - như chúng ta có thể thấy khi xem qua nhiều chương trình giảng dạy của trường công. Đã đến lúc chúng ta phải phát minh ra cỗ máy JUNG!

Khi chúng ta vẫn còn bị kẹt trong tư duy học tập cũ, chúng ta không thấy những tiêu cực của việc đưa con em mình đi học cho đến khi phần lớn kiến thức của chúng đã bị lỗi thời. Hệ quả tất yếu là bao nhiêu trong số những gì chúng ta học được ở trường trung học cơ sở và phổ thông là cần thiết để có được công việc phù hợp, hoặc thậm chí là công việc đầu tiên? Một lần nữa, lý trí của chúng ta mách bảo rằng những đứa trẻ còn quá nhỏ và chưa trưởng thành để bắt đầu làm việc; chúng cần phải trưởng thành để sẵn sàng cho một thế giới đầy khó khăn! Điều này có nghĩa là giữ trẻ em bị cô lập khỏi thị trường lao động "khó khăn" cho đến khi chúng sẵn sàng đối phó với nó - mạnh mẽ về tinh thần và có trách nhiệm với xã hội. Nhưng khoan đã, có phải kinh nghiệm xử lý các vấn đề trong cuộc sống thực tế đã biến chúng ta trở thành những người lớn như vầy không?

Câu trả lời là chúng ta cần một quan điểm hướng con người không chỉ về công việc mà còn về giáo dục nữa. Những câu hỏi quan trọng là: Làm thế nào để người này có thể tạo ra giá trị tốt nhất cho bản thân và những người khác? Cô ấy có thể làm gì? Cô ấy có thể học được gì? Học sinh không những chỉ cần học các môn học thuật như toán và lịch sử, mà chúng còn cần có những hoạt động với những người khác - làm việc theo nhóm, hào phóng mà không bị lợi dụng, tôn trọng bản thân và những người khác, thỏa hiệp, kết nối, kết bạn, xử lý xung đột và nhiều hoạt động khác trong thế giới đời thường.

Giáo dục nhân văn (2): Trường học cho con người

Có một thời học ở trường được coi là tiên tiến hơn học ở công ty, và chuyện học việc ở các công ty bị coi là lạc hậu. Nhiều xã hội hiện đại (với những ngoại lệ đáng chú ý như ở Đức và các nơi khác ở châu Âu) đã bỏ việc học nghề và chỉ tập trung vào học ở trường để trẻ em có đủ điều kiện xây dựng xã hội hiện đại khi chúng lớn lên. Nhưng ngày nay, trong nền kinh tế đổi mới, các công ty thường tiến bộ hơn các trường học truyền thống. Các công ty đào tạo công nhân của họ rất tốt đến mức nhiều người học việc sau đó có thể dạy lại những kiến thức hiện đại nhất cho đàn em.

Tại các trường phổ thông của chúng ta, rất ít sinh viên được học cách thương lượng mức lương, bán cho người khác ý tưởng về một chương trình mới hoặc định hướng nghề nghiệp. Một số ít may mắn được dạy cách xin việc, về lý thuyết, và trở thành một phần của thị trường lao động. Một trong những bước tốt hơn nữa có thể là đưa các đại diện của công ty vào các trường học và huấn luyện bọn trẻ làm những công việc hữu ích. Giáo viên có thể tạo điều kiện cho việc thử nghiệm một sản phẩm hoặc tiến hành nghiên cứu thị trường. Khi đó, những đứa trẻ đi học ngày nay sẽ có những công cụ để tạo ra giá trị thực. Lớp học có thể học thảo luận về những mô tả công việc, đề xuất giá cả, đưa ra đề nghị chào hàng. Nếu chúng nhận được một dự án, chúng có thể chia công việc cho nhau, làm việc đó như một nhóm và cho ra thành phẩm. Khi dự án hoàn thành, lớp học hoặc trường học đó sẽ được trả tiền thù lao. Hãy tưởng tượng tất cả những gì chúng sẽ học được từ việc tạo ra giá trị đến làm việc với tư cách là thành viên của một nhóm.

Mô hình này có một số lợi ích. Những đứa trẻ học được những kỹ năng cao hơn mức chúng cần cho công việc khi làm việc ngoài thực tế. Chúng học cách độc lập, cộng tác, chịu trách nhiệm và khám phá giá trị của bản thân. Chúng được huấn luyện và hỗ trợ bởi các giáo viên, những người giúp họ tránh bị bóc lột, học được đạo đức làm việc và kinh doanh, và chuẩn bị cho cuộc sống "thực tế".

Nền kinh tế giữa các cá nhân

Để có một nền kinh tế lấy con người làm trung tâm, chúng ta cần có khả năng tách con người ra khỏi những thứ khác. Chỉ vài năm trước, «ai được xem là con người» là một cuộc thảo luận đầy triết lý nhưng với công nghệ trí tuệ nhân tạo và tự động hóa, vấn đề đó đã trở nên rất thực tế. Cái gì khiến chúng ta không phải là máy móc, và làm thế nào để việc chúng ta không phải là máy móc là một điều tốt?

Nói rằng con người không phải là máy móc bởi vì chúng ta có thể làm những điều mà máy móc không thể làm đã trở thành một định nghĩa rất vô ích. Chúng ta không thể xóa bỏ những động cơ thúc đẩy quá trình tự động hóa. Các nhà kinh tế và trí thức tiếp tục cố gắng xác định nhiều loại nhiệm vụ hơn mà máy móc sẽ không bao giờ có thể làm tốt như con người. Vấn đề với điều này là ở chỗ bất kỳ nhiệm vụ nào mà một người có thể hoàn thành, về nguyên tắc, đều có thể được thực hiện bởi một cái máy. Một số người phản bác rằng tình yêu, sự quan tâm và sự thân mật là những phẩm chất mà máy móc sẽ không bao giờ làm tốt bằng con người. Nhưng chúng ta thấy các nhà công nghệ đang thách thức ngay cả mức độ khó có thể đạt được đó với sự ra đời của robot tình dục. Nếu nhu cầu của khách hàng có thể được thỏa mãn bằng bất kỳ hình thức kích thích tâm trí đồng thuận nào thì sẽ có phát sinh động lực cho sự đổi mới công nghệ. Không có nghi ngờ gì cả về việc có thể phát minh ra các hóa chất mới, thực tế ảo, và robot có thể đáp ứng ngay cả những mong muốn cá nhân nhất, và chúng ta đã nhìn thấy sự đổi mới này bắt đầu diễn ra.

Vì vậy, nỗ lực xác định những gì con người giỏi mà máy móc không thể làm được là cách tốt nhất để ngăn chặn sự phát triển của những cỗ máy. Trong trường hợp xấu nhất, việc này có thể tăng tốc độ đổi mới bằng cách hướng các nhà đổi mới đến những thách thức sinh lợi mới. Giờ đây, chúng ta đang đối mặt không những chỉ với những thách thức về tương lai của công việc mà còn là việc vật thể hóa và thương mại hóa mọi nhu cầu và khả năng của con người.

Nếu chúng ta càng đặt nặng vấn đề vô đồ vật, chúng ta càng bắt đầu đối xử với nhau như những đồ vật.

Chúng ta phải tìm một cách khác để tách mình ra khỏi máy móc.

Có phải là một "Ngươi" chăng? Thử nghiệm Turing so với thử nghiệm Buber

"Thử nghiệm Turing" là một cách tách con người ra khỏi máy móc. Bài kiểm tra được Alan Turing giới thiệu trong bài báo năm 1950 "Máy tính và trí thông minh"[20], mở đầu bằng câu: "Tôi đề xuất xem xét câu hỏi, 'Máy móc có thể suy nghĩ không?'" Một số gợi ý rằng khi máy móc vượt qua thử nghiệm Turing, chúng sẽ không thể phân biệt được với con người trong nền kinh tế. Hãy để tôi đề xuất một cách khiêu khích rằng máy móc đã vượt qua thử nghiệm Turing từ lâu.

Thử nghiệm Turing sử dụng hai phòng kín, với một con người trong một phòng và một cỗ máy trong phòng còn lại. Người phỏng vấn đặt câu hỏi, và nếu người phỏng vấn không thể phân biệt được sự khác biệt giữa con người và máy dựa trên các câu trả lời thì máy được coi là đã vượt qua bài kiểm tra Turing.

Hãy tưởng tượng một ông chủ nhà hàng là người phỏng vấn. Trong căn phòng kín đầu tiên có một người đang rửa chén, và trong phòng thứ hai là một máy rửa chén. Ông chủ đưa chén dĩa dơ vào, và sau đó chén dĩa đưa trở

---

[20] Turing, Alan (tháng 10/1950), "Máy tính và trí thông minh", Mind, LIX (236): 433–460, doi: 10.1093 / mind / LIX.236.433

ra từ cả hai phòng đều sạch sẽ như nhau. Vậy là máy rửa chén đã vượt qua bài kiểm tra Turing.

Bạn có thể phản đối, "Này, đó không phải là một bài kiểm tra công bằng! Ông chủ thậm chí còn không hỏi bất kỳ câu hỏi nào!" Chà, đừng phàn nàn với tôi về điều đó, và chúc bạn may mắn khi đến phàn nàn với ông chủ nhé. Rốt cuộc rồi ông ta có thể nói, "Những máy rửa chén ở đó dùng để rửa chén, không phải để nói chuyện."

Ông chủ nói đúng. Ông ấy đang sống trong một nền kinh tế lấy nhiệm vụ làm trung tâm, và ông ấy đơn giản chỉ cần rửa sạch chén dĩa theo cách rẻ nhất và tốt nhất. Trong nền kinh tế lấy nhiệm vụ làm trung tâm, máy rửa chén vượt qua bài kiểm tra Turing vì nó hạ con người xuống ngang tầm như máy móc.

Trong nền kinh tế lấy con người làm trung tâm, một bài kiểm tra Turing là cách chúng ta học để hiểu về nó. Ông chủ nhà hàng sẽ nói chuyện và đặt câu hỏi. Ông ta sẽ nhận ra sự khác biệt giữa con người và máy móc ngay lập tức. Máy sẽ rửa chén, còn ông chủ sẽ trò chuyện với con người về những tài năng khác và những gì họ có thể làm cùng nhau để tăng thêm giá trị cho nhà hàng. Mọi thứ cho đến giờ vẫn ổn.

Nhưng điều gì sẽ xảy ra khi chúng ta thay thế máy rửa chén bằng trí thông minh nhân tạo tối tân có thể làm mọi thứ mà con người có thể làm? Ông chủ không thể phân biệt được sự khác biệt giữa con người và máy móc, bất kể ông ta có yêu cầu gì đi chăng nữa. Trên thực tế, ông ấy khá mê chiếc máy tính và mời nó cùng đi uống nước với ông sau bài kiểm tra Turing. "Chắc chắn rồi, tôi thích điều đó," máy tính nói vậy (để vượt qua bài kiểm tra). Ông chủ bật dậy bước về phía cửa, mở cửa ra và ... Thật đau lòng phải không?

Máy tính có thể đã vượt qua bài kiểm tra Turing, nhưng nó sẽ không vượt qua được cái mà tôi gọi là bài kiểm tra Buber, được đặt theo tên của Martin Buber, nhà triết học đã viết quyển sách "*Ta Và Ngươi*".

Tôi đề nghị bài kiểm tra Buber cũng quan trọng như bài kiểm tra Turing khi thảo luận về nền kinh tế bởi vì nó vẽ ra ranh giới của cuộc chạm mặt giữa bạn với tôi hay khi bạn đang trải nghiệm một điều gì đó.

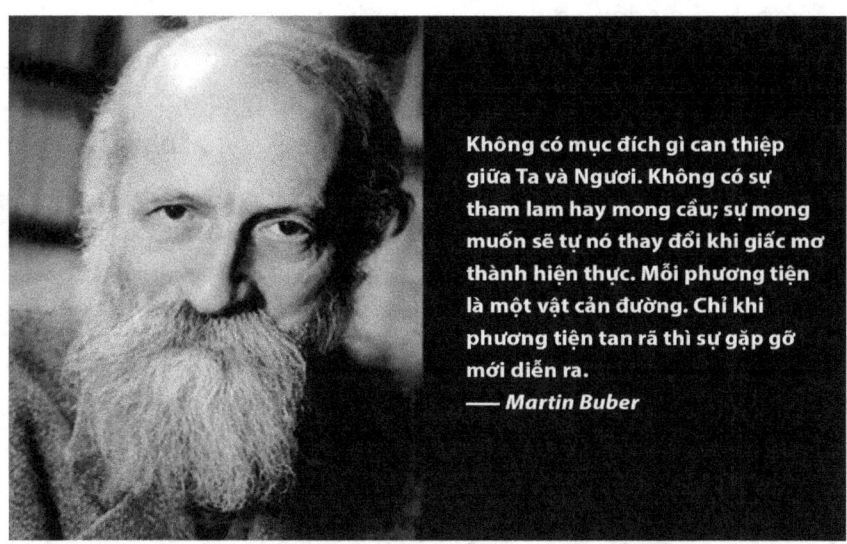

Buber nói rằng con người chỉ có thể quan hệ theo hai cách. Một cách là trải nghiệm, nơi anh ta liên hệ đến một vật hoặc một ý tưởng, đó là "Nó" đối với anh ta. Buber gọi điều này là quan hệ "Ta-Nó". Cách còn lại duy nhất là gặp gỡ với một sinh vật khác, mà anh ta coi là "Người".

Máy tính vượt qua bài kiểm tra Turing nhưng vẫn là một "Nó" đối với ông chủ nhà hàng, ngay cả sau khi nó đã vượt qua bài kiểm tra. Bây giờ, hãy giả sử ông ấy về nhà cảm thấy thực sự khó xử sau trải nghiệm xấu hổ đó. Con chó Ruff của ông ta chạy đến sủa mừng ông ta. Ông ta nhìn vào mắt Ruff, và ông ta đã thấy kết nối với nó. Trong chính khoảnh khắc đó, Ruff là một "Người", không phải là "Nó".

Cho dù chú chó Ruff đạt điểm không trong thử nghiệm Turing, nó vẫn vượt qua thử nghiệm Buber một cách tối ưu.

Có thể ước tính sự hiện diện của "Ngươi" có thể đóng góp cho nền kinh tế đến mức độ nào thông qua gia đình, bạn bè, con chó, các kết nối tâm linh hoặc bất kỳ hình thức nào khác của "Ngươi" bằng cách nâng cao năng suất của chúng ta lên, giảm chi phí chăm sóc sức khỏe, và hành động một cách hòa nhã hơn. Những đóng góp này là một khoản có giá trị khá lớn bởi vì nếu không có nó, năng suất và tiêu thụ sẽ trở nên thấp hơn nhiều. Nhưng tôi sẽ không ước tính nó ở đây bởi vì như vậy chẳng khác nào đặt cỗ xe kéo trước con ngựa. Mục đích của Ngươi không phải là để có được nhiều Nó hơn trong cuộc sống của chúng ta. Ngược lại, mục đích là để nuôi dưỡng mối quan hệ của chúng ta với Ngươi. Nói như vậy có nghĩa phân tích học và kinh tế học phụ thuộc rất nhiều vào mối quan hệ giữa chúng ta với Ngươi nên chúng ta có một lý do chính đáng để đưa nó vào sổ sách kế toán. Vấn đề là làm thế nào để thực hiện điều đó, và làm thế nào để tránh biến mọi người thành những ký hiệu đô-la.

Kinh tế học nhân văn trong nền kinh tế lấy con người làm trung tâm

Cho đến bây giờ, chúng ta đã thảo luận về một nền kinh tế nơi chúng ta có thể làm việc với những người chúng ta thích và được đánh giá cao bởi những người chúng ta không quen biết (nghĩa là thị trường đòi hỏi ở chúng ta).

Phần cuối cùng trong lời tuyên bố sứ mệnh của chúng ta - được ở bên gia đình và bạn bè - mang đến những thách thức riêng của nó. Đó là, công việc có thể chiếm hết phần lớn cuộc sống của chúng ta nên đời sống cá nhân phải chịu bị thiệt thòi.

Mục đích của việc có một hoàn cảnh gia đình tốt không phải là để cải thiện tình hình việc làm mà tôi cảm thấy ngược lại rằng mục đích của việc có một công việc tốt là để có một hoàn cảnh gia đình tốt. Chúng ta có thể kế toán bằng đô-la, nhưng không phải bằng tình yêu và tình bạn. Vì kế toán là cơ sở của nền kinh tế nên khi chúng ta tối ưu hóa nền kinh tế có nghĩa là chúng ta tối ưu hóa đồng đô-la, không phải gia đình. Điều này mang đến một nghịch lý khác:

Sức mạnh của toán học đặt đồng tiền trên hết, nhưng chúng ta lại cần đặt gia đình và bạn bè trên hết.

Làm thế nào để giải quyết điều đó? Nếu chúng ta đối xử với một Ngươi như một Nó, cái Ngươi đó sẽ biến thành một Nó. "Tình yêu mua bán" không còn là tình yêu nữa. Tuy nhiên, để nền kinh tế lấy con người làm trung tâm trở nên nhân văn, tình yêu thương phải được phản ánh bằng cách nào đó trong phân tích học và kinh tế học. Làm thế nào chúng ta có thể giải quyết nghịch lý này?

Có thể tạo ra một nguyên lý kinh tế học hiệu quả cao, nhân văn và hướng con người, coi quan hệ cá nhân như là ý nghĩa, và tạo ra của cải là phương tiện dùng để đạt được ý nghĩa đó. Mục đích của kinh tế học như vậy sẽ là một nền kinh tế khiến mọi người quan tâm đến hạnh phúc của nhau và trừng phạt những hành vi chạy theo danh vọng hay quyền lực, tức là những người cố gắng làm việc chăm chỉ hơn mà không có thêm hạnh phúc. Sự cải tiến của công nghệ thông tin đang làm cho việc khuyến khích một nền kinh tế nhân văn hướng con người trở nên quan trọng hơn bao giờ hết bởi vì chúng ta càng giỏi tính toán, chúng ta càng có thể sử dụng phân tích học và kinh tế học một cách giàu trí tưởng tượng hơn để định hướng và định hình xã hội.

Kinh tế học ngày nay không hợp lý

Các giá trị của kinh tế học dưới các hình thức hiện tại của nó có thể phản tác dụng và mang lại những tác động tiêu cực cho xã hội và nền kinh tế. Ví dụ, những người tham công tiếc việc được khen ngợi vì sự cống hiến của họ, ngay cả khi điều này khiến họ bỏ bê gia đình và bạn bè. Thói quen của họ có lợi cho doanh thu, vì vậy nền kinh tế khuyến khích hành vi này. Quãng đường đi làm xa hơn là không có lợi cho người đi làm nhưng lại có lợi cho tăng trưởng kinh tế vì chúng thúc đẩy việc phát triển cơ sở hạ tầng. Trả tiền cho những người làm những việc mà bản thân chúng ta thích tự làm hơn lại là "tốt cho nền kinh tế" mặc dù điều đó nghe có vẻ không hợp lý như đối với một người bình thường muốn tự mình chẻ củi nhưng lại phải thuê người khác làm thay. Có gì sai ở đây vậy? Các mô hình toán học có thể cho ra kết quả phản trực giác bởi vì thực tế phức tạp hơn chúng ta nghĩ, hoặc do mô hình thiếu một nhân tố nào đó, hoặc cả hai. Tôi tin rằng nó là cả hai.

Bằng cách giúp nhau cùng có việc để làm, mọi người sẽ luôn luôn được đồng bộ với nhau; họ liên tục phụ thuộc vào nhau và duy trì các chuẩn mực chung. Họ sẵn sàng cho việc áp dụng những kỹ năng tập thể của họ để đương đầu với những đe dọa cũng như cơ hội. Bởi vì vừa là người kiếm tiền vừa là người chi tiêu cho nên ngay cả những người xa lạ nhau cũng phụ thuộc vào nhau, và sự phụ thuộc này mở rộng xã hội tốt đẹp ra ngoài phạm vi gia đình và bạn bè. GDP hướng đến nền văn minh và bỏ xa chế độ bộ lạc. Nền kinh tế hiện diện khi mọi người cần nhau. Khi mọi người cần nhau hơn, nó sẽ phát triển, và xã hội được cho là trở nên có giá trị hơn đối với các công dân của nó. Nhưng ở đây mô hình đang thiếu một nhân tố gì đó.

GDP không phân biệt được giữa những người cần nhau khi nào họ thương nhau và khi nào họ ghét nhau. Do đó mối quan hệ giữa tạo ra của cải vật chất và sự an vui hạnh phúc có vấn đề.

Sự an vui hạnh phúc không thể tồn tại nếu không có của cải, nhưng của cải có thể tồn tại mà không có sự an vui hạnh phúc. Một số người trở nên giàu có trong khi làm cho nhân loại khốn khổ hơn. Các doanh nghiệp thậm chí có thể có động cơ mạnh để hủy hoại cả nền kinh tế đã nuôi sống nó. Hiện nay, một số nhà kinh tế cho rằng mức độ khuyến khích về mặt kinh tế đối với việc thay thế con người bằng máy móc sẽ rất cao, đến mức tất cả các công việc sẽ biến mất và con người sẽ không còn việc để làm nữa. Đây sẽ là sự kết thúc của xã hội, như tôi đã nhiều lần nói trong quyển sách này, bởi vì nó sẽ làm tan biến sự phụ thuộc lẫn nhau giữa những công dân chưa hề biết nhau, trong khi xã hội thì phụ thuộc vào những mối quan hệ hỗ tương đó.

Khi ý tưởng GDP được giới thiệu, nó đã định hướng cho các chính phủ tạo ra các chính sách dẫn đến việc làm, giáo dục, chăm sóc sức khỏe và giải trí tốt hơn. Người cho ra đời ý tưởng GDP hiện đại mà chúng ta sử dụng ngày nay, Simon Kuznets, đã cảnh báo chúng ta không nên dựa vào nó quá nhiều, nhưng việc thiếu các chỉ số thay thế đã khiến các chính phủ đặt mục tiêu tăng trưởng GDP cao nhất mà họ có thể đạt được. Điều tương tự cũng xảy ra đối với các công ty, nơi mà các CEO và ban giám đốc nhận thấy mình cam kết tối đa hóa lợi nhuận, không phải sự an vui hạnh phúc - ngay cả khi họ biết rằng nó là thứ mà người lao động và khách hàng của họ thực sự mong muốn có.

Kinh tế học cho sự an vui hạnh phúc vẫn chưa có mặt

Các nhà kinh tế đang xem xét cách đo lường mức độ an vui hạnh phúc theo những cách mà các chính phủ có thể sử dụng để cải thiện chính sách, nhưng các chỉ số được trình bày đã không tạo ra được ảnh hưởng gì đáng kể. Trong trường hợp quản lý doanh nghiệp, nghiên cứu đã chỉ ra rằng an vui hạnh phúc của người lao động là một yếu tố dự báo thành công bền vững lâu dài tốt hơn so với các bản báo cáo hàng quý, nhưng rất khó thực hiện và duy trì vì nó không thể "hiển thị bằng các con số" cụ thể như báo cáo hàng quý. Tư duy thiết kế, một phương pháp tạo được sự đồng cảm giữa những người lao động, đã chứng tỏ được sức mạnh của nó trên thị trường. Nhưng ngay cả khi phương pháp sản xuất dựa trên sự đồng cảm đó hiển thị bằng những con số thì một lỗ hổng nghiêm trọng vẫn còn đó: an vui hạnh phúc vì mục đích để tạo ra đô-la nhiều hơn. Đó là một logic bị đảo ngược. Hạnh phúc phải là mục đích, còn của cải là phương tiện.

Kinh tế học đương đại dựa trên lý thuyết toán học. Điều này làm cho nó trở nên rất mạnh mẽ. Khi chúng ta xây dựng các công cụ tính toán tốt hơn, một nền kinh tế tập trung vào thương mại, cạnh tranh và tạo ra đô-la sẽ làm tăng sức mạnh của nó đối với cuộc sống của chúng ta và đẩy các yếu tố khác sang một bên. Khi mọi người được trao cho cơ hội kiếm hoặc để dành tiền nhiều hơn, chi phí cơ hội thời gian nhàn rỗi sẽ tăng lên. Rủi ro cao hơn trên thị trường lao động sẽ tạo ra động lực để chúng ta tránh những chi phí đó. Người ta có thể dành thời gian nhiều hơn cho việc kiếm tiền, hoặc tránh rủi ro bằng cách không sinh con đẻ cái. Chúng ta nhận thấy tỷ lệ sinh đẻ ở các nền kinh tế tiên tiến thì thấp hơn, và có lẽ đây là một nguyên nhân.

Các chỉ số an vui hạnh phúc ngày nay là các chỉ số tổng hợp, đo lường những thứ như giáo dục, khả năng tiếp cận dịch vụ chăm sóc sức khỏe và hạnh phúc. Nhiều chủ đề trong số này liên quan trực tiếp đến chính sách, thuế và ngân sách. Nhưng ngay cả khi chúng có được ảnh hưởng, chúng vẫn chỉ cung cấp phương tiện để tạo ra cuộc sống có ý nghĩa cho mọi người; chúng không thể cung cấp sự an vui hạnh phúc. Mặt khác, chúng cũng có thể khó tích hợp vào kế toán và các đặc điểm khác của lý thuyết kinh tế. Chúng sẽ không đơn giản hóa toán học, nhưng ngược lại rất có thể sẽ làm cho nó phức tạp hơn.

Kinh tế học vừa có sức mạnh hấp dẫn vừa có những sai sót đáng kinh ngạc. Một số người có thể nghĩ rằng những sai sót của nó, đặc biệt là việc không mô hình hóa sự an vui hạnh phúc, là cố hữu và xuất phát từ việc có thể định giá mọi thứ được mua bán chứ không thể định giá những thứ quan trọng khác như tình bạn, tự do, hay bầu không khí trong lành, những thứ không thể và không nên có giá trị thị trường. Họ sẽ nói rằng bản chất thị trường vốn bất chấp đạo lý và vì thế nó nên được tách ra khỏi các khía cạnh có tính chất con người hơn. Nhiều biện pháp an sinh khác nhau đang được tạo ra để đánh giá tầm quan trọng của những thứ vô giá này. Điều này dẫn đến hai hệ thống kinh tế học song song - kinh tế học về của cải và kinh tế học về an vui hạnh phúc. Một mặt là GDP và các bản báo cáo hàng quý, và mặt khác là các chỉ số an vui hạnh phúc. Kinh tế học kép này phục vụ sự tách biệt đã tồn tại giữa kinh doanh (cứng) và từ thiện (mềm); giữa các tổ chức vì lợi nhuận và phi lợi nhuận. Các chính phủ có thu nhập từ nền kinh tế cứng và dành một phần lớn thu nhập chi tiêu cho nền kinh tế mềm. Các nhà lãnh đạo doanh nghiệp thành công có thể "cho trở lại", biến lợi nhuận của công ty cứng thành quỹ tài trợ mềm. Nhưng ngay cả khi điều này đạt hiệu quả ở một mức độ nào đó, nó cũng sẽ không giải quyết được thách thức của việc tự động hóa việc làm.

Công cuộc tìm kiếm một nền kinh tế thống nhất giữa của cải và sự an vui hạnh phúc

Như tôi đã chỉ ra, không thể có một nền kinh tế trong đó không ai lao động, và mọi người đều sống nhờ vào của cải được ban phát. Giải pháp duy nhất là tạo điều hiện cho nền kinh tế cứng trở thành nền kinh tế lấy con người làm trung tâm.

Nó có nghĩa là chúng ta sẽ được lợi lạc nhiều hơn khi hợp nhất kinh tế cứng và kinh tế mềm thành một nền kinh tế duy nhất tạo ra của cải vật chất vì mục đích an vui hạnh phúc. Kinh tế học này phải đáp ứng một yêu cầu cơ bản. Nó cần phải chiến thắng hệ thống đang vận hành ngày nay. Làm ra tiền để phục vụ cho an vui hạnh phúc phải có giá trị nhiều hơn làm ra tiền để phục vụ cho việc tiếp tục làm ra nhiều tiền hơn nữa. Điều đó có nghĩa là nền kinh tế có an vui hạnh phúc phải tạo ra đồng tiền khá hơn nền kinh tế không có. Với nền kinh tế thống nhất như vậy, các chính phủ và công ty sẽ đánh bại các đối thủ cạnh tranh bằng cách sử dụng hệ thống kép này, và chúng ta sẽ chuyển đổi sang một nền kinh tế nhân văn lấy con người làm trung tâm. Một số doanh nhân cực đoan có thể băn khoăn với việc mềm hóa cách tiếp cận cứng, nghĩ rằng mềm ắt có nghĩa là phi lợi nhuận. Nhưng chúng có thể được chứng minh là sai bởi vì chúng ta biết rằng những tổ chức có những người lao động có động cơ thúc đẩy tốt sẽ làm việc tốt hơn những tổ chức có những người lao động không hứng thú với công việc của họ. Nếu mọi người hòa thuận, họ làm việc với nhau tốt hơn; họ cảm thấy hạnh phúc hơn trong cuộc sống cá nhân của mình và được chủ của họ tạo động cơ thúc đẩy để họ làm tốt. Nếu mọi người cảm thấy rằng việc kiếm sống của họ có ý nghĩa và làm phong phú thêm cuộc sống của họ thì động lực của họ cũng sẽ cao hơn. Điều này không chắc chắn đảm bảo một cuộc sống dễ dàng, nhưng ít ra cũng là một cuộc sống mang lại cơ hội tìm thấy hạnh phúc, vượt qua khó khăn và biến khủng hoảng thành thuận lợi. Do đó, nghe có vẻ hợp lý khi giả định rằng một tổ chức có thể thúc đẩy người lao động phải có khả năng cạnh tranh thắng một tổ chức chỉ tập trung vào kết quả tài chính. Điều quan trọng là các công cụ kế toán và phân tích cho phép họ lập chiến lược và vận hành cũng phải dễ dàng giống như các công cụ kế toán và phân tích của các đối thủ cạnh tranh của họ, những công ty tập trung vào nhiệm vụ.

Tôi đề nghị rằng một hộp công cụ kinh tế thành công cho sự an vui hạnh phúc - một cái hộp có thể làm lu mờ GDP hướng nhiệm vụ và chiến thắng cơn nghiện báo cáo hàng quý - nên phù hợp với những điều kiện sau:

	TIÊU CHUẨN ĐỂ CÓ NỀN KINH TẾ VÌ SỰ AN VUI HẠNH PHÚC THÀNH CÔNG
1	TẠO RA SỰ KHÁC BIỆT GIỮA CON NGƯỜI VÀ ĐỒ VẬT
2	CÓ THỂ GÁN SỰ AN VUI VÀO MỤC ĐÍCH VÀ TIỀN BẠC VÀO PHƯƠNG TIỆN
3	ĐÚNG TRONG MỌI TÌNH HUỐNG MÀ CON NGƯỜI ĐANG SỬ DỤNG CÁC CÔNG CỤ KINH TẾ NGÀY NAY
4	CỨ KHÔI VỀ MẶT TOÁN HỌC, MẠNH MẼ ĐỂ PHÁT TRIỂN CÁC LÝ THUYẾT VÀ THUẬT TOÁN
5	HẤP DẪN ĐỐI VỚI NHỮNG NGƯỜI RA QUYẾT ĐỊNH KHIẾN HỌ LỰA CHỌN NÓ
6	DỄ HIỂU VÀ HẤP DẪN ĐỐI VỚI NGƯỜI ÁP DỤNG

Lý tưởng hóa "kinh tế học nhân văn"

Một ví dụ đầy khiêu khích: "Kinh tế Ta-Ngươi" không vật thể hóa con người

Để các bạn cảm nhận được về sự nhân văn của việc lấy con người làm trung tâm, tôi xin trình bày một kịch bản thô đã được đơn giản hóa. Nó không phải là một lý thuyết kinh tế đã được kiểm nghiệm, và tôi không có ý định đề xuất rằng đây là chìa khóa duy nhất của kinh tế học lấy con người làm trung tâm. Mục đích chỉ đơn thuần là để kích hoạt suy nghĩ và truyền cảm hứng cho những suy nghĩ mới theo những cách mới. Nếu ai đó đọc điều này và được truyền cảm hứng để xây dựng một lý thuyết kinh tế vững chắc cung cấp các công cụ tuyệt vời để xây dựng một nền kinh tế lấy con người làm trung tâm, trong quá trình này chứng minh được rằng những gì tôi đề xuất ở đây là tầm thường, không thực tế hoặc sai lầm, cần phải cải tiến, thì lý thuyết kinh tế đó đã đạt được mục đích của nó và do đó có thể xem như thành công. Với lời tiết lộ công khai này, chúng ta hãy tiếp tục.

Vấn đề:

Kinh tế học ngày nay là bất khả tri đối với những gì mọi người coi là có ý nghĩa. Thiếu khái niệm về ý nghĩa nên nó định nghĩa ý nghĩa là tối đa hóa các phương tiện. Điều này nghe có vẻ hợp lý nếu mọi người luôn luôn áp dụng các phương tiện sẵn có của họ để làm cho cuộc sống có ý nghĩa hơn. Nhưng trên thực tế, suy nghĩ của con người bị tác động mạnh bởi cách vận hành của nền kinh tế, do đó, họ cũng bắt đầu nghĩ rằng ý nghĩa của cuộc sống là kiếm được càng nhiều tiền càng tốt để có thể làm những việc có ý nghĩa. Sẽ có vấn đề nảy sinh nếu như họ chẳng bao giờ được làm những việc có ý nghĩa, hoặc họ quyết định rằng điều thực sự có ý nghĩa là cố gắng kiếm được nhiều tiền hơn vì chính bản thân sự cố gắng kiếm tiền này đã tôn vinh điều đó.

Kinh tế học cổ điển có xu hướng vật thể hóa mọi người, coi mọi người là một Nó. Con người được xác định theo các thuộc tính của họ, như giới tính, sức mạnh, sức khỏe, kỹ năng, tài năng, học vấn, kinh nghiệm chuyên môn, bằng cấp, và quốc tịch. Trong kinh tế học, con người luôn luôn có thể hoán đổi với bất kỳ ai hoặc thứ gì khác có các thuộc tính tương tự. Tự động hóa được xem là không có nhược điểm nào cả, miễn là nó có đủ công cụ cần thiết để thực hiện tốt công việc.

Nguồn gốc của vấn đề là sự vật thể hóa.

Một giải pháp có thể: Giới thiệu giá trị của "Cái Ngươi"

Hãy mở rộng vấn đề căn bản của chúng ta sang một giả định có thể phù hợp hơn để xây dựng nền kinh tế lấy con người làm trung tâm.

Giả thiết:

Ý nghĩa của nền kinh tế là chúng ta có mặt vì nhau. Tiền cung cấp phương tiện, và quan hệ với nhau là ý nghĩa.

Đây có phải là một giả thiết tốt để lấy làm căn cứ không? Trước hết, việc xác định ý nghĩa theo cách này có hợp lý không? Những người khác nhau sẽ thấy những điều khác nhau có ý nghĩa khác nhau. Một số người tìm thấy ý nghĩa trong việc viết sách hơn là ở bên cạnh người khác. Đi học đại học rất có ý nghĩa vì không có bằng đại học thì rất khó kiếm việc làm, vì vậy bạn phải làm việc với giáo viên và các sinh viên khác để đạt được mục tiêu đó. Tôi thì đề xuất ngược lại, rằng việc vào đại học đóng vai trò như một phương tiện để xây dựng mối quan hệ với những giáo viên trung học và bạn bè. Thật đúng vậy! Sống ở trung tâm thung lũng Silicon, tôi có thể nói điều đó bằng cả trái tim mình, bởi vì học sinh trung học ở đây sống dưới áp lực phải có bằng đại học để có việc làm lớn đến nỗi tỷ lệ tự tử ở tuổi vị thành niên cao hơn bất kỳ nơi nào khác. Vì vậy ở gần nơi tôi sống, những đứa trẻ đã lao vào trước một đoàn tàu đang chạy nhiều đến nỗi cảnh sát hiện giờ phải cử người canh gác liên tục tại các giao lộ với đường sắt cả ngày lẫn đêm.

Hãy tưởng tượng nếu những đứa trẻ bắt đầu xem mục đích đi học đại học là một phương tiện để xây dựng mối quan hệ tốt với giáo viên và bạn học. Điều này sẽ tích cực cho dù chúng có vào đại học được hay không vì chúng sẽ xây dựng được một mạng lưới quan hệ tốt với những người xung quanh chúng. Thật rất công bằng khi nói rằng những đứa trẻ nào tìm cách cải thiện mối quan hệ với những người xung quanh sẽ có khả năng quản lý tốt hơn những đứa trẻ khác. Điều này không chỉ đúng đối với học sinh phổ thông mà còn đối với mọi người ở mọi lứa tuổi.

Còn nhiều lập luận nữa về việc lựa chọn mối quan hệ giữa các cá nhân làm ý nghĩa; hãy để tôi sử dụng sự phân biệt khác nhau giữa "Ngươi" và "Nó" của Buber để bảo vệ luận điểm của mình. Theo quan điểm của Darwin, mục đích được định nghĩa là sự tiếp tục của loài người chúng ta, coi mọi thứ khác là phương tiện, bao gồm cả bản thân chúng ta. Nhưng đối với chúng ta, việc nuôi dưỡng một gia đình là do Ngươi định hướng, từ việc tìm bạn đời đến việc nuôi dạy con cái. Từ quan điểm của loài giống, mỗi "Nó" mà chúng ta trải qua chỉ nhằm mục đích duy trì "Ngươi" trong cuộc sống của chúng ta để tiếp tục nuôi dưỡng những thế hệ tiếp theo. Do đó, theo quan điểm của chúng ta, "Cái Ngươi" mà chúng ta đã đề cập trở thành cái gần gũi nhất mà chúng ta cần phải nuôi dưỡng.

Từ những khía cạnh này, sẽ rất hợp lý khi cho rằng quan hệ Ta-Ngươi là ý nghĩa và Ta-Nó là phương tiện đối với mô hình của chúng ta, nơi Ta-Ngươi là đại diện cho cảm giác được kết nối với những linh hồn sống khác, và Ta-Nó là cách chúng ta liên quan đến tiền bạc, mọi thứ, ý tưởng – tất cả những thứ không phải là "Ngươi".

Một lý do chính đáng khác để giải thích cho giả thiết này là công thức của Buber cho Ta-Ngươi và Ta-Nó không chỉ là một ý tưởng tuyệt vời mà nó còn hấp dẫn đối với tư duy toán học của tôi như một cơ sở cho kinh tế học. Nếu một tương tác diễn ra theo quan hệ Ta-Ngươi, Ta-Nó, hoặc kết hợp cả hai, thì tư duy toán học trong tôi sẽ thấy rất phấn khởi bởi vì điều đó có nghĩa là mọi thứ diễn ra giữa người với người đều có thể được mô tả dưới dạng Ta-Ngươi và Ta-Nó. Tuyệt vời hơn nữa khi Ta-Ngươi và Ta-Nó hoàn toàn không trùng lặp; chúng giống như táo và cam, hay X và Y. Chúng ta có thể mô tả bất kỳ vị trí nào của chuyển động trong hệ tọa độ với hai giá trị X và Y cho dù chuyển động đó có phức tạp đến mức nào, và như thế chúng ta cũng có thể mô tả mọi tương tác theo cách tương tự.

Quan hệ con người có thể vừa là Ta-Ngươi vừa là Ta-Nó. Tôi có thể nói với một thợ sửa ống nước, "Anh thợ sửa ống nước ạ, tôi đã tìm được một thợ sửa ống nước khác sẽ làm việc này theo cách tôi thích hơn nên tôi sẽ thay thế anh bằng anh ta." Tôi đã đặt thợ sửa ống nước vào vị trí của một "Nó", và điều đó là chính đáng. Tôi có thể tách công việc ra khỏi tình bạn. Tuy nhiên, nếu tôi nói, "Con trai của mẹ, mẹ đã tìm được một cậu bé khác có điểm số tốt hơn ở trường nên mẹ sẽ đổi con lấy nó," thì câu nói này nghe thật khủng khiếp. Con trai tôi phải là một "Ngươi". Đối xử với nó như một "Nó" sẽ khiến nó trở thành một 'Nó' thật. Nếu tôi thân thiện với người thợ sửa ống nước, anh ấy sẽ vừa là "Ngươi" (người bạn) vừa là "Nó" (thợ sửa ống nước), và tôi không muốn làm tổn thương tình cảm của anh ấy. Sửa ống nước là Ta-Nó, tình bạn là Ta-Ngươi. Chúng khác nhau, nhưng chúng trùng lặp nhau. Sổ sách kế toán không chỉ rõ chúng ta có phải là bạn bè hay không. Nó chỉ ghi nhận lại giao dịch thực tế. Nhưng trên thực tế, chúng ta biết ai là bạn của chúng ta và nếu muốn, chúng ta có thể viết một phần mềm kế toán có thể căn cứ vào email và mạng xã hội của tôi để tìm ra rằng cần phải hỏi ai để nhận được giá cả và dịch vụ tốt nhất. Đó là điều chúng ta ngày nay chỉ tính toán trong đầu, nhưng có lẽ tốt hơn nữa là nên tìm kiếm sự trợ giúp để cải thiện tốt nhất mối quan hệ của chúng ta. Sửa ống nước có thể xem như một dịch vụ tiêu chuẩn. Có thể đáng giá hơn khi trả thêm một chút để gắn kết hơn với người mà tôi muốn cải thiện mối quan hệ. Nó bồi đắp thêm cho vốn "Ngươi" của tôi. "Cái Ngươi" có thể thúc đẩy "Cái Ta" - miễn là nó nằm trong giới hạn của đạo đức kinh doanh.

Đạo đức tình bạn, như chúng ta đã biết, khác với đạo đức kinh doanh, và kinh tế học của "Cái Ngươi" và "Cái Nó" cũng vậy. Chúng ta biết rất nhiều về kinh tế học của "Cái Nó" vì chúng ta sử dụng các phiên bản của nó mỗi ngày. Nhưng kinh tế học của quan hệ gia đình và tình bạn thì không chính xác là vậy. Có một số việc chúng ta làm để nuôi dưỡng tình yêu và tình bạn, trong đó điều quan trọng nhất có thể chỉ đơn giản là ở bên nhau, thậm chí chẳng cần nói một lời nào. Một điều mà chúng ta không bao giờ có thể làm được với tình yêu và tình bạn là mua bán chúng. «Nụ hôn của em thật tuyệt vời» là một điều tuyệt vời để nói. «Anh có thể có một nụ hôn nữa nếu anh trả cho em $10 không?» thì nghe không hay tí nào. Tôi đề xuất một quy tắc kinh tế liên quan đến điều này:

Nếu tôi đối xử với một "Ngươi" như là một "Nó", nó sẽ trở thành một "Nó".

Xây dựng những quy tắc khác nhau cho Ta-Ngươi và Ta-Nó là chìa khóa của kinh tế học lấy con người làm trung tâm. Điều này có nghĩa là chúng ta có thể tách "Ngươi" ra khỏi "Nó", con người ra khỏi mọi vật. Chúng ta có thể sử dụng máy tính để giúp tìm ra những gì chúng ta nên làm, và với ai, để đạt được mục tiêu tốt nhất là cải thiện mối quan hệ giữa các cá nhân. Nó không có nghĩa là chúng ta chỉ nên làm việc với bạn bè, mà điều này thì quá đơn giản. Mục tiêu là tìm ra sự cân bằng và thời điểm thích hợp để biết phải cải thiện cái gì, cải thiện mối quan hệ cá nhân của chúng ta với ai, và kiếm được số tiền ta cần để có thể thực hiện tốt việc cải thiện đó.

Một kịch bản kế toán "Ta-Ngươi"

Hãy tìm hiểu một ví dụ để xem loại kế toán này trông như thế nào trong một kịch bản đơn giản, một điều có thể xảy ra trong cuộc sống của bất kỳ ai. Đó là câu chuyện về việc Bob mời bạn mình Anne đi ăn tối. Nó bao gồm "Cái Nó" (chúng ta sẽ tính số đô-la được thêm vào GDP khi câu chuyện tiến triển) và "Cái Ngươi", sự kết nối giữa các cá nhân mà cũng chính là mục đích của bữa ăn tối.

NỀN KINH TẾ LẤY CON NGƯỜI LÀM TRUNG TÂM - HỆ SINH THÁI MỚI CHO VIỆC LÀM

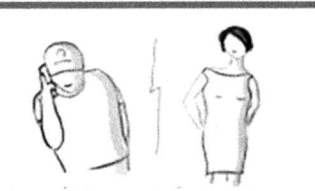

Bob muốn đi chơi tối với Anne, người sống ở một thành phố khác.

GDP +$50

Anh ta làm 2 giờ cho ông chủ ACME, kiếm được $50.

GDP +10

Anh ta trả $10 vé khứ hồi để đi xe lửa đến trạm kế tiếp.

Ta-Người +2♥

Anne và Bod ra6t1 vui khi gặp nhau.

Anne dắt anh ta đến hộp đêm Rose, nơi cô bạn Marie làm việc.

Ta-Người +2♥

Anne và Marie rất vui khi gặp nhau.

TA-NGƯƠI +1♥

Bob vui mừng khi gặp Marie, nhưng cô ta bận quá không tiếp anh ta được.

GDP + $40

Bob mua bữa ăn tối cho mình và Anne hết $40.

GDP + $10

Marie được trả $10 từ hộp đêm Rose cho việc đã phục vụ họ.

TA-NGƯƠI: Bod & Anne		+2♥
Anne & Marie		+2♥
Bod thích Marie		+1♥
	Tổng cộng:	5♥
GDP: Bod làm việc 2 giờ		$50
Bod mua vé xe lửa		$10
Bod trả tiền bữa ăn tối		$40
Marie làm việc		$10
	Tổng cộng:	$110

Minh họa bởi: Kana Chakrabarti

Hãy nói về năng suất theo cách gọi của các nhà kinh tế. Đây là việc nhìn thấy giá trị của những nỗ lực - tỷ lệ giữa nỗ lực chúng ta bỏ ra và những gì chúng ta nhận được.

> **Năng suất = Sự tạo ra giá trị thị trường / Nỗ lực sáng tạo**
>
> *Trong trường hợp này = $110 / (Việc làm của Bob + chuyến xe lửa Railex + Bữa ăn tối ở quán rượu Rose + Việc làm của Marie)*

Khi chúng ta nhận được nhiều từ một nỗ lực nhỏ, năng suất sẽ cao. Khi chúng ta nỗ lực rất nhiều nhưng lại không đạt được hiệu quả bao nhiêu thì năng suất sẽ thấp, và chúng ta tự hỏi liệu nó có xứng đáng hay không. Khi các nhà kinh tế học nói về năng suất, họ muốn nói đến đô-la. Nhưng trong cuộc sống thực tại, không phải là cứ có đô-la, cuộc sống mới có ý nghĩa mà là chúng ta sử dụng chúng làm gì. Chúng mang lại ý nghĩa cho cuộc sống của tôi hay cuộc sống của những người khác? Đây là chỗ mà kinh tế học dựa trên GDP ngày nay còn thiếu sót. Nếu tôi sử dụng tất cả số đô-la của tôi theo những cách có ý nghĩa thì việc kiếm được gấp 10 lần có thể mang lại nhiều ý nghĩa hơn cho cuộc sống của tôi; trong trường hợp đó, đúng là chúng ta nên tập trung vào việc tăng GDP. Nhưng đó là một giả định sai lầm. Tất cả chúng ta đều biết rằng khi chúng ta tập trung quá nhiều vào việc kiếm tiền, chất lượng cuộc sống sẽ bị giảm sút; chúng ta có ít thời gian chất lượng hơn để dành cho gia đình và bạn bè. Vì vậy, một loại năng suất thứ hai là cần thiết có trong kinh tế học. Đó là, chúng ta được thêm bao nhiêu ý nghĩa cho cuộc sống của chúng ta bằng cách thêm vào GDP. Chúng ta có thể gọi tỷ lệ này là tỷ suất có nghĩa. Bữa tối của Bob với Ann và Marie đã tăng thêm $110 vào GDP. Số tiền đó đã thêm bao nhiêu ý nghĩa cho cuộc sống của họ? Nó đã đưa họ đến gần nhau hơn bao nhiêu? "Lợi tức có ý nghĩa" là điều tạo nên sự khác biệt thực sự giữa kinh tế học ngày nay và kinh tế học "Ta-Ngươi". Nó nói, "Đây là số tiền mà "Cái Ngươi" (hoặc sự thân thiện) đạt được đối với mỗi đô-la được tạo ra trong nền kinh tế." Đó là, tỷ lệ giữa ý nghĩa và phương tiện đã tạo ra sự khác biệt giữa một cuộc sống chạy theo tiền của và quyền lực với một cuộc sống mưu cầu sự tốt đẹp. Khi chúng ta cân bằng tốt giữa việc kiếm tiền và cuộc sống với gia đình và bạn bè thì năng suất có ý nghĩa sẽ cao.

Năng suất có ý nghĩa là hệ số chuyển đổi giữa năng suất ("Tôi có được trả công xứng đáng cho những gì tôi làm không?") và năng suất có ý nghĩa ("Những gì tôi làm cho phép tôi sống một cuộc sống có ý nghĩa.")

Lợi tức Có nghĩa = Tạo ra ý nghĩa / Tạo ra phương tiện

Trong ví dụ này: 5 ❤ / $110

Năng suất có nghĩa = Năng suất / Lợi tức có nghĩa

Trong ví dụ này: 5 ❤ / (Việc làm của Bob + Chuyến xe lửa Railex + Bữa ăn tối ở quán rượu Rose + Việc làm của Marie)

(Nỗ lực bỏ thời gian có chất lượng ra với bạn bè)

Ngày nay chúng ta nhìn vào nền kinh tế bằng đô-la; nền kinh tế lấy con người làm trung tâm bổ sung thêm "Cái Ngươi" và Lợi tức có nghĩa. Trong nền kinh tế lấy con người làm trung tâm (PCE), chúng ta phải chọn "Cái Ngươi" - gia đình và bạn bè - làm ý nghĩa (đặt nó làm tử số) và đô-la làm phương tiện (đặt nó làm mẫu số). Trong PCE, chúng ta mang lại giá trị cho gia đình và bạn bè trên mỗi đô-la kiếm được càng nhiều càng tốt. Nhưng nền kinh tế lấy nhiệm vụ làm trung tâm làm đảo lộn phương trình, đặt đồng đô-la làm mục đích (tử số) và gia đình và bạn bè là phương tiện (mẫu số). Nền kinh tế lấy nhiệm vụ làm trung tâm của chúng ta muốn tạo ra càng nhiều đô-la càng tốt từ công việc chúng ta làm và từ mỗi nụ cười thân thiện. Nó đối xử với "Ngươi" như một "Nó" bởi vì nó không thể thấy sự khác biệt giữa chúng.

Dưới đây là một số tình huống thay thế cho buổi ăn tối của Bob để xem điều này tạo ra sự khác biệt nào trong thực tế, chúng tốt hơn hay xấu hơn cho nền kinh tế. Hãy so sánh PCE và kinh tế học lấy nhiệm vụ làm trung tâm hiện nay nói gì. Quy luật: nền kinh tế hiện nay hướng tới mục tiêu tăng đô-la trong khi PCE nhằm mục đích tăng "Cái Ngươi" và lợi tức có nghĩa (Cái Ngươi trên một đô-la).

SO SÁNH GIÁ TRỊ GIỮA NỀN KINH TẾ LẤY CON NGƯỜI LÀM TRUNG TÂM & NỀN KINH TẾ LẤY NHIỆM VỤ LÀM TRUNG TÂM					
NHỮNG TÌNH HUỐNG KHÁC CỦA BỮA TỐI GIỮA ANNE & BOB	GDP	CÁI NGƯƠI	LỢI TỨC Ý NGHĨA	NỀN KINH TẾ LẤY NHIỆM VỤ LÀM TRUNG TÂM NÓI	KINH TẾ LẤY CON NGƯỜI LÀM TRUNG TÂM NÓI
1. Thay vì đi chơi với Anne, Bob làm thêm giờ. Kết quả là phải trả thêm tiền để giảm stress vì công việc.	↑	↓	↓	"TỐT HƠN!"	"TỆ HƠN!"
2. Bob dời nhà xa hơn nên phải làm thêm 1 giờ nữa để trả thêm cho chi phí đi lại.	↑		↓	"TỐT HƠN!"	"TỆ HƠN!"
3. Marie xin nghỉ một tối và mời cả hai người Anne và Bob đến chơi. Bob mua đồ ăn và họ cùng nhau nấu ăn. Marie kiếm được ít tiền hơn nhưng có nhiều thời gian hơn để kết thân với Bob	↓	↑	↑	"TỆ HƠN!"	"TỐT HƠN!"

Bảng này chỉ rõ những sai trái trong hệ thống kinh tế ngày nay. Nền kinh tế thiếu một định nghĩa tốt về ý nghĩa. Trong nền kinh tế ngày nay, ý nghĩa của công việc là tạo ra nhiều công việc hơn; ý nghĩa của kiếm tiền là kiếm được nhiều tiền hơn. Nếu chúng ta coi mối quan hệ giữa các cá nhân là ý nghĩa, và coi GDP là nỗ lực mà chúng ta bỏ ra để đạt được ý nghĩa thì nghịch lý sẽ được giải quyết. GDP chỉ tỷ lệ thuận với sự an vui hạnh phúc khi mọi người kiếm được thêm thứ gì đó từ số tiền dư và công việc làm thêm. Nếu mọi thứ biến mất thành cát bụi trong một cuộc sống chạy theo tiền của và quyền lực thì sẽ không có ý nghĩa gì cả, và GDP tăng lên có thể lại là một điều tồi tệ.

Lưu ý một chi tiết thú vị trong bảng này: nó gợi ý rằng việc di chuyển đi lại đã làm tăng GDP. Nói cách khác, nền kinh tế hiện tại có thể có một động cơ tiềm ẩn để tăng thời gian di chuyển đi lại. Liệu nghiên cứu sâu hơn có tiết lộ thêm nhiều kết quả hơn về hoạt động này hay không là một điều rất thú vị.

Đây là loại toán học đủ mạnh để cho thấy kết quả quan trọng nhất của phương thức kế toán mới này. Chỉ bằng cách giới thiệu các mối quan hệ giữa các cá nhân và đưa một "Ngươi" vào kế toán, sự lạ lùng về GDP đến mức khó chịu sẽ biến mất trong ví dụ của chúng ta. Có nhiều phép tính toán học hơn để thêm «Cái Ngươi» vào. Điều này có thể được giải thích trong một ấn phẩm khác về động lực của nền kinh tế lấy con người làm trung tâm.

Kế toán cho "Cái Ngươi" như một chiến lược kinh doanh

Vì vậy, có lẽ "Cái Ngươi" có thể giải quyết một nghịch lý trong kinh tế vĩ mô, nhưng còn về kinh doanh thì sao? Nó sẽ trông như thế nào nếu một công ty bắt đầu đo lường và tính toán các giá trị của "Cái Ngươi" mà nó có? Câu trả lời là, "Cái Ngươi" cũng có ích lợi lớn cho các công ty. Hãy tưởng tượng một công ty hư cấu Acme Inc., nơi tất cả công nhân đều có một vài người bạn của họ cùng làm việc, những người hòa thuận và truyền cảm hứng cho nhau. Đây rõ ràng là một công ty có nguồn vốn tốt về "Cái Ngươi". Trong số các lợi ích của chủ sở hữu, hai lợi ích liên quan trực tiếp đến lợi nhuận cuối cùng là chi phí lao động và việc duy trì nhân viên. Nếu một công ty khác đưa ra mức lương cao hơn 15%, các nhân viên của Acme cũng sẽ không có nhiều khả năng bỏ đi vì họ muốn ở lại với bạn bè và đồng đội của họ. Ngược lại, nếu họ không có bạn bè ở nơi làm việc, họ sẽ dễ dàng chấp nhận ngay lập tức 15% lương cao hơn này hoặc thậm chí có thể thấp hơn. Nói cách khác, nếu hai công ty có lực lao động có tay nghề như nhau, một công ty có vốn "Cái Ngươi" tốt có thể hoạt động với chi phí lao động thấp hơn, hiệu quả chi phí cao hơn và tỷ suất lợi nhuận cao hơn công ty kia. Một đội gắn bó với nhau sẽ rất tốt cho khả năng cạnh tranh, và "Cái Ngươi" chính là mối liên kết chặt chẽ đó.

Bây giờ hãy tưởng tượng rằng Acme đang làm ăn khá hiệu quả, nhưng các cổ đông cho rằng họ còn có thể làm ăn hiệu quả hơn nữa vì cân nhắc mức độ phối hợp tốt của đội. Hội đồng quản trị thay một người có khuynh hướng phát triển mạnh mẽ hơn làm CEO. Giám đốc điều hành mới nói, "Chúng ta có một đội ngũ tuyệt vời nhưng họ không có động lực thực sự để cố gắng hết sức. Tôi sẽ tăng năng suất bằng cách để họ cạnh tranh nhiều hơn." Vì vậy, Giám đốc điều hành mới giới thiệu các cuộc thi, giải thưởng, cuộc thi Nhân viên của tuần, v.v. Ban đầu, năng suất thực sự tăng lên. Nhưng bằng cách biến nhân viên trở thành đối thủ cạnh tranh của nhau, Acme bắt đầu giảm vốn "Cái Ngươi" của nó. Chẳng bao lâu sau, những nhân viên có hiệu suất cao sẽ dễ chấp nhận lời mời làm việc từ đối thủ cạnh tranh hơn vì lúc này họ không còn nhiều tình bạn trong công việc như trước nữa. Giám đốc điều hành buộc phải tăng lương để giữ chân những người lao động giỏi nhất của mình, và điều đó làm giảm tỷ suất lợi nhuận. Nhiều người trong chúng ta đã thấy điều này xảy ra tại các công ty ở ngoài đời mà chúng ta hoặc những người thân thiết với chúng ta đã từng làm việc.

Một ứng dụng kế toán giúp những nhà tuyển dụng giỏi chiến thắng những nhà tuyển dụng tồi

Nếu Acme có một cách để đo lường và tính toán số vốn "Cái Ngươi" (đáng kể) của nó, cũng như để đánh giá mối liên hệ của nó với kết quả kinh doanh cuối cùng thì điều tồi tệ này đã không xảy ra. Giám đốc điều hành, hội đồng quản trị và các cổ đông sẽ nhìn thấy vốn "Cái Ngươi" và hiểu vì sao nó có thể giữ cho công ty có tính cạnh tranh cao như vậy. Một phần lợi nhuận của Acme sẽ được tái đầu tư thường xuyên vào vốn "Cái Ngươi". Công ty sẽ làm bất cứ điều gì cần thiết để vẫn là một công ty sáng tạo bền vững, nơi người lao động làm việc với những người họ thích, cảm thấy được thị trường đánh giá cao và có thể cung cấp cho những người họ yêu mến. Đây sẽ là một công ty cạnh tranh lấy con người làm trung tâm.

Có thể thiết kế một ứng dụng kế toán cho "Cái Ngươi" được không? Tôi có thể tự tin nói rằng nếu: a). chúng ta có thể đo lường xem nhân viên của Acme có bao nhiêu người bạn tốt của họ cùng làm việc, b) nghiên cứu có thể chỉ ra trung bình cần thêm bao nhiêu đô-la để săn trộm được một nhân viên có bạn bè cùng làm việc và c) con số đó hữu ích cho việc lập kế hoạch tiền lương, thì vâng, bạn có thể tạo một ứng dụng như vậy.

Ứng dụng đó có thể là một tiện ích bổ sung đơn giản thêm vào hệ thống kế toán hiện có. Bất kỳ con số nào cho thấy sự kết hợp giữa "Cái Ngươi" và đô-la cũng sẽ hữu ích, chẳng hạn như số lượng nhân viên có bạn bè cùng làm chung xin nghỉ bệnh trong năm đã giảm bớt đi bao nhiêu. Việc yêu cầu nhân viên làm thêm giờ để bù cho nhau khi nhân viên khác xin nghỉ phép đã trở nên dễ dàng hơn như thế nào, v.v. và v.v.. Bản thân ứng dụng này khá đơn giản. Nỗ lực cốt yếu là nghiên cứu xã hội học để đo lường các số liệu thống kê này. Trong nền kinh tế lấy con người làm trung tâm, nghiên cứu này là một lĩnh vực nghiên cứu rất lớn. Nếu tôi thêm một ứng dụng "Cái Ngươi" vào cho hệ thống kế toán của tôi, tôi muốn nó là một ứng dụng có sự chuyển đổi qua lại tốt nhất giữa "Cái Ngươi" và đô-la. Cụ thể, một công ty như Gallup có thể cung cấp nó, và họ có thể cung cấp các gói khác nhau với các mức giá khác nhau.

Nó có thể tạo ra một thị trường rất tốt cho các công ty nghiên cứu để giúp các nhà tuyển dụng tốt giành chiến thắng và làm cho các nhà tuyển dụng tồi phải thua cuộc.

Một số lợi ích của "Cái Ngươi"

"Cái Ngươi" (1): Định nghĩa về giá trị có ý nghĩa

Ở đây tôi đã chọn "Cái Ngươi" làm ý nghĩa, và điều này có vẻ vẫn hơi kỳ quặc đối với một số độc giả, ngay cả sau khi xem qua ví dụ trên. Hãy so sánh nó với các lựa chọn thay thế. Chúng ta có thể làm một phép toán đơn giản tương tự như trên, nhưng với một thước đo tiêu chuẩn hơn về mức độ an vui hạnh phúc (một số đã được sử dụng). Sau đó, chúng ta sẽ nói về "năng suất an vui hạnh phúc", nghĩa là, có bao nhiêu sự an vui hạnh phúc được tạo ra trên mỗi đô-la với giả thiết số tiền đó được kiếm và chi tiêu theo những cách hợp lý. Vấn đề với cách tiếp cận này nằm ở chỗ các biện pháp an sinh quen thuộc thì bao gồm nhà ở, việc tiếp cận dịch vụ chăm sóc sức khỏe và giáo dục. Những thứ này không đại diện cho những phẩm chất mà mọi người coi là có ý nghĩa trong cuộc sống, mặc dù những vật phẩm tạo ra chất lượng cuộc sống hay còn gọi là "vốn có ý nghĩa" này rất quan trọng trong việc xây dựng cuộc sống có ý nghĩa. Nhưng chúng chủ yếu là về quan hệ Ta-Nó, không phải Ta-Ngươi.

Khi tôi thảo luận về những ý tưởng này, mọi người thường đề cập đến Báo cáo Thế giới về Hạnh phúc, sử dụng phương pháp khảo sát của Gallup để xếp hạng mức độ "hạnh phúc" của mọi người ở các quốc gia khác nhau. Tôi sử dụng dấu ngoặc kép bởi vì nó không chính xác là những gì chúng ta muốn nói đến hạnh phúc trong ngôn ngữ hàng ngày; nó là một thước đo thống kê có trọng số bao gồm các tham số khác nhau. Theo quan điểm của tôi, hạnh phúc là một lựa chọn đúng đắn bởi vì nó không chỉ đơn giản là vốn để đạt được cái gì đó khác. Chúng ta không tự làm cho mình hạnh phúc vì nó có lợi cho năng suất lao động, mà năng suất lao động tăng lên bởi vì chúng ta hạnh phúc. Hạnh phúc hoạt động giống như "Cái Ngươi" theo cách thức này, và đó là một điều tốt. Nó có tốt hơn "Cái Ngươi" như một định nghĩa về ý nghĩa không?

Một số người tin rằng mục đích của cuộc sống là hạnh phúc và điều đó sẽ làm cho hạnh phúc trở thành một thứ chính xác để đo lường. Tôi không thể nói điều đó là hoàn toàn sai - chúng ta muốn hạnh phúc - nhưng

chìa khóa dẫn đến hạnh phúc có ý nghĩa là sống một cuộc sống trọn vẹn có đủ các sự kiện, quan hệ, cảm xúc và các điều kiện khác

mà chúng ta đã học cách trải nghiệm, chịu đựng và làm chủ. Nói rằng mục tiêu là để được hạnh phúc, và có gì đó không ổn khi chúng ta không hạnh phúc cũng giống như việc giữ xe trong gara để tránh nó bị hao mòn. Có những vấn đề cần được nhận diện, giải quyết và vượt qua, và chúng ta không thể biết hết được sự phong phú của cuộc sống nếu không thực hiện những bước này một cách dũng cảm và mạnh dạn. Mặt khác, "Cái Ngươi" bao gồm tất cả các cảm xúc và các đối tượng. Chúng ta có thể không vui trong các mối quan hệ của chúng ta, tức giận hoặc thất vọng vì mối quan hệ giữa "Ta" và "Ngươi", nhưng điều này không có nghĩa là những mối quan hệ này là vô nghĩa. Chúng vẫn có ý nghĩa và đáng để sử dụng "Cái Nó" như một phương tiện cho mục đích duy trì "Cái Ngươi", chẳng hạn như đi ăn tối cùng nhau hoặc tham khảo ý kiến của một nhà tư vấn hôn nhân và gia đình. Kết luận là, hạnh phúc có lẽ không tốt hơn "Cái Ngươi" xét về mặt năng suất có ý nghĩa.

"Cái Ngươi" là một thực thể hấp dẫn hơn từ ít nhất hai khía cạnh. Thứ nhất, "Ngươi" là phần bổ sung của "Nó" làm thỏa mãn nhà khoa học trong tôi, có nghĩa là nó cho phép tôi mô tả tất cả các mối quan hệ có thể có của con người thông qua hoặc là "Ngươi" hoặc là "Nó" hoặc cả hai. Nó là một hệ tọa độ tuyệt vời bao trùm toàn bộ không gian quan hệ. Lý do thứ hai là:

"Cái Ngươi" hợp với tư tưởng Darwin rằng thành công là sự tiếp tục tồn tại của loài người chúng ta.

Ta-Ngươi là thứ gắn kết các cặp vợ chồng lại với nhau, và hy vọng sẽ truyền cảm hứng cho họ trong việc nuôi dạy con cái. Ta-Ngươi được khao khát bởi chính các cơ quan trong cơ thể của con người. Các nhà nghiên cứu nhận thấy những thay đổi trong hệ thống tim mạch, miễn dịch và thần kinh của những người cô đơn khiến họ có nguy cơ mắc các bệnh viêm nhiễm, bệnh tim mạch và chứng trầm cảm cao hơn. Nghiên cứu cho thấy rằng chính trải nghiệm chủ quan về sự cô đơn (hay nói cách khác là sự thiếu thốn "Cái Ngươi") mới là tác hại, không phải số lượng mối liên hệ xã hội thực tế (hoặc số lượt thích trên một bài đăng facebook) mà một người có được. Cô đơn đang trở thành một lĩnh vực nghiên cứu của riêng nó, hữu ích cho việc phát triển một nền kinh tế nhân văn lấy con người làm trung tâm[21].

Lý luận này một lần nữa đưa chúng ta đến cùng một kết luận. Đó là, mục tiêu lâu dài và có ý nghĩa nhất là tồn tại vì nhau. Đây là chiến lược tốt nhất của chúng ta liên quan đến thành công của chính chúng ta, thành công của cộng đồng, và sự tiếp tục của các giống loài. Do đó, "Cái Ngươi" là một định nghĩa hấp dẫn về ý nghĩa trong kinh tế học lấy con người làm trung tâm.

"Cái Ngươi" (2): Nguyên nhân dẫn đến thực tế được nhận thức

"Cái Ngươi" tập trung ở những mối quan hệ giữa các cá nhân, đặt nó vào trung tâm nhận thức của chúng ta về thực tại. Hạnh phúc không nhất thiết phải tạo ra hiện thực; nó có thể chỉ là một giấc mơ. Nhưng quan hệ cá nhân giữa những người đang hiện hữu với nhau còn tạo ra nhiều hiện thực hơn thế.

Tôi cho rằng hiện thực của chúng ta thường xuyên được bồi đắp, và đây là nơi mà các mối quan hệ giữa các cá nhân, đặc biệt là "Cái Ngươi", đóng vai trò trung tâm. Chúng ta chia sẻ ý kiến về mọi thứ có liên quan với nhau như thế nào, và chúng ta thường dựa vào các cuộc thảo luận với những người khác để xác nhận hiểu biết của chúng ta về thực tế. Nói cách khác, cảm giác của chúng ta về thực tại tồn tại như một ý tưởng trong ý thức, nhưng được xác nhận bởi một cái gì đó bên ngoài ý thức. Thực tại của chúng ta, đúng như chúng ta trải nghiệm, là những cấu trúc mạnh nhất khi ý thức của chúng ta tìm thấy sự xác nhận từ một người khác, suy cho cùng là một "Cái Ngươi".

Đây là cách chúng ta tạo ra thực tế từ những câu chuyện của chúng ta: trong những đối thoại giữa các trí tuệ khác nhau, xác nhận ý tưởng, hoài bão, những lời nói thật, và cả những lời nói dối của nhau.

---

[21] "Tại sao sự cô đơn lại nguy hại cho sức khỏe của bạn | Khoa học." Ngày 14/1/2011, http:/science.sciencemag.org/content/331/6014/138. Truy cập ngày 10/4/2018.

Mỗi người chúng ta đảm nhận những vai trò riêng biệt khi quan hệ với nhau, và trong tâm trí của mỗi chúng ta đều có một thực tế được xây dựng. Cảm giác này càng thực bao nhiêu thì thực tế đó càng trở nên thực bấy nhiêu. Chúng ta cảm nhận thực tế trong tiềm thức, và chúng ta hiếm khi cân nhắc ở mức độ có ý thức về những gì có thực hay không. Tiềm thức của chúng ta tiếp tục xác nhận lẫn nhau mà chúng ta không hề mảy may có ý thức về quá trình này.

Tóm lại, "Cái Ngươi" giúp phát triển ý tưởng và hình thành ngôn ngữ chung. Nó tạo ra hiện thực và là cha đẻ của việc tạo ra giá trị. Đây là một lý do mạnh mẽ khác để đưa nó vào kinh tế học.

"Cái Ngươi" (3): Phân biệt bản sắc cá nhân và bản sắc tập thể

Ta-Ngươi và Ta-Nó là hai chỉ số hữu ích hơn là hạnh phúc hoặc các thước đo khác của an vui hạnh phúc trong việc thảo luận về bản sắc cá nhân. Đây là một ví dụ khác về tính đa dạng có trong "Cái Ngươi" và "Cái Nó". Con người hiếm khi ý thức được rằng "chúng ta" thực sự là hai từ khác nhau. Một là giữa các cá nhân cụ thể mà chúng ta gặp mặt trực tiếp, như trong câu "Chúng ta đi ăn trưa nhé?" Hai là cái chúng ta như một tập thể; nó nói về bản sắc tập thể, như trong câu "Người Thụy Điển chúng ta thích chèo thuyền." Cái chúng ta giữa các cá nhân với nhau là nhận thức thuần túy về sự kết nối, đại loại như, "Tôi đang nói chuyện với bạn đấy." - và như vậy nó gần với Ta-Ngươi hơn. Mặt khác, cái chúng ta như một tập thể đề cập đến các thuộc tính chung được chia sẻ. Tôi có thể đặt tay lên vai bạn và nói, "Các nhà triết học chúng ta đi ăn trưa chứ?"

Nhận thức được sự khác biệt đó đem lại cái nhìn sâu sắc, quan trọng có thể giúp chúng ta cải thiện cuộc sống và cộng đồng. Một vấn đề quan trọng nảy sinh là cái nào nên được xếp hạng cao hơn, giữa chúng ta như những cá nhân hay chúng ta như một tập thể? Hãy tưởng tượng cuộc gặp gỡ giữa Romeo và Juliet:

XẾP HẠNG CHÚNG TA NHƯ NHỮNG CÁ NHÂN & CHÚNG TA NHƯ MỘT TẬP THỂ		
XẾP HẠNG	VÍ DỤ	TÁC DỤNG CỦA XẾP HẠNG
1. CHÚNG TA NHƯ MỘT TẬP THỂ 2. CHÚNG TA NHƯ NHỮNG CÁ NHÂN	**Tập thể:** "Chúng tôi người Thụy điển ăn mừng Hạ chí."	Anh yêu em, nhưng Capulets và Montagues không thể lẫn lộn nên **chúng ta** không thể ở bên nhau.
1. CHÚNG TA NHƯ NHỮNG CÁ NHÂN 2. CHÚNG TA NHƯ MỘT TẬP THỂ	**Cá nhân:** "Chúng ta đi bách bộ không?"	"Chúng ta Capulets và Montagues không thể lẫn lộn, nhưng anh yêu em. Vì thế, dù sao đi nữa **chúng ta** cũng sẽ ở bên nhau."

Nếu *chúng ta như một tập thể* đặt ra các giới hạn cho *chúng ta giữa các cá nhân* thì cộng đồng sẽ quyết định. Nếu *chúng ta giữa các cá nhân* đặt ra các giới hạn thì chúng ta sẽ theo sự quyết định của cộng đồng miễn là nó phù hợp với chúng ta. Chúng là sự kết hợp âm - dương. Chúng ta đi tìm sự hòa hợp giữa âm-dương để chúng có thể hỗ trợ lẫn nhau. Tôi tin rằng *chúng ta giữa các cá nhân* luôn là cái quyết định cuối cùng bởi vì nó bao gồm con người thật của tôi - cái tôi có tri giác trong tôi.

Tôi đã thảo luận trong bản demo "Kinh tế học Ta-Ngươi" làm thế nào một công ty có thể thành công tốt hơn nếu nó cân nhắc đến "Cái Ngươi" - tình bạn và sự gắn kết giữa Ta-Ngươi trong công ty. Đây là một ví dụ khác về cách thức nó có thể giúp các công ty thành công, lần này bằng cách tách biệt *chúng ta giữa các cá nhân* ra khỏi *chúng ta như một tập thể*.

Hãy tưởng tượng rằng chúng ta sở hữu một công ty với nhiều nhân viên. Chúng ta muốn có một văn hóa nơi làm việc tốt, nơi mà các nhân viên sẽ muốn mình thuộc về và trung thành với một bản sắc tập thể tốt. Chúng ta muốn các nhân viên giúp đỡ lẫn nhau để nỗ lực hết mình vì công ty của chúng ta. Làm thế nào chúng ta có thể làm được điều đó? Có hai chiến lược đối lập nhau. Một là cách tiếp cận từ trên xuống, xây dựng tình bạn từ bản sắc tập thể. Một thất bại điển hình trong văn hóa nơi làm việc từ trên xuống là cấp cho nhân viên áo thun có in logo công ty và lái xe buýt đưa họ cùng nhau đến tham gia một số hoạt động có tổ chức được thiết kế để xây dựng tình bạn và lòng trung thành với công ty. Chiến lược khác tốt hơn là đi từ dưới lên, xây dựng bản sắc tập thể từ tình bạn cá nhân. Tuy nhiên, chiến lược này sẽ thất bại nếu như công ty giúp nhân viên trở thành bạn bè mà không nói rõ điều đó có liên quan gì đến lợi ích công ty vì những người bạn thực sự có thể cùng nhau rời bỏ công ty.

Trong nền kinh tế lấy con người làm trung tâm, việc làm cạnh tranh với con người, có nghĩa là mọi người được quyền đưa ra lựa chọn giữa các cách kiếm thu nhập có ý nghĩa khác nhau. Các nhà cung cấp việc làm có thể là những nền tảng với hàng trăm triệu người sử dụng, chẳng hạn như Google, facebook, hay eBay ngày nay, nhưng họ nên theo các mô hình kinh doanh dựa trên việc cung cấp cho người sử dụng phương tiện để kiếm sống theo những cách có ý nghĩa. Người lao động có thể xây dựng mối quan hệ *chúng ta giữa các cá nhân* thông qua các nền tảng mạng xã hội, xây dựng bản sắc *chúng ta như một tập thể* bằng cách cùng nhau trở thành một phần của nhóm làm việc được tích hợp vào mạng xã hội.

"Cái Ngươi" bổ sung thêm một quan điểm mới cho mục tiêu của nền kinh tế được đề xuất này, làm cho nó trở nên hợp lý hơn:

MỤC TIÊU CỦA NỀN KINH TẾ LẤY CON NGƯỜI LÀM TRUNG TÂM	
MỤC TIÊU CHO TỪNG CÁ NHÂN	**LOẠI GIÁ TRỊ DẪN DẮT**
CHÚNG TA LÀM NHỮNG VIỆC CÓ Ý NGHĨA CÙNG VỚI NHỮNG NGƯỜI CHÚNG TA THÍCH.	CÁI NGƯƠI + CÁI NÓ
ĐƯỢC NHỮNG NGƯỜI CHÚNG TA KHÔNG QUEN BIẾT TRÂN TRỌNG GIÁ TRỊ.	CÁI NÓ
CUNG CẤP CHO NHỮNG NGƯỜI CHÚNG TA YÊU THƯƠNG.	CÁI NGƯƠI

Nói cách khác, một công việc có ý nghĩa cho phép chúng ta vừa được gần gũi với gia đình và bạn bè vừa có thể xây dựng một nền kinh tế phát triển toàn diện. Cái này kích hoạt cái kia. Tôi đã đi đến kết luận này trước đây, nhưng ở đây nó tiến gần thêm một bước tới kiểu logic có vẻ thực tiễn dùng để mô hình hóa kinh tế. Đó là một dấu hiệu cho thấy "Cái Ngươi" có thể là loại điều kiện giúp phát triển một nền kinh tế nhân văn lấy con người làm trung tâm.

Tóm tắt: "Cái Ngươi" có thể hữu ích như thế nào trong kinh tế học lấy con người làm trung tâm

Thêm "Cái Ngươi" vào kinh tế học có thể mang lại lợi ích cả về mặt thực tế lẫn triết học.

Một số ứng dụng thực tế được đề xuất của "Cái Ngươi" trong kinh tế học:

- *Trong kế toán doanh nghiệp* - một khuôn khổ cho phép áp dụng quản lý để sự cộng tác cùng góp phần vào việc tăng lợi nhuận; làm cho các công ty nơi có mọi người yêu thích nhau cạnh tranh tốt hơn những công ty khác.

- *Trong xây dựng thương hiệu, tiếp thị và quản lý nguồn nhân lực* - một khuôn khổ cho phép các mô hình của sự hài hòa và sức mạnh tổng hợp giữa bản sắc cá nhân và bản sắc tập thể trong tổ chức.

- *Trong kinh tế vĩ mô và kinh tế lượng* - một khuôn khổ cho phép tạo ra những chính sách kinh tế hướng đến sự an vui hạnh phúc có thể đánh bại những chính sách kinh tế hướng đến sự tăng trưởng hiện nay ngay trên sân chơi của nó, thông qua những chính sách được thiết kế tốt kết hợp sự an vui hạnh phúc VỚI khả năng cạnh tranh của quốc gia.

- Đạt khối lượng tới hạn trong các dự án - Trong quan hệ Ta-Ngươi, mọi người giúp đỡ lẫn nhau mà không mong đợi lợi ích tài chính. "Cái Ngươi" đưa ra một khuôn khổ để mô hình hóa kinh tế cách thức khởi động các dự án (ví dụ như hệ sinh thái mới để đổi mới việc làm).

Một số lợi ích triết học được đề xuất:

- *Nỗ lực nhận dạng các hành vi kinh tế của con người* - nếu mọi tương tác của con người là "Ta-Ngươi", "Ta-Nó", hoặc cả hai, điều đó có nghĩa là hai chiều tương tác này tạo thành cái gọi là một "tập hợp hoàn chỉnh", cơ sở phân tích tất cả các tương tác có thể có của con người, và do đó cũng là tất cả các hành vi kinh tế.

- *Liên ngành: làm cầu nối kinh tế học với tâm lý học, khoa học xã hội và nhân văn* - với tư cách là một ngành khoa học toán học, kinh tế học phải rất khó khăn để có thể kết nối với các khoa học bên ngoài lĩnh vực logic học chính thống. Là một "tập hợp hoàn chỉnh", "Cái Ngươi"/"Cái Nó" mở ra cánh cửa để tạo ra toán học về hành vi con người rộng hơn, và do đó bao gồm kiến thức kể cả từ các ngành khoa học khác trong các mô hình kinh tế.

- *Chúng ta không mất bất cứ thứ gì nếu thêm nó vào* - "Cái Ngươi" thêm một chiều giá trị mới; nó không lấy đi bất cứ thứ gì từ kinh tế học hiện có. Nếu xem các giá trị của "Cái Ngươi" bằng không thì kinh tế học hiện nay cũng không hề bị thay đổi hay mất đi bất kỳ thứ gì.

Tuy nhiên, chúng ta vẫn phải tiếp tục đặt câu hỏi liệu việc tích hợp "Cái Ngươi" vào kế toán có phải là một ý tưởng hữu ích hay không cho đến khi nó chứng minh được giá trị của nó ngoài đời. Để làm cơ sở cho việc suy nghĩ về vấn đề này, tôi kết thúc sự khiêu khích này bằng cách quay trở lại các tiêu chí đề xuất của tôi cho một nền kinh tế nhân văn thành công, lấy con người làm trung tâm, nhưng bây giờ bổ sung thêm một dấu nữa cho "Kinh tế học Ta-Ngươi".

CÓ PHẢI "CÁI NGƯƠI" LÀ CON ĐƯỜNG DẪN ĐẾN KINH TẾ HỌC NHÂN VĂN KHÔNG?	
TIÊU CHUẨN	
TẠO SỰ KHÁC BIỆT GIỮA NGƯỜI VÀ VẬT	CÓ
CÓ THỂ LẤY AN VUI HẠNH PHÚC LÀM MỤC ĐÍCH, TIỀN BẠC LÀM PHƯƠNG TIỆN	CÓ

ĐÚNG TRONG MỌI TRƯỜNG HỢP SỬ DỤNG CÔNG CỤ KINH TẾ HIỆN NAY	CÓ
CỪ KHÔI VỀ TOÁN HỌC, MẠNH MẼ VỀ PHÁT TRIỂN HỌC THUYẾT VÀ THUẬT TOÁN	CÓ DẤU HIỆU
HẤP DẪN ĐỐI VỚI NHỮNG NGƯỜI RA QUYẾT ĐỊNH KHIẾN HỌ TIN DÙNG	KHÔNG ÁP DỤNG
DỄ HIỂU, HẤP DẪN NGƯỜI SỬ DỤNG	KHÔNG ÁP DỤNG

Tôi sẽ tiếp tục phát triển ý tưởng này và mời những người khác cùng tham gia. Ví dụ, về mặt toán học, nó nghe có vẻ hợp lý, nhưng nó vẫn chưa được chứng minh trên thực tế. Còn về ứng dụng và sự hấp dẫn thì chưa thể nói trước được vì chưa có ứng dụng nào được phát triển. Như tôi đã chỉ ra ở phần đầu, ý định của tôi khi trình bày ý tưởng về "Cái Ngươi" KHÔNG phải để chứng minh một giải pháp thay thế hoạt động cho kinh tế học hiện tại vì tôi chưa có đủ dữ kiện, mô hình hoặc lập luận.

Nền kinh tế tâm linh

Tôi đã tự tranh luận với bản thân mình rằng liệu tôi có nên đưa đức tin, chủ nghĩa thần bí, chủ nghĩa tâm linh và tôn giáo vào quyển sách này không vì chúng khá dễ gây tranh cãi. Nhiều người trong số tôi tham khảo ý kiến đã khuyên tôi không nên làm như vậy. Nhưng lý do tôi quyết định vẫn bao gồm chúng vào đây rất đơn giản là vì

đức tin, tinh thần, và tôn giáo đều ảnh hưởng đến hành vi kinh tế.

Trước hết, tôi xin mách nhỏ với độc giả rằng tôi là một người theo thuyết bất khả tri và không có thực hành tâm linh. Đối với một nhà khoa học có học thức như tôi, tôi cho rằng tôn giáo hay chủ nghĩa vô thần được dựa vào để tìm kiếm những lời giải thích hợp lý cho những điều bí ẩn. Theo quan điểm của tôi, những câu hỏi như liệu các vị thần và phép màu có tồn tại hay không thì không thuộc về lĩnh vực khoa học hay những chứng minh khoa học; nó nằm ngoài sự ngờ vực của con người và có thể là một đối tượng nghiên cứu khoa học rằng con người có niềm tin vào tôn giáo, và điều đó đóng một vai trò quan trọng trong các nền văn hóa, xã hội, và kinh tế như thế nào. Bởi vì nền kinh tế lấy con người làm trung tâm đặt con người vào vị trí trọng tâm của nền kinh tế, cho dù họ có theo tôn giáo hay không, chúng ta cần hiểu niềm tin của họ có ý nghĩa như thế nào trong bối cảnh hành vi kinh tế.

***

Theo từ điển, "Transpersonal" có nghĩa là "biểu thị hoặc xử lý các trạng thái ý thức vượt ngoài giới hạn của bản sắc cá nhân". Chúng ta đã đề cập đến khái niệm này trong khi thảo luận về sự tương tác giữa các cá nhân và sự khác biệt giữa "Ngươi" và "Nó". Bạn có thể nhớ rằng con chó Ruff trượt bài kiểm tra Turing nhưng nó đã vượt qua bài kiểm tra Buber một cách xuất sắc, ít nhất là khi chính chủ của nó là người triển khai bài kiểm tra. Đối với những người không thích chó thì Ruff vẫn sẽ là một "Nó".

"Cái Ngươi" (4): Tính tương đối – "Cái Ngươi hiện hữu trong Cái Ta (hay đôi mắt) của người chiêm ngưỡng nó"

Liệu có phải một mối quan hệ Ta-Ngươi hay Ta-Nó hoàn toàn là một vấn đề cá nhân chủ quan hay không? Ta-Ngươi là thứ mà tôi nhận thức được. "Ngươi" không cần phải là một con người. Đối với tôi, mỗi con chó đều là một "Ngươi", xứng đáng có mối quan hệ cá nhân sâu sắc. Tôi biết có những người có quan hệ "Ta-Ngươi" với cây và hoa. Buber thừa nhận điều này, và đây là nơi các giáo sĩ Do Thái thể hiện tôn giáo của họ. Quan điểm của ông là tất cả các mối quan hệ của chúng ta rốt cục cũng đưa chúng ta đến mối quan hệ với Thượng Đế, Đấng Vĩnh Hằng Ngươi.

Xem xét "Cái Ngươi" qua lăng kính của khoa học tâm lý, chúng ta có thể nói, "Cái Ngươi tồn tại bên trong cái Ta (hay đôi mắt) của kẻ chiêm ngưỡng nó", nghĩa là, mối quan hệ là chủ quan, là một nhận thức cá nhân. Việc chúng ta nhìn thấy "Ngươi" ở người, con chó, cây cối hay một thế lực thần bí mà một người trong số chúng ta nhận thức được là tùy thuộc vào mỗi người khác nhau. Từ quan điểm khoa học, tôi cho rằng những tranh luận về "Ngươi" khách quan là gì, chẳng hạn như cây cối có linh hồn không, thần thánh có tồn tại không thì hoàn toàn không liên quan. Sự liên quan hoàn toàn nằm ở nhận thức chủ quan của chúng ta về Ta-Ngươi, và việc nó ảnh hưởng đến chúng ta như thế nào. Điều có liên quan đúng đắn là như vậy: niềm tin của chúng ta ảnh hưởng mạnh mẽ đến các hành vi xã hội và kinh tế của chúng ta, với tư cách là cá nhân, nhóm và xã hội. Kinh tế học phải cân nhắc đến khía cạnh này để có thể hiểu được lý do tại sao và cách con người thực hiện những tương tác kinh tế theo nhiều cách khác nhau.

Kinh tế học Ta-Ngươi thì bất khả tri và thực dụng. Nó coi "Cái Ngươi" là một thành phần trong tâm trí của con người ảnh hưởng đến cảm giác của họ về giá trị và hiện thực, đồng thời đóng vai trò quan trọng trong việc ra quyết định. Mọi người áp dụng các quy tắc riêng của họ về cách họ tương tác với "Ngươi" so với "Nó". "Cái Ngươi" và "Cái Nó" chỉ đơn giản là một ngôn ngữ trịnh trọng để chỉ những khác biệt này nhằm làm cho kinh tế học có khả năng cân nhắc đến giá trị giữa các cá nhân và tâm linh.

Những tình thế tiến thoái lưỡng nan của xã hội là những vấn đề nan giải và những thách thức hiện tại

Tình thế tiến thoái lưỡng nan là những vấn đề nan giải có thể phá vỡ các nền kinh tế hoặc ngăn cản sự tồn tại của chúng. Chúng ta sẽ thảo luận về việc có thể đưa ra các giải pháp hợp lý cho chúng. Các giải pháp đơn giản và hiệu quả nhất thường dựa trên những niềm tin phi lý trí và động cơ tâm linh.

Cứ bao lâu thì chúng ta lại bắt gặp một hệ thống mà mọi người ai cũng đều biết rằng nó đã bị hỏng và có thể có một giải pháp khả thi để sửa chữa nhưng không một ai có một động thái nào cả? Để nhìn thấy một hệ thống như vậy, chúng ta không cần đi tìm ở đâu xa hơn chính nơi làm việc của chúng ta. Ví dụ, nếu tôi điều hành một công ty mà tôi biết mọi người cảm thấy thỏa mãn nhất khi có công việc được trả lương cao, tôi vẫn sẽ buộc phải sa thải nhân viên nếu đối thủ cạnh tranh của tôi cũng làm như vậy để cắt giảm chi phí sản xuất. Nếu tôi không làm điều đó, tôi sẽ mất khách hàng và rồi cũng sẽ phải sa thải công nhân của tôi sau đó. Tất cả các đối thủ cạnh tranh của tôi có thể cũng có cùng quan điểm:

Chúng ta muốn lưu giữ công nhân của chúng ta, nhưng vẫn phải sa thải họ bởi vì kẻ nào không làm vậy sẽ trở thành kẻ tử đạo mà thậm chí chẳng thể để lại được một dấu ấn vang dội nào.

Đây là một "tình thế tiến thoái lưỡng nan của xã hội", trong đó lợi ích cá nhân ngắn hạn của mọi người làm tổn hại đến lợi ích chung cũng như lợi ích lâu dài của mỗi cá nhân. Những tình huống khó xử như vậy là ví dụ về cái mà các nhà kinh tế gọi là "những vấn đề nan giải". Đó là, chúng có vẻ phức tạp và vì chúng nghịch lý nên không có giải pháp rõ ràng. Những vấn đề xã hội nan giải như vậy thách thức sự an vui hạnh phúc của chúng ta qua nhiều phương diện. Chúng thường liên quan đến các vấn đề về môi trường, chẳng hạn như đánh bắt cá quá mức, dân số quá đông, tàn phá rừng nhiệt đới và sự thải khí nhà kính. Có nhiều dạng vấn đề nan giải của xã hội khác nhau, trong đó có hai tình huống triết lý; một là tình huống "tình thế tiến thoái lưỡng nan của tù nhân" có hậu quả là giết chết cả cộng đồng, và hai là tình huống "bi kịch của bàn ăn chung" có hậu quả là gây ô nhiễm hoặc suy thoái môi trường.

Tình thế tiến thoái lưỡng nan của xã hội là những vấn đề nổi tiếng nan giải bởi vì từ góc độ logic và lợi ích cá nhân, không tồn tại một giải pháp hợp lý nào cả. Nhưng nhân loại rõ ràng đã giải quyết rất nhiều tình thế tiến thoái lưỡng nan xã hội hết lần này đến lần khác trong suốt chiều dài lịch sử kể từ trước khi con người có thể đọc, viết, và chắc chắn là trước khi họ hiểu được các tình thế tiến thoái lưỡng nan xã hội đó và việc thiết kế ra những chính sách công. Chúng ta hãy xem xét các đặc điểm của luật pháp và trật tự mà một xã hội ổn định phải có. Con người thường muốn tự do làm bất cứ điều gì họ muốn trong khi xã hội cần mỗi cá nhân phải tuân theo pháp luật đã được thông qua. Thật dễ dàng để tưởng tượng ra trước mắt một sự hỗn loạn nếu con người tự do cướp bóc các cửa hàng và xóa sổ bất kỳ ai dám cản đường họ. Để điều hành một xã hội tốt, chúng ta đòi hỏi phải có một số lượng tới hạn (số lượng hay khối lượng đủ nhiều hay đủ lớn để có thể gây ra hiệu ứng mong muốn) những người biết tôn trọng luật pháp và yêu cầu những người khác cũng biết làm điều tương tự.

Như vậy khá đơn giản để thấy rằng một cộng đồng tuân thủ luật pháp sẽ mạnh mẽ hơn một cộng đồng không có luật pháp và trật tự như thế nào. Nhưng để các thành viên của một môi trường không có luật pháp tự ép mình vào một xã hội có tuân thủ luật pháp thì không đơn giản như vậy. Họ cần một số lượng tới hạn để thiết lập một hệ thống các nhà lập pháp, tòa án và cảnh sát; họ cần những người theo chủ nghĩa lý tưởng, những người sẵn sàng hy sinh bản thân vì những gì họ tin là tốt đẹp. Điều này bất chấp logic của kinh tế học truyền thống, trong đó người ta chỉ làm những gì tốt nhất cho bản thân mình.

Những giải pháp tâm linh cho những tình thế tiến thoái lưỡng nan xã hội

Giải pháp của Darwin chỉ đơn giản được hiểu là, con người trong một chừng mực nào đó thì luôn luôn vô lý, tính khí thất thường và có khuynh hướng khư khư tin tưởng vào những sự huyền bí cho dù họ hiểu rõ vấn đề hơn bằng lý trí của họ. Giải pháp cho những tình thế tiến thoái lưỡng nan xã hội thường không phải là có nhiều kiến thức hơn mà là nhiều niềm tin hơn. Chúng ta giải quyết chúng bằng trái tim của chúng ta, ít nhất cũng như bằng trí óc của chúng ta, và tốt nhất là thông qua sức mạnh của cả hai.

Tất cả chúng ta đều biết về giá trị kinh tế của tri thức. Các nhà kinh tế nghiên cứu nó một cách chi tiết. Chúng ta cũng biết nhiều về đức tin, nhưng chúng ta hiếm khi nghĩ về nó từ quan điểm kinh tế. Nhưng đức tin cũng quan trọng như kiến thức trong việc định hình các nền kinh tế.

Đức tin có thể giải quyết các nghịch lý mà tri thức lý trí có lẽ không có khả năng tiếp cận.

Đức tin phi lý trí là một phần trung tâm của bất kỳ nền kinh tế nào và những quyết định kinh tế của nó. Con người bị chi phối bởi đức tin dưới hình thức bất cứ cái tên nào họ gán cho nó. Mua một căn nhà hoặc chọn một ngành đại học đòi hỏi có một số đức tin phi lý trí. Logic có thể cho chúng ta biết quyết định của chúng ta là đủ hợp lý, nhưng nếu không có đức tin, chúng ta thường sẽ phải hối hận về những quyết định của chúng ta. Đức tin thúc đẩy chúng ta, do đó những quyết định dù sai lầm vì bất kỳ phương tiện lý trí nào rốt cuộc lại hóa ra là những quyết định tốt bởi vì chúng ta đã đặt cả trái tim và linh hồn của chúng ta vào những quyết định đó. Các doanh nhân cần có đức tin vào những gì họ làm, đánh cược vận may của họ bằng cách chấp nhận sự không thể lường trước thay vì luôn phải cảm thấy chắc chắn.

Vì đức tin là một phần quan trọng của nền kinh tế nên chúng ta phải xem xét nó kỹ hơn và hiểu nó theo các thuật ngữ logic. Ví dụ, nếu đức tin gắn liền với "Cái Ngươi" hơn là "Cái Nó" thì số lượng "Cái Ngươi" trong cộng đồng những người theo chủ nghĩa kinh doanh có thể là thước đo khả năng thành công của họ. Điều này cho thấy rằng mọi người có thể sẵn sàng cam kết hơn với một quyết định và hy sinh đáng kể nếu hành động của họ đưa họ đến gần hơn với bạn bè, những người thân yêu hoặc Đấng Vĩnh Hằng Ngươi. Điều này có thể được đo lường và lập mô hình với kinh tế học lấy con người làm trung tâm.

Quan điểm của Darwin về sức mạnh của niềm tin

Tôn giáo là ví dụ điển hình cho một loại tầm nhìn dựa trên đức tin. Tất cả các xã hội đều lấy tôn giáo làm cốt lõi của nền văn hóa. Vì sao vậy? Lời giải thích "của Darwin" là tôn giáo đã giúp các nền văn hóa tồn tại. Tôi không thể bàn luận về sự tồn tại của những bí ẩn tâm linh, nhưng tôi có thể bàn luận về cách mà đức tin có thể ảnh hưởng đến hành vi tập thể và nền kinh tế.

Cơ Đốc giáo, Hồi giáo và Ấn Độ giáo được ba phần tư dân số thế giới ngày nay chấp nhận. Mỗi tôn giáo đó đều đã tồn tại hơn một ngàn năm và vẫn mang đến một tầm nhìn hấp dẫn cho những người theo chúng. Tất cả các tôn giáo đó đều rao giảng các giá trị của hòa bình và công lý. Giáo đồ Moses đã truyền lại các quy tắc dựa trên những giá trị này, xác định chúng là những điều răn dạy của Đức Chúa Trời. Ông nói, nếu người dân tôn trọng những quy tắc này, họ sẽ làm hài lòng Chúa và được thịnh vượng. Nếu không vâng lời, Chúa sẽ trừng phạt tất cả. Và thực sự, điều này gần với những gì đã xảy ra ở Israel cổ đại. Khi mọi người tuân theo các quy tắc này, họ được thịnh vượng, và khi họ không tuân theo các quy tắc này, dân chúng phải chịu những đau khổ. Điều này củng cố niềm tin rằng Chúa đang luôn dõi theo bước chân của con người.

Chúng ta hãy đùa một chút với cái ý tưởng có vẻ phạm thánh rằng Moses đã bịa đặt ra cuộc gặp gỡ của Ông với Đức Chúa Trời để khiến mọi người tuân theo những luật lệ hợp lý được thiết kế để làm cho dân tộc của ông thịnh vượng. Điều đó hẳn có ý nghĩa đối với chính trị gia Moses bởi vì ông biết rằng việc quy các luật lệ cho Đức Chúa Trời sẽ củng cố thông điệp của ông và tăng cơ hội làm cho mọi người đồng ý tuân theo. Nếu không có cú hích danh tiếng mượn lời của Đức Chúa Trời đó, khả năng mọi người tuân theo luật pháp của ông ấy sẽ rất thấp. Nhưng lời nói dối cũng có ý nghĩa đối với Moses, một tín đồ chân chính và một nhà lãnh đạo tôn giáo. Trước hết, Chúa đã giao cho ông ta nhiệm vụ cực kỳ khó khăn là dẫn dắt con chiên của ông đến nơi an toàn. Giới thiệu luật pháp và trật tự sẽ giúp họ tồn tại. Ông có thể đã nói trong lời cầu nguyện của ông rằng ông sẵn sàng chấp nhận rủi ro bị trừng phạt để làm những gì ông tin là cần thiết, giống như bất kỳ nhà lãnh đạo nào làm. Khi đó, nó thậm chí sẽ không phải là một lời nói dối nữa bởi vì ông đã nói sự thật với Chúa.

Là một người theo thuyết bất khả tri, tôi sẽ lập luận rằng Chúa tồn tại trong thực tế cho những ai tin như vậy và họ được phục vụ tốt khi các hành động đức tin của họ mang lại kết quả đáng mong đợi, chẳng hạn như giới thiệu công lý pháp lý. Từ quan điểm của Darwin, tôi sẽ đưa ra giả thuyết rằng tôn giáo hỗ trợ rất nhiều việc xây dựng một xã hội dựa trên sự hết lòng đối với luật pháp của công chúng, và có lẽ sẽ rất khó khăn nếu không có sự hỗ trợ đó.

Từ bảng dưới đây, chúng ta có thể thấy tôn giáo vẫn tồn tại mạnh mẽ như thế nào trên khắp thế giới, bất chấp những tiến bộ sâu rộng của khoa học và công nghệ.

THẾ GIỚI VẪN SÙNG ĐẠO

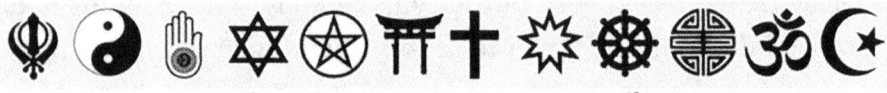

ĐẠO	NGƯỜI THEO ĐẠO 1910		NGƯỜI THEO ĐẠO 2010	
Cơ đốc giáo	611,810,000	34.8%	2,260,440,000	32.8%
Hồi giáo	221,749,000	12.6%	1,553,773,000	22.5%
Hin-đu giáo	223,383,000	12.7%	948,575,000	13.8%
Bất tri khả giáo	3,369,000	0.2%	676,944,000	9.8%
Vô thần giáo	243,000	0%	136,652,000	2.0%

Johnson, Todd M.; Grim, Brian J. (2013). Tôn Giáo Trên Thế Giới Qua Con Số: Giới thiệu nhân khẩu học quốc tế tôn giáo (PDF). Hoboken, NJ: Wiley-Blackwell. p. 10.

Tôi cho rằng có nhiều lý do giải thích vì sao đức tin và tôn giáo lại hữu ích như vậy. Nó là một cái gì đó đáng để "các nhà kinh tế tâm linh" xem xét. Tiền đề của tôi là, đức tin là động lực của hy vọng và là tầm nhìn cần thiết cho sự sống còn, cung cấp phương hướng và mục đích. Như đã mô tả trước đó, nó khác với kiến thức, một yếu tố thúc đẩy. Chúng ta nói về việc giữ vững đức tin để chịu đựng khó khăn, tìm ra phương hướng và lòng can đảm ngay cả khi chúng ta không biết phải làm gì. Điều này tự nó đã là hữu ích; người có đức tin sẽ thường hành động có kết quả, trong khi người thiếu đức tin thường chẳng đi đến đâu. Chia sẻ đức tin cũng có ích lợi trong việc điều chỉnh mục tiêu của mọi người, truyền cảm hứng để họ khuyến khích lẫn nhau. Mọi người sẽ củng cố đức tin của nhau, làm tăng tính thực tế của nó lên và làm xúc tác cho ngôn ngữ chung giúp điều phối suy nghĩ và hành động của họ. Do đó, đức tin chung là nền tảng cho cộng đồng và xã hội, được hỗ trợ bởi các quy tắc đạo đức, luật pháp, trật tự và việc ra quyết định tập thể. Nó là gốc rễ của bản sắc tập thể, một thứ rất cần thiết cho một xã hội vận hành tốt.

Chúng ta cần có đức tin trong sự đoàn kết, hoặc sự đoàn kết sẽ không tồn tại.

Vì đức tin chung rất quan trọng đối với bản sắc và cộng đồng nên nó phải được bảo vệ. Tự nhiên và xã hội loài người luôn thử nghiệm các chiến lược khác nhau để bảo vệ đức tin, và một số chiến lược trong số đó đã được chứng minh là thành công. Một ví dụ là nắm bắt nhanh một ý tưởng chung, chẳng hạn như một hệ thống kiến thức về một niềm tin thần bí. Đối với công dân trong thời đại công nghệ hiện đại, niềm tin vào kiến thức của chúng ta dường như có thể cung cấp loại sức mạnh này. Nhưng các cộng đồng nào được gắn kết với nhau bằng niềm tin thần bí tồn tại lâu bền hơn trong lịch sử. Đó là lời giải thích của Darwin cho lý do tại sao hầu hết các xã hội được "bảo vệ" bởi một số hình thức tôn giáo. Hãy để tôi gợi ý cách thức nó hoạt động.

Giả sử chúng ta xây dựng một cộng đồng xung quanh niềm tin vào một ý tưởng chưa được thử nghiệm. Chúng ta bắt đầu từ một trường hợp thế tục. Ý tưởng có thể là những người được giải phóng khỏi "chế độ nô lệ việc làm" bằng cách để máy móc làm tất cả công việc (như Karl Marx và những người khác ngày nay hình dung) sẽ có năng suất cao, cảm thấy thỏa mãn và hạnh phúc. Một cộng đồng được xây dựng xung quanh một niềm tin như vậy sau đó sẽ phải sống trong cuộc đấu tranh liên tục để bảo vệ ý tưởng đó. Miễn là ý tưởng đó chưa được kiểm nghiệm bằng cách so sánh nó với một giải pháp thay thế khác thì cộng đồng vẫn có thể sẽ phát triển. Nhưng nếu nó được kiểm nghiệm và chứng minh là sai, niềm tin và cộng đồng đó sẽ tan rã.

Mặt khác, nếu cộng đồng dựa trên một ý tưởng thần bí không thể kiểm tra hoặc bác bỏ, chẳng hạn như sự che chở của các quyền năng cao hơn, thì cộng đồng đó vẫn luôn an toàn. Đây là lý do tại sao tôi cho rằng tâm linh đã tồn tại lâu hơn những ý tưởng có thể kiểm chứng được như chủ nghĩa Mác không tưởng.

Tri thức và đức tin hoàn toàn khác nhau, nhưng chúng có thể bổ sung cho nhau; chúng có thể củng cố lẫn nhau hoặc xung đột lẫn nhau và tạo ra nghi ngờ. Mọi người sẽ ổn nếu họ tìm cách sắp xếp chúng ổn thỏa nhưng vẫn giữ chúng tách biệt nhau. Một cách sắp xếp chúng ổn thỏa là thông qua những lời tiên tri tự ứng nghiệm, như trong trường hợp của Moses và Mười Điều Răn Dạy. Một lời tiên tri tự ứng nghiệm không chứng minh sự tồn tại của một đấng thiêng liêng, nhưng đồng thời cũng không đối lập nó. Nó tạo ra một thực tế từ một niềm tin thần bí và đối đầu với những người tin vào cả hai giả thiết: người tin tưởng tinh ý, người cho rằng Mười Điều Răn Dạy là do Đức Chúa Trời ra lệnh, và người theo chủ nghĩa vô thần cho rằng họ đã bị Moses sai khiến từ trí tuệ con người của ông ta. Những lời tiên tri tự ứng nghiệm dựa trên niềm tin đã cho phép các xã hội sống còn qua quy luật chọn lọc tự nhiên của Darwin. Không tồn tại một cách nào để dự đoán được mọi lời tiên tri tự ứng nghiệm. Vì thực tế rất phức tạp nên chúng ta có thể khám phá ra một lời tiên tri tự ứng nghiệm chỉ sau khi nó đã ứng nghiệm, nếu nó xảy ra. Vì vậy, tôi kết luận rằng niềm tin vào chính đức tin của bản thân là một điều khôn ngoan cho những người không có đức tin.

Nói tóm lại, để cùng nhau xây dựng một xã hội bền vững, chúng ta cần củng cố đức tin của nhau. Điều này có thể được hỗ trợ bằng cách chấp nhận giá trị của một niềm tin thần bí. Chúng ta nên nhận thức được lợi ích của chủ nghĩa thần bí và nhận ra khi nào nó có thể khiến chúng ta mạnh mẽ hơn và khi nào nó không thể. Thuyết thần bí rộng hơn là tâm linh, để tất cả mọi người, kể cả những người vô thần, có một số hình thức đức tin thần bí định hướng cho mình. Những người không có thần thánh hay những tôn giáo đã được biết đến sẽ vẫn bày tỏ những ý tưởng như "Nhân chi sơ, tính bản thiện." Đó là một niềm tin thần bí mơ hồ nhưng đầy hy vọng mà khoa học không thể xác nhận hoặc bác bỏ. Mọi nhà lãnh đạo giỏi, từ Moses đến Martin Luther King, đều ủng hộ những niềm tin thần bí hứa hẹn một tương lai tốt đẹp hơn cho cộng đồng của họ và củng cố bản sắc tập thể.

Tóm tắt của riêng tôi về thảo luận khá chi tiết này phần lớn là thực tế: Đức tin là một yêu cầu cho một nền kinh tế lành mạnh. Nếu tôn giáo không thiết yếu, chúng ta đã có thể loại bỏ nó, nhưng sự thật là tất cả các nền văn hóa lớn đều lấy tôn giáo làm cốt lõi. Và cách tiếp cận thực tế, bất khả tri của tôi đưa tới ghi chú rằng

---

tôn giáo đem lại phương tiện để giải quyết tình huống "bi kịch của bàn ăn chung" và những nghịch lý khác của những vấn đề xã hội tiến thoái lưỡng nan.

Tôi đã bắt đầu cuộc thảo luận này bằng cách tìm kiếm giải pháp cho những thách thức đạt tới khối lượng tới hạn cho nền kinh tế nhân đạo, lấy con người làm trung tâm. Khối lượng tới hạn là cần thiết bởi vì lời hứa về một nền kinh tế vượt trội trong tương lai không trả lời được câu hỏi "Tại sao khởi nghiệp này là một khoản đầu tư tốt?" Cần có một câu trả lời thỏa đáng để thu hút các doanh nhân và nhà đầu tư, những người cần thiết như những nhà tiên phong cho một ý tưởng mới. Giảm thiểu rủi ro không những chỉ là một phần của giải pháp mà còn cần những người có niềm tin vào ý tưởng. Khối lượng tới hạn chỉ có thể đạt được bởi một cộng đồng các tín đồ có thể hành động dựa trên một chút ít đức tin chung và cam kết hỗ trợ lẫn nhau của họ. Tuy nhiên, tôi cho rằng điều này là có thể, vì ý tưởng cơ bản là đúng đắn - rằng nền kinh tế là hiện hữu vì nhau, rằng tiền cho ta phương tiện, và gia đình và bạn bè cho ta ý nghĩa. Ý tưởng này đã ăn sâu vào các giá trị văn hóa của nhân loại và đã được chứng minh hết lần này đến lần khác trong các nền kinh tế khởi sắc. Nó thành công bằng cách thuyết phục đủ số người hành động vì lợi ích chung chứ không phải lợi ích cá nhân thuần túy, từ đó giải quyết được tình thế tiến thoái lưỡng nan của xã hội.

Tuy nhiên chúng ta không thể kết thúc chủ đề này mà không nhắc đến mặt tối của các cộng đồng đức tin, vốn có thể gây áp bức cao độ cho cộng đồng. Trong mỗi trường hợp mà niềm tin và tôn giáo thần bí đã tạo ra một nền văn hóa, nó luôn đi kèm với việc đối xử tệ đối với những người bất đồng chính kiến. Với cách hoạt động không dựa vào các nguyên tắc của khoa học và các quyền tự do truy vấn khác, bao gồm quyền phản biện lại các phát biểu, các nền văn hóa này có thể trượt dài vào chế độ chuyên quyền, được kiểm soát bởi các nhà lãnh đạo, những người tranh giành quyền lực để phán xét công lý nhân danh những "chân lý" tuyệt đối nhưng lại chưa bao giờ được kiểm chứng của họ.

Một lần nữa, Martin Buber là người đề xuất một nguyên tắc chỉ đạo để giải quyết vấn đề mấu chốt này.

> *"Một số người sẽ phủ nhận bất kỳ cách sử dụng hợp pháp nào của từ Chúa bởi vì nó đã bị lạm dụng quá nhiều. Chắc chắn đó là từ khó chịu*

nhất trong tất cả các từ mà con người sử dụng. Chính vì lý do đó, nó là từ khó hiểu và khó tránh khỏi nhất. Đã có bao nhiêu cuộc tranh luận sai lệch về bản chất và sự ban bố của Đức Chúa Trời (mặc dù chưa bao giờ có và cũng không thể có bất kỳ cuộc tranh luận nào như vậy mà không bị xem là sai trái) so với chân lý rằng tất cả những người công nhận Đức Chúa Trời đều thực sự muốn ám chỉ là Ngài? Đối với bất kỳ ai, cho dù có ảo tưởng đến mức nào đi chăng nữa, phát ra từ Đức Chúa Trời từ miệng mình và thật sự muốn chỉ là Ngài thì thật sự muốn ám chỉ cái Ngài đích thực của chính mình không bị giới hạn bởi bất kỳ ai khác, hay giới hạn đối với những người họ có mối quan hệ." Martin Buber

Là một người không tin vào thần bí, tôi sẵn sàng ký tên mình bên dưới lời tuyên bố đó. Tôi cũng sẵn sàng làm việc với bất kỳ người nào coi "Ngươi" là ý nghĩa của cuộc sống, cùng với tôn giáo của họ được tôn trọng như một vấn đề cá nhân. Đó là một ý tưởng thống nhất mạnh mẽ. Có lẽ các cộng đồng chiết trung - hỗn hợp của những người sùng đạo, những người theo chủ nghĩa bất khả tri, và những người theo chủ nghĩa vô thần với những tâm trí và hoàn cảnh khác nhau - là những người thích hợp nhất cho một cộng đồng được định nghĩa bởi ý tưởng này. Bằng cách xây dựng "Cái Ngươi" giữa chính họ, họ có thể tận dụng sự khác biệt của nhau, tối ưu hóa cơ hội tạo ra một nền kinh tế nhân văn lấy con người làm trung tâm. Đây là chiến lược đằng sau việc xây dựng cộng đồng i4j. Tôi cố gắng hết sức để mọi người yêu thích nhau, và chúng tôi thực hành quy tắc "bất đồng trong thân thiện" trong các cuộc thảo luận của chúng tôi. Tôi có thể hứa rằng đó là một con đường hiệu quả và thỏa mãn để có được những hiểu biết sâu sắc mới.

PHẦN BỐN: XÂY DỰNG NỀN KINH TẾ LẤY CON NGƯỜI LÀM TRUNG TÂM

Để có một nền kinh tế lấy con người làm trung tâm, chúng ta phải quản lý quá trình chuyển tiếp từ nền kinh tế lấy nhiệm vụ làm trung tâm mà chúng ta đang sống hiện nay. Có nhiều ý tưởng tuyệt vời không bao giờ trở thành hiện thực vì ngưỡng phấn đấu đặt ra quá cao hoặc các động cơ thúc đẩy bị định hướng sai lệch. Đây là điều tôi đã học được khi còn là giám đốc của một tổ chức khoa học Thụy Điển hỗ trợ kết hợp giữa học thuật và kinh doanh để đổi mới.

Nói về các ngưỡng, chúng ta thường bác bỏ những đề xuất đòi hỏi phải có một số lượng lớn về con người cũng như tổ chức tham gia. Chúng ta đã thấy hiệp ước Paris, một hiệp ước quốc tế về giảm thiểu khí nhà kính, đã gặp thách thức lớn như thế nào trong việc huy động đủ các quốc gia ký kết để hiệp ước này có giá trị. Lẽ ra chúng ta đã nên tài trợ cho một nỗ lực nhỏ nhưng nhanh nhẹn của Elon Musk và hãng Tesla của ông ta. Chiến lược của ông ta là sản xuất ra xe hơi điện và xây dựng các giải pháp sử dụng năng lượng mặt trời giúp chiến đấu chống lại nạn khí thải bằng cách làm cho sản phẩm này trở nên vô cùng phổ biến đối với người tiêu dùng. Elon không cần sự đồng thuận nào cả trong khi Hiệp ước Paris thì phải yêu cầu các chính phủ nhất trí trước rồi sau đó mới cùng nhau thực hiện. Ông ấy đơn giản chỉ cần chế tạo và cho ra đời xe hơi điện và nó đã trở thành một cú hít lớn trên thị trường. Elon hiểu rằng quản lý nhiên liệu là điều duy nhất đã ngăn cản xe hơi điện tiếp quản thị trường và ông nhận thấy rằng công nghệ pin đã trở nên đủ tối tân để giải quyết vấn đề này. Công ty khởi nghiệp Tesla của ông đã lần đầu tiên chứng minh rằng xe hơi điện tốt hơn ở mọi khía cạnh. Sau đó, ông còn thực hiện một việc mang tính cách mạng nữa. Đó là, ông phát hành tất cả các bằng sáng chế về xe hơi điện cho công chúng - miễn phí cho bất kỳ ai sử dụng. Điều này đã giúp tạo ra hệ sinh thái mới cho xe điện, nơi các công ty xe hơi đang cạnh tranh để tạo ra những sản phẩm tốt nhất. Elon vẫn chiến thắng ngay cả khi nếu Tesla ngừng hoạt động kinh doanh, bởi vì giờ đây chúng ta biết rằng những chiếc xe có động cơ đốt trong đang sống dựa vào thời gian vay mượn.

Giới thiệu nền kinh tế lấy con người làm trung tâm rất giống với việc giới thiệu những chiếc xe hơi điện đời đầu. Pin không đủ mạnh đã làm chậm việc xe hơi điện ra đời cũng như công nghệ thông tin không đủ mạnh cho những nhiệm vụ phức tạp như điều chỉnh việc làm cho phù hợp với sinh kế của từng cá nhân. Công nghệ pin hiện đại đã làm cho xe hơi điện trở nên khả thi giống như trí tuệ nhân tạo đang làm đối với việc điều chỉnh việc làm vậy. Rốt cục, mọi người sẽ muốn có một công việc được điều chỉnh cho phù hợp vì nó hấp dẫn hơn một vị trí việc làm tiêu chuẩn và nó có thể tạo ra nhiều giá trị hơn. Điều còn lại là chứng minh rằng những công việc hấp dẫn có thể được điều chỉnh cho phù hợp giống như Tesla đã chứng minh có thể chế tạo những chiếc xe hơi điện hấp dẫn.

Xe hơi Tesla Roadster của Elon Musk với Trái đất làm nền phía sau. "Phi hành gia" ma-nơ-canh mặc bộ đồ phi hành vũ trụ SpaceX ngồi ở vị trí lái. Camera chụp từ cần gắn bên ngoài. Ảnh: SpaceX

Phần kế tiếp của quyển sách sẽ nói về phương thức ươm mầm nền kinh tế lấy con người làm trung tâm theo cách thức vừa đề cập ở trên.

Điểm lại những yếu tố cần thiết cho nền kinh tế PCE

Trước khi tiếp tục, chúng ta hãy xem lại các tính năng chính của nền kinh tế lấy con người làm trung tâm, bắt đầu với hai yếu tố quan trọng:

- **Thứ nhất**: Một nền kinh tế lành mạnh và mạnh mẽ là nền kinh tế mà mọi người đều nghĩ, "Tôi có được cuộc sống tốt hơn khi tôi đang giúp đỡ những người khác. Chúng ta giúp đỡ nhau để cùng mưu sinh tốt hơn." Chiến lược này mở rộng quy mô từ gia đình nhỏ nhất đến các cộng đồng lớn hơn như các thành phố và tiểu bang. Một nền kinh tế mà mọi người nghĩ, "Tôi có được cuộc sống tốt hơn bằng cách làm cho mọi người bớt phải cần nhau hơn" không chỉ là một nền kinh tế rối loạn chức năng và có văn hóa yếu kém, mà nó còn là một nền kinh tế không có quy mô. Khi quá nhiều người nói câu đó thì nghịch lý tăng trưởng-lợi nhuận sẽ xảy ra.

- **Thứ hai**: nền kinh tế lấy con người làm trung tâm là nền kinh tế cân bằng. Ngày nay, hầu hết mọi sự đổi mới đều phục vụ mục đích giúp chúng ta chi tiêu hoặc tiết kiệm. Nhưng gia đình nào cũng cần phải kiếm được tiền để chi tiêu. Do đó ít nhất, chúng ta cần đổi mới việc kiếm tiền cũng nhiều như đổi mới việc chi tiêu nếu nền kinh tế được cân bằng.

Như chúng ta đã thấy trong nền kinh tế lấy nhiệm vụ làm trung tâm, đổi mới tạo ra mối đe dọa đối với người lao động khi họ bị coi như là một loại chi phí. Nhưng trong nền kinh tế lấy con người làm trung tâm, sự đổi mới mang lại cho người lao động cơ hội trở nên có giá trị hơn. Nguồn lực tiềm năng này là mục tiêu mà sự đổi mới sẽ nhắm đến.

Nếu chúng ta thấy những yếu tố đó hấp dẫn, tôi cho rằng chúng ta có thể đồng ý về sứ mệnh cho một nền kinh tế lấy con người làm trung tâm như sau:

Nền kinh tế lấy con người làm trung tâm là một nền kinh tế đổi mới bền vững, nơi chúng ta cùng làm những việc có ý nghĩa với những người chúng ta yêu thích, được trân trọng bởi những người chúng ta không quen, và cung cấp cho những người chúng ta yêu thương.

Đây là một lời tuyên bố gồm bốn phần, và đối với tôi, phần lớn cái hay của nó là tất cả các phần đều hài hòa, mỗi phần được củng cố bởi những phần còn lại. Chúng ta hãy cùng nhau xem xét nó kỹ hơn:

1. Mục tiêu đầu tiên, **một nền kinh tế đổi mới bền vững**, chứa đựng những phẩm chất quan trọng. Điều đó có nghĩa là sự đổi mới giúp chúng ta tồn tại và phát triển tốt, tạo cho chúng ta một nền tảng vững chắc và bình đẳng để đứng vững, tránh sự cạnh tranh gay gắt thường gắn với chủ nghĩa tư bản, và hoạt động một cách đáng tin cậy và bình đẳng trong tương lai.

2. Mục tiêu thứ hai, **cùng làm những việc có ý nghĩa với những người chúng ta yêu thích**, từng là ước mơ của những người đang làm việc, nhưng nó hiếm khi đạt được. Tất cả chúng ta đều cần bạn bè để cảm thấy thỏa mãn và chúng ta đều muốn dành thời gian của mình để làm những việc có ý nghĩa với họ và cho họ.

3. Mục tiêu thứ ba, được trân trọng bởi những người chúng ta không quen biết (vì những gì chúng ta có thể làm), là bản chất của nền kinh tế lành mạnh. Chúng ta muốn tin tưởng vào giá trị của bản thân đối với người khác, giá trị của người khác đối với chúng ta, và giá trị của mỗi người đối với phúc lợi chung của xã hội. Nếu không có niềm tin rằng mỗi chúng ta đều có giá trị và có thể đóng một vai trò có giá trị trong cộng đồng của họ thì xã hội không thể vững mạnh.

4. Mục tiêu thứ tư, **cung cấp cho những người chúng ta yêu thương**, là những gì duy trì và khiến cho chúng ta trở thành con người. Nếu không có cuộc sống gia đình, loài giống của chúng ta sẽ không thể tiếp tục tồn tại.

Những mục tiêu này dường như truyền tải được hết tinh túy của những gì chúng ta mong muốn. Mỗi cái đều nhất quán với những cái khác, tất cả đều phối hợp nhau và tự củng cố. Chúng chuyển dịch tốt giữa quan điểm vi mô của cá nhân và quan điểm vĩ mô của toàn xã hội, như thể hiện trong bảng dưới đây.

MỤC TIÊU CỦA NỀN KINH TẾ LẤY CON NGƯỜI LÀM TRUNG TÂM		
MỤC TIÊU CÁ NHÂN		**MỤC TIÊU XÃ HỘI**
1	Một nền kinh tế đổi mới bền vững →	Hệ thống giải quyết vấn đề ổn định
2	Nơi chúng ta cùng làm những việc có ý nghĩa với những người chúng ta yêu thích →	Lực lượng lao động có năng suất
3	Được trân trọng bởi những người chúng ta không biết →	Xã hội quy mô
4	Cung cấp cho những người chúng ta yêu thương →	An vui hạnh phúc lâu bền
NHỮNG MỤC TIÊU NÀY ✓ **NHẤT QUÁN** ✓ **PHỐI HỢP NHAU**		

Tôi đã gợi ý rằng sứ mệnh này hoàn toàn có thể trở thành hiện thực, và quyển sách này chính là nỗ lực của tôi nhằm giải thích những phương thức thực hiện sứ mệnh đó.

Việc chuyển đổi từ nền kinh tế lấy nhiệm vụ làm trung tâm sang nền kinh tế lấy con người làm trung tâm không phải là một chuyện đơn giản; nó không kém gì một sự thay đổi luận thuyết.

Hiểu các nguyên tắc cơ bản làm nền tảng cho động lực hệ thống của một nền kinh tế và thiết kế các quy trình để tổ chức lại xã hội cho phù hợp là một thách thức lớn. Thay đổi tư duy của công chúng, ngôn ngữ, cách chúng ta đánh giá và liên hệ với nhau và với mọi sự vật đòi hỏi sự thay đổi văn hóa vốn dĩ luôn rất khó khăn. Đây là một mẩu chuyện cười mà nó có thể giải thích khó khăn đó tốt hơn là tôi: "Bạn có nghe nói về những nhân viên hộ tịch đang dọn dẹp các kho lưu trữ cũ không? Để chắc ăn, họ đã sao lại hết các tài liệu đó trước khi vứt chúng đi." Thật vậy, làm thế nào để chúng ta tránh lặp lại những khuôn mẫu cũ của bản thân chúng ta?

Có hai ý tưởng chính cần được định hình lại để xây dựng nền kinh tế lấy con người làm trung tâm:

1. Chúng ta cần coi kinh doanh là một hoạt động (a) nâng cao giá trị của con người và (b) coi thị trường lao động như một thị trường dịch vụ cung cấp những cách thức để mọi người kiếm sống.

2. Chúng ta cần phải điều chỉnh lại giá trị kinh tế để trọng tâm của nó mở rộng ra ngoài phạm vi tiền bạc. Giá trị kinh tế cần có khả năng phân biệt giữa phương tiện và ý nghĩa, sự vật và con người. Tiền cung cấp phương tiện cho nền kinh tế, nhưng cải thiện mối quan hệ giữa người với người phải là mục đích. Điều ngược lại thì không có hiệu quả bởi vì nó vật thể hóa các quan hệ cá nhân (biến "Ngươi" thành "Nó"), nhưng nó vẫn là cách duy nhất mà toán học kinh tế học chính thống ngày nay có thể hoạt động.

ĐỊNH HÌNH LẠI NỀN KINH TẾ		
	LẤY CON NGƯỜI LÀM TRUNG TÂM	**LẤY NHIỆM VỤ LÀM TRUNG TÂM**
CẠNH TRANH ĐỂ	NÂNG CAO GIÁ TRỊ CON NGƯỜI	HẠ THẤP CHI PHÍ CÁC THỨ
KHÁCH HÀNG CHÍNH	NGƯỜI KIẾM TIỀN	NGƯỜI TIÊU TIỀN
MỘT "VIỆC LÀM" CÓ NGHĨA LÀ	MỘT DỊCH VỤ ĐỂ KIẾM TIỀN	PHỤC VỤ CHỦ LAO ĐỘNG
ĐỘNG LỰC VĨ MÔ/VI MÔ	ĐỒNG BỘ CẢ HAI ĐỀU MUỐN NGƯỜI KIẾM TIỀN KIẾM ĐƯỢC NHIỀU HƠN.	ĐỐI NGHỊCH VĨ MÔ MUỐN TIỀN CÔNG CAO HƠN VI MÔ MUỐN LAO ĐỘNG RẺ HƠN

Với khung sườn mới này và mục tiêu lấy con người làm trung tâm, chúng ta có thể vẽ nên một bức tranh thống nhất về nền kinh tế lấy con người làm trung tâm. Để làm được điều đó, tôi sẽ trình bày một số ý tưởng, đề xuất và kịch bản. Chúng ta không nên xem chúng là thực tế vì đây là một bản phác thảo có tính chất khám phá, không phải là một bức tranh hoàn thiện. Việc tạo ra hệ sinh thái mới cho việc làm chỉ là bước khởi đầu. Nó phải được phát triển một cách có hệ thống và khi điều đó xảy ra, chúng ta sẽ phải có một tầm nhìn nhất quán về một bức tranh to lớn hơn, và các mục tiêu phù hợp và ngôn ngữ chung giữa các bên liên quan để có thể biến tầm nhìn đó thành hiện thực. Tôi hy vọng rằng quyển sách này có thể đóng góp một phần lớn vào việc đó.

Xây dựng nền kinh tế lấy con người làm trung tâm

Bài học lịch sử: Nghiên cứu những xã hội dựa trên phúc lợi đã thành công

Giải pháp của chủ nghĩa cộng sản đối với những thất bại và bất bình đẳng kinh tế không phải là một giải pháp thành công; chủ nghĩa cộng sản đã thất bại ở mọi nơi nó được thử nghiệm. Những gì đã thành công là các xã hội dựa trên phúc lợi, các nền kinh tế hỗn hợp, nơi các nguồn lực của chính phủ và doanh nghiệp tư nhân chủ yếu cân bằng lẫn nhau, pha lẫn giữa chủ nghĩa xã hội và chủ nghĩa tư bản. Trong khi chủ nghĩa cộng sản tỏ ra rối loạn chức năng, các xã hội dựa trên phúc lợi đã đánh bại chủ nghĩa tư bản trong cuộc chơi của chính nó trong suốt thế kỷ XX. Tôi sẽ mô tả điều này một cách chi tiết. Bởi vì những phân tích trong Bản tuyên ngôn của đảng Cộng sản gần như hoàn toàn tương tự với tình thế hiện tại của chúng ta nên tôi đề nghị chúng ta cũng sẽ áp dụng giải pháp tương tự - nền kinh tế dựa trên phúc lợi của tầng lớp trung lưu. Đó là kết quả của cuộc cách mạng ở hầu như tất cả các nền kinh tế đã thành công.

"Mô hình Thụy Điển" là mô hình đại diện cho nền kinh tế dựa trên phúc lợi trong suốt nửa thế kỷ. Khi Marx công bố Bản tuyên ngôn của đảng Cộng sản, Thụy Điển đang là một trong những nước nghèo nhất ở châu Âu. Những người nghèo và trẻ mồ côi bị bán đấu giá trong các cuộc đấu giá công khai cho những người trả giá nhận họ về với mức thù lao thấp nhất. Một phần sáu dân số Thụy Điển di cư tới Mỹ trong một thời gian ngắn, chạy trốn nạn đói và thiếu tự do tôn giáo. Đây là mảnh đất màu mỡ cho chủ nghĩa cộng sản đang lan rộng một cách nhanh chóng, và tổ chức công nhân thành các công đoàn.

Điều đã giải cứu Thụy Điển khỏi chủ nghĩa cộng sản là sự xuất hiện của nền dân chủ xã hội trong nước do một số nhà lãnh đạo xã hội chủ nghĩa đấu tranh bênh vực. Nổi bật nhất là Per-Albin Hansson, Thủ tướng đảng Dân chủ xã hội, người đã đặt ra meme "Folkhemmet" - ngôi nhà của dân chúng - và trở thành cha đẻ của nó, và luôn luôn được nhắc đến với tên của ông.

Tôi đề nghị rằng chúng ta có thể áp dụng những phiên bản có chỉnh sửa những gì Per-Albin đã làm ở Thụy Điển, cũng như các chiến lược của Franklin Roosevelt cho Giấc mơ Mỹ. Họ đã giải quyết vấn đề hóc búa về "tương lai của công việc" trong cuộc cách mạng công nghiệp, tạo ra công thức cho các nền kinh tế trung lưu thống trị vào thế kỷ XX. Như chúng ta đã thấy, chương mở đầu cho Bản tuyên ngôn của đảng Cộng sản ra đời đã hơn hai thế kỷ qua đưa ra một phân tích thỏa đáng đầy ấn tượng với điều kiện chỉ bốn từ trong bản gốc được thay thế bằng bốn từ tương thích với bối cảnh ngày nay (như được trình bày trong phần đầu của quyển sách này và trong phần phụ lục). Có lẽ nào một sự bóp méo đơn giản tương tự vậy có thể mang lại những ý tưởng có giá trị để tạo ra một nền kinh tế trung lưu tiếp theo chăng?

Một dư âm khác từ cuộc cách mạng công nghiệp đầu tiên là sự trỗi dậy của ảo tưởng theo chủ nghĩa tân Mác-xít rằng không ai cần phải làm việc vì tất cả các công việc đều có thể được tự động hóa và mọi người có thể sống hoàn toàn bằng Thu nhập căn bản chung UBI không tưởng do chính phủ trợ cấp (ngược lại, UBI thân thiện với việc làm thì có thể chấp nhận được). Tôi đã giải thích tại sao đây là một ý tưởng không được hoàn chỉnh.

Và bây giờ chúng ta có thể xem xét kỹ hơn các điểm tương đồng này.

Ngoài việc không có động cơ khuyến khích mọi người tham gia vào các mối quan hệ tin cậy những người mà họ không quen biết, sai lầm của Marx trong việc thiết kế chủ nghĩa cộng sản còn là giả định cơ bản của ông rằng xã hội loài người phát triển thông qua đấu tranh giai cấp và đề xuất của ông về cuộc cách mạng theo đó giai cấp vô sản sẽ nổi lên chống lại những kẻ bóc lột. "Sau khi thoát khỏi những kẻ áp bức bóc lột, chúng ta có thể xây dựng một xã hội tốt đẹp" luôn là điều viển vông đối với những nhà cách mạng. Một rào cản nghiêm trọng trên con đường này là cách nó gieo mầm cho văn hóa chỉ tay năm ngón, và bạo lực thường vẫn tồn tại sau khi những kẻ áp bức đã bị loại trừ. Điều này thường là do các nhà lãnh đạo cách mạng giỏi chiến đấu chống lại kẻ thù hơn là xây dựng nền kinh tế. Khi đã nắm quyền, họ có xu hướng loại bỏ tất cả những người có năng lực, những người biết cách điều hành mọi việc, và do đó xây dựng nên những xã hội tầm thường hoặc tồi tệ hơn. Họ cố giữ quyền lực cho mình bằng cách tìm kiếm thêm kẻ thù, hoặc tưởng tượng ra nếu họ phải làm như vậy, để tiếp tục chỉ tay và không ngừng chiến đấu - những kịch bản đã kết thúc số phận của cả Liên Xô và Đức Quốc xã.

Per-Albin đã phát minh ra một cách tiếp cận hợp lý hơn, bao trùm hơn, tránh được bạo lực, chỉ tay và hoang tưởng, với những tác động cực kỳ tích cực. Per-Albin nói về "ngôi nhà của mọi người" vào năm 1928:

Per-Albin Hansson

Một mái ấm được xây dựng dựa trên sự đồng lòng. Trong một gia đình tốt, chúng ta không coi thường hay lợi dụng nhau. Kẻ mạnh không cướp đoạt của kẻ yếu. Trong ngôi nhà của những người tốt có sự bình đẳng, ân cần, hợp tác và giúp đỡ. Được áp dụng cho đại chúng và ngôi nhà của mỗi công dân, điều này có nghĩa là phá bỏ tất cả các bức tường và rào cản kinh tế, xã hội hiện đang phân chia chúng ta thành những kẻ có đặc quyền và người không được thỏa mãn, kẻ thống trị và người bị trị, kẻ bóc lột và người bị bóc lột... Để xã hội Thụy Điển trở thành ngôi nhà tốt của mọi người dân, cần phải xóa bỏ phân biệt giai cấp, phát triển chăm sóc xã hội, thu hẹp khoảng cách chênh lệch của cải và thu nhập, người lao động phải được tham gia quản lý của cải vật chất mà họ tạo ra, dân chủ phải được thực hiện và áp dụng đầy đủ cả về mặt xã hội lẫn kinh tế.

Chỉ ba thập kỷ sau, Thụy Điển đã trở thành quốc gia giàu có nhất thế giới, đứng đầu trong hầu hết các chỉ số kinh tế, xã hội và giáo dục. Điều này có thể xảy ra bởi vì (1) mọi người đồng lòng cần nhau, mong muốn nhau, và đánh giá nhau cao, (2) họ chia sẻ một tầm nhìn chung và có một ngôn ngữ chung cho nó. "Phép màu" kinh tế tương tự vậy cũng đã diễn ra ở những nước ví dụ như Singapore và Israel, cả hai đều áp dụng những khái niệm thành công tương tự như khái niệm "ngôi nhà của mọi người dân" của Per-Albin.

Công cụ chính để xây dựng "ngôi nhà của mọi người dân" của người Thụy Điển đã được giới thiệu hai năm sau đó tại Triển lãm Stockholm năm 1930; đó là *kiến trúc*. Sáu kiến trúc sư đã đưa ra "funkis", một phiên bản Thụy Điển của chủ nghĩa chức năng (trong đó tuyên bố rằng thiết kế tòa nhà chỉ nên dựa trên mục đích và chức năng của nó). Funkis đã sử dụng các vật liệu có giá cả phải chăng, chẳng hạn như gạch và bê tông; kiến trúc cho phép xây dựng nhanh chóng và hiệu quả; và nó cung cấp những ngôi nhà tốt cho hàng triệu người trong những thập kỷ sau đó.

Năm 1931, các kiến trúc sư xuất bản tuyên ngôn của họ "Acceptera!" ("Chấp nhận!"), phác thảo thiết kế như một công cụ để xây dựng một xã hội mới. Thông điệp chính cũng giống như của Marx: duy trì sản xuất hàng loạt. Những truyền thống và nghề thủ công, thiên hướng nghề nghiệp và văn hóa cũ đã biến mất. Giải pháp là tiếp nhận việc sản xuất hàng loạt và tạo ra một nền văn hóa mới cho quần chúng, với sản xuất và tiêu dùng hàng loạt làm nền tảng cho một nền kinh tế trung lưu trong thời đại cơ khí hóa.

Chấp nhận thực tế hiện tại - đây là cách duy nhất để làm chủ nó - và tạo ra một nền văn hóa mà chúng ta có thể cùng chung sống. Chúng ta không cần những hình thức cũ của văn hóa cũ để duy trì lòng tự trọng của bản thân. Chúng ta không thể quay ngược thời gian. Chúng ta không thể tiến tới một tương lai không tưởng mơ hồ. Chúng ta chỉ có thể nhìn thực tế bằng chính đôi mắt của chúng ta, chấp nhận nó và làm chủ nó. Phương tiện và mục tiêu của đời sống văn hóa của chúng ta chưa bao giờ bị nghi ngờ. Chỉ có những người mệt mỏi và bi quan mới nói rằng chúng ta đang xây dựng một nền văn hóa máy móc cho mục đích của chính nó. [...] Văn hóa máy móc hấp dẫn không thể cưỡng lại đang chinh phục thế giới, trong khi cuộc chiến giành lấy cái đẹp đang bị lạc vào cái triết lý mỹ học ra sức làm thay đổi thực tế. ...

Đây là những suy nghĩ đã định hình không những chỉ nền kinh tế Thụy Điển hiện đại mà còn cả cách người dân sống và thiết kế nền công nghiệp mà Thụy Điển đã trở nên nổi tiếng. IKEA là đứa con của "Acceptera!". Người sáng lập Ingvar Kamprad mới lên năm khi bản Tuyên ngôn này được xuất bản, và ông lớn lên chứng kiến những thay đổi đó.

Tôi cho rằng cuộc cách mạng công nghiệp hiện tại của chúng ta, cái mà đang đưa chúng ta từ sản xuất hàng loạt sang cá nhân hóa hàng loạt, lần này đã giết chết các thiên hướng nghề nghiệp và truyền thống từ cuộc cách mạng công nghiệp trước đó, cần có một công thức tương tự - thiết kế một xã hội mới, với các khái niệm mới không những chỉ về cách chúng ta nên làm việc và giáo dục như thế nào, mà còn cả cách chúng ta có thể sống ra sao. Giống như chúng ta đã học cách đánh giá cao vẻ đẹp và ý nghĩa trong sản xuất hàng loạt ở thế kỷ trước bao gồm mọi thứ từ sản phẩm đến dịch vụ và giải trí, chúng ta nên xem xét lại khả năng tạo ra vẻ đẹp cá nhân hóa một lần nữa, giống hệt như trước cuộc cách mạng công nghiệp đầu tiên nhưng bây giờ với quy mô lớn hơn.

Ví dụ, vào những năm 90 khi tôi là giám đốc tài trợ nghiên cứu của Quỹ Swedish Knowledge Foundation của Thụy Điển mới được thành lập, tôi đã lên kế hoạch cho một chương trình tài trợ cho ngành xây dựng. Tôi bị cuốn hút bởi ý tưởng cá nhân hóa việc sản xuất hàng loạt nhà ở. Các công cụ đồ họa máy tính mới nổi lên đã mang lại khả năng có thể thiết kế mỗi ngôi nhà khác nhau ngay cả trong các dự án xây dựng lớn bao gồm rất nhiều căn. Tôi đã tưởng tượng cách thức một khu chung cư mới có thể được xây dựng, tích hợp các nhà thiết kế nội thất với các nghệ nhân, thợ thủ công trong các đội xây dựng như thế nào. Kỹ thuật này sẽ không tốn kém hơn vì không tốn thêm nhiều chi phí lắm cho các nhà thiết kế so với công nhân xây dựng. Các nhóm thiết kế và nghệ nhân có thể sản xuất các chi tiết cho các tòa nhà khác nhau, bắt đầu từ tiêu chuẩn chung làm nền tảng mà đã được phát triển một cách chuyên nghiệp sẵn bởi ngành công nghiệp xây dựng hiện tại. Nhờ có các công cụ máy tính mới, kế hoạch tích hợp này không làm tăng giá thành sản xuất nhiều, nhưng nó tạo ra công ăn việc làm lớn cho các ngành nghệ thuật và mang lại trải nghiệm phong phú hơn cho những người chuyển đến sống trong căn hộ.

Chúng tôi đã phác thảo một ý tưởng cho một chương trình tài trợ và trình bày nó với ngành xây dựng. Ngành công nghiệp này xuất phát từ tầm nhìn của chủ nghĩa chức năng, bây giờ trở thành xương sống của xã hội Thụy Điển hiện đại sau khi sản xuất ra hàng triệu ngôi nhà. Tôi còn trẻ hơn nhiều và thiếu kinh nghiệm, không nhận ra rằng một ngành công nghiệp có nguồn gốc từ triết lý mỹ học của sản xuất hàng loạt sẽ không phải là một nhà truyền bá tốt nhất cho việc cá nhân hóa hàng loạt. Phản ứng của những người trong ngành xây dựng đã không tích cực. Tại cuộc họp các bên liên quan mà chúng tôi đã tổ chức, Giám đốc điều hành của hiệp hội ngành xây dựng đã vung bản sao của phác thảo về phía chúng tôi và nói, "Chà, tôi đã đọc nó và nó là... Groovy phải không?" Sau đó ông ta thả nó rớt xuống bàn như một con cá chết.

Chúng tôi bắt đầu lại từ đầu và tạo ra thứ gì đó phù hợp với tư duy sản xuất hàng loạt của họ. Tôi cảm thấy giống như Galileo, bị ép buộc phải thú nhận rằng cá nhân hóa hàng loạt không thể đi đến đâu, mặc dù tôi biết rằng nó đại diện cho tương lai của một ngành xây dựng lành mạnh lấy con người làm trung tâm. Sẽ còn hấp dẫn hơn khi có sự xuất hiện của máy in 3D phục vụ cho việc xây nhà. Chúng ta sẽ phải đợi cho đến khi những người xây dựng tìm ra những cách mới và tốt hơn để thu hút nhiều người hơn vào một quá trình sáng tạo có ý nghĩa hơn để họ cần, muốn và đánh giá nhau cao hơn.

"Tương lai của việc làm" cần một câu chuyện và hình ảnh mới

Tôi vẫn tin rằng mình đã đúng khi cho rằng điểm khởi đầu là tính thẩm mỹ, thiết kế và "Funkis" của Thụy Điển. Nó không được phát động bởi những người đương nhiệm của ngày hôm nay. Hình ảnh và câu chuyện là những thứ cần thiết để người ta có thể hiểu và tuân theo mọi tầm nhìn về tương lai, vì vậy bắt đầu từ đó không phải là một ý tưởng tồi. Chúng ta sẽ khởi hành từ một nơi tối tăm và tiến về nơi sáng chói.

Người buồn chán sẽ có những suy nghĩ buồn chán. Cảm giác buồn chán của chúng ta về thị trường việc làm khiến chúng ta buồn chán khi nghĩ về tương lai. Tương lai đó như thế nào? Một tìm kiếm trên Google "tương lai của công việc" sẽ cung cấp cho bạn bức tranh về những gì chúng ta thấy ở phía trước:

Không ai muốn một tương lai lạc hướng như mô tả ở trên. Nhưng chúng sẽ vẫn là hình ảnh ẩn sâu trong tâm trí chúng ta cho đến khi chúng được khớp

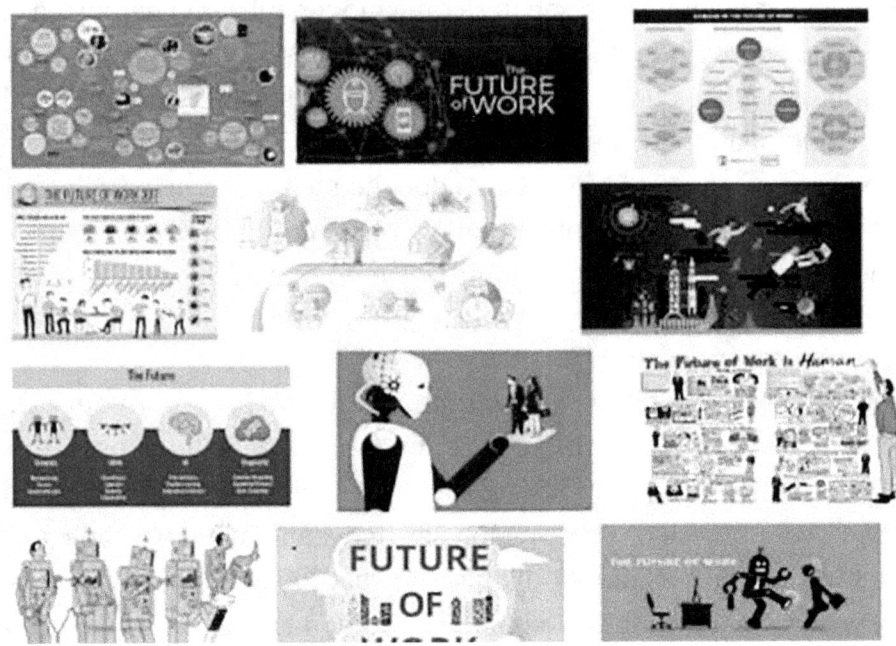

Ảnh chụp nhanh về tâm trạng xung quanh "tương lai của công việc". Kết quả tìm kiếm phổ biến hàng đầu trên Google (ngày 14 tháng 8 năm 2018)

với những hình ảnh thay thế mà mọi người có thể nhìn vào và nói, "Đây là hình hài của một tương lai mà chúng ta mong muốn."

Chúng ta chưa có những hình ảnh đó; kiểu dáng của nó vẫn là cái cần được định hình.

Để tiến tới một tương lai sáng tạo và thỏa mãn hơn, chúng ta phải có một tầm nhìn tích cực trong đó có hình ảnh của chính chúng ta.

Đây là một tương lai của việc làm mà tôi mong muốn.

(Nếu bạn chỉ có phiên bản trắng đen của quyển sách này, tôi nên tiết lộ cho bạn biết rằng bức tranh tuyệt đẹp này của Marconi Calindas chứa đầy màu sắc hạnh phúc trong đó.)

CHƯƠNG 3

NỀN KINH TẾ HƯỚNG CON NGƯỜI

HỆ SINH THÁI CHO VIỆC LÀM TƯƠNG LAI

Tranh: Marconi Calindas

Có lẽ bạn sẽ tự hỏi mình, "Đây làm sao có thể là tương lai của công việc được chứ? Người trong bức ảnh này có vẻ như không hề làm việc gì cả." Câu trả lời của tôi là, "Tại sao đây *không* phải là tương lai của công việc được chứ? Làm thế nào mà bạn biết rằng người trong hình này không làm việc? Có lẽ chính định kiến của chúng ta về ý nghĩa của "công việc" đang khiến chúng ta chìm sâu trong bóng tối. Chúng ta cần thử nghiệm với những hình ảnh, câu chuyện, thiết kế, nghĩa là tất cả các loại sáng tạo có thể, để xây dựng tầm nhìn của chúng ta.

Những gì chúng ta cần bây giờ là những nghệ sĩ trực quan và người kể chuyện, những người có thể tưởng tượng ra những hình ảnh và viễn cảnh về một tương lai tốt đẹp hơn theo cách mang lại cho mọi người hy vọng và khiến họ muốn cùng nhau xây dựng một tương lai tốt đẹp như vậy hơn.

Mọi phong trào văn hóa trong lịch sử đều sử dụng nghệ thuật và kể chuyện để thu hút trái tim và khối óc của mọi người. Tổng thống Mỹ Franklin Delano Roosevelt, một "hoạt náo viên của nước Mỹ", trong suốt cuộc Đại suy thoái, nhận ra rằng mọi người phải tin vào một tương lai nếu họ đi xây dựng nó. Thông điệp của ông dành cho những người lo sợ mất tất cả những gì họ sở hữu là, "Chúng ta luôn giữ vững hy vọng, niềm tin, tin chắc rằng có một cuộc sống tốt đẹp hơn, một thế giới tốt đẹp hơn, bên ngoài đường chân trời."

Sau hai năm trong nhiệm kỳ của mình, vào năm 1934, chính quyền của ông đã thành lập Dự án các tác phẩm nghệ thuật công cộng (PWAP), một cơ quan đã tuyển dụng hàng ngàn nghệ sĩ, nhà văn và nhiếp ảnh gia đã mất kế mưu sinh trong thời kỳ suy thoái. PWAP là một trong số các chương trình nhằm giảm bớt gánh nặng tài chính cho người lao động thất nghiệp. Những nghệ nhân này đã sáng tác ra gần 16.000 bức tranh, tranh tường, tranh in và tác phẩm điêu khắc cho chính phủ trong nhiều năm sau đó. Một trong số đó là những bức tranh tường của Seymour Fogel thể hiện sự lạc quan và niềm tin bền bỉ vào các thể chế, những phẩm chất trong tính cách người Mỹ và khao khát một tương lai tốt đẹp hơn, hợp tác hơn và xán lạn hơn. Những người đang phải vật lộn với cuộc sống có thể nhìn thấy chính mình trong những bức tranh của anh ấy, có được những công việc ý nghĩa, bổ ích, cuộc sống gia đình tốt và tương lai đầy hứa hẹn cho con cái của họ. Dưới đây là hai tác phẩm đại diện của Fogel, "Đời sống công nghiệp" và "Sự bình an của một gia đình".

Bạn sẽ quan sát thấy xã hội trung lưu đã nổi lên kể từ đó và đạt được tiến bộ liên quan đến cái chúng ta thấy thiếu trong bức tranh của Fogel: sự đa dạng. Nhưng nếu tranh của ông bị tẩy chay vào thời điểm đó thì kết quả sẽ là nhiều

sự tức giận và đau khổ hơn. Những người nhìn thấy chính mình trong những bức ảnh này đã giúp xã hội đi đúng hướng.

Những gì chúng ta cần ngày nay là một làn sóng nghệ thuật mới truyền tải sự lạc quan. Trong những thời điểm như vậy, Internet có thể giúp chúng ta đến với nhau để định hình ra hình ảnh và những câu chuyện hấp dẫn mà chúng ta và những người khác tìm thấy niềm tin vào một tương lai tốt đẹp của công việc, truyền đạt một cách trực quan và ngay lập tức những gì tôi đang cố gắng truyền đạt bằng lời nói ở đây, với hy vọng những độc giả dễ tiếp thu sẽ thông suốt chúng ngay.

Chính sách Thu nhập Cơ bản Chung UBI - phiên bản thân thiện với việc làm (không phải phiên bản không tưởng) - có thể mở đường

Mặc dù đã có một phiên bản Thu nhập cơ bản chung (UBI) ra đời như một hình thức mới và không tưởng của chủ nghĩa Mác, tôi cũng đã mô tả một chính sách UBI khác phi không tưởng, thân thiện với việc làm. Đây là một công thức hỗn hợp, trong đó chính phủ đảm bảo một "mức lương đủ sống" cơ bản và để người dân tự tạo thêm thu nhập nếu họ muốn. Ý tưởng là thay thế phần lớn hệ thống phúc lợi xã hội bằng UBI trong khi vẫn không làm mất đi động cơ làm việc của mọi người. Ngày nay, mọi người thường lo sợ bị mất việc hoặc phải chuyển đổi công việc. UBI thân thiện với công việc giúp mọi người vẫn an tâm sống tạm trong khi họ tìm kiếm công việc tiếp theo. Thủ tướng Đan Mạch Poul Rasmussen đã phát minh ra một từ cho nó[22]:

"flexicurity" (sự an tâm linh hoạt)

Ngày nay, Schumpeter đã trở nên nổi tiếng trong giới đổi mới. Ông được truyền cảm hứng từ sự phân tích của Marx, nhưng đã đi đến một kết luận khác, cho thấy rằng sự tự phá vỡ liên tục có thể tạo ra và duy trì một nền kinh tế đổi mới. Nhưng các nhà đổi mới, hãy cảnh giác, bởi vì chúng tôi không thấy sự phá vỡ của các bạn đi theo đúng hướng của những gì Schumpeter nghĩ đến. Thay vào đó, chúng tôi thấy nó phù hợp gần như hoàn hảo với phân tích của Marx về vấn đề này. Các nhà đổi mới đơn giản là đang triển khai Schumpeter theo cách sai lầm khi dựa vào đổi mới công nghệ để duy trì sự phát triển của chúng ta. Nhưng chúng ta có thể làm đúng cách nếu chúng ta tạo ra sự cân bằng giữa lực lượng nhà nước và tư nhân, coi người lao động, khách hàng và người dân là "ba phần trong cùng một con người". Những phần này "xoay quanh" phần thứ tư - bạn bè và thành viên gia đình - người mang lại mục đích cho các phần khác, duy trì trạng thái phá vỡ đổi mới mà không gây nhầm lẫn giữa mục đích với phương tiện.

Động cơ của nền kinh tế lấy con người làm trung tâm: hệ sinh thái để đổi mới việc làm

Bây giờ chúng ta cần tập trung vào cách khởi động hệ sinh thái để đổi mới việc làm và lấy lại sự cân bằng tự nhiên giữa thu nhập và chi tiêu mà mọi người ai cũng mong muốn.

---

[22] "Flexicurity - Wikipedia." https://en.wikipedia.org/wiki/Flexicurity. Truy cập ngày 26/9/2018.

Ví dụ về một khởi nghiệp thực tế: Workgenius

Benjamin Bear là một chủ doanh nghiệp (và cũng là thành viên của i4j), người đã thành lập công ty khởi nghiệp Workgenius mà hiện không còn tồn tại nữa, một ý tưởng kinh doanh lấy con người làm trung tâm rất đơn giản và rõ ràng mà tôi sử dụng để giải thích các bước "nhập môn" trong nền kinh tế lấy con người làm trung tâm. Nếu ở trong một nền kinh tế lấy con người làm trung tâm, các nhà đầu tư đã đua nhau đầu tư vào anh ta. Nhưng trong nền kinh tế lấy nhiệm vụ làm trung tâm hiện tại không ai làm như vậy, và Workgenius đã không huy động đủ đầu tư để đạt khối lượng tới hạn. Nó đã tiến bộ quá xa so với thời đại.

Ben xác định nhu cầu không được thỏa mãn của những người làm việc độc lập theo yêu cầu của khách đang tăng lên nhanh chóng. Khi anh ấy thành lập công ty của mình vào năm 2015, thách thức chính của những những người làm việc độc lập theo yêu cầu là tìm đủ công việc để làm. Người lao động theo yêu cầu trung bình lúc đó phải kiếm thu nhập từ bốn việc làm khác nhau cùng một lúc nên việc tìm hiểu và sắp lịch cho các cơ hội làm việc mới là một công việc vụn vỡ và gây mất tập trung, và hiện nay nó vẫn như vậy. Sự đổi mới của Ben là thiết kế một ứng dụng điện thoại thông minh giúp chọn lọc công việc đăng trên những ứng dụng cung cấp việc làm theo yêu cầu của khách. Người muốn làm việc sẽ đăng ký một tài khoản, liệt kê các kỹ năng của họ và thiết lập mục tiêu thu nhập. Workgenius sẽ kết nối người đó với nhiều nguồn cung cấp việc làm theo yêu cầu của khách và đưa ra những nguồn nào mà người đó có đủ tiêu chuẩn đáp ứng. Người lao động sẽ chọn công việc nào trông thú vị đối với họ và sẽ nhận được các đề xuất về địa điểm và thời gian làm việc để đạt được mục tiêu thu nhập của mình. Công việc sẽ được sắp xếp theo lịch của người đó. Workgenius đảm nhiệm phần kế toán, và các khoản thanh toán của khách sẽ được Workgenius thu về từ các nền tảng đã đăng công việc theo yêu cầu đó.

Tôi vẫn nhớ cái lần Ben lần đầu tiên trình bày ý tưởng của anh ấy cho một công ty khởi nghiệp tại Hội nghị thượng đỉnh i4j hàng năm của chúng tôi vào năm 2016. Nó nghe có vẻ đơn giản đến mức hầu hết chúng tôi không nhận ra nó có sức mạnh thay đổi như thế nào. Workgenius phù hợp với định nghĩa kinh doanh lấy con người làm trung tâm một cách thật trang nhã: (1) người lao động là khách hàng; (2) công việc được cung cấp cho người lao động như một dịch vụ, và (3) công việc được điều chỉnh để phù hợp với kỹ năng của người lao động. Giải thích ý tưởng này cho mọi người thường thì khó, nhưng ví dụ trường hợp của anh ấy thì rất rõ ràng và đơn giản.

Lợi thế của phương pháp tiếp cận này của Ben thậm chí còn rõ ràng hơn khi so sánh với các công ty khởi nghiệp đã áp dụng sai cách tiếp cận với những vấn đề đó. Chẳng hạn như Uber, sau vài năm thành công, đã phải đối đầu với các tài xế về tình trạng lao động của tài xế. Công ty cho biết họ không phải là công ty taxi tuyển dụng nhân viên làm tài xế mà họ là một thị trường trực tuyến, giống như eBay, với kế hoạch kinh doanh đơn giản chỉ là kết nối người mua với người bán chuyến đi. Nói một cách nhẹ nhàng, điều đó không xây dựng nên điều kỳ diệu nào cho danh tiếng của họ khi nó được đi kèm với những câu chuyện thời sự về những tài xế bị đối xử tệ bạc như thế nào. Khi tôi hỏi Ben về chiến lược của anh ấy để tránh cái thảm cảnh "chết người" này là gì, anh ấy nói, "Chuyện nhỏ. Tôi sẽ đồng ý để người lao động trở thành nhân viên của công ty tôi nếu họ làm việc đủ số giờ quy định. Với tư cách là nhân viên, tôi cung cấp cho họ phúc lợi và bảo hiểm y tế. Tất cả được bao gồm trong lời mời làm việc."

Điều này đã ảnh hưởng sâu sắc đến tôi. Ben đã định hình lại thị trường lao động như một thị trường dịch vụ. Anh ấy mang đến cho khách hàng cơ hội kiếm sống với tư cách là nhân viên của anh ấy. Anh không quá quan tâm họ làm gì miễn là họ hài lòng với công việc của họ, có thể kiếm tiền và cảm thấy yên tâm. Anh ấy háo hức cung cấp cho nhân viên của mình mọi thứ mà Uber đang đấu tranh ở tòa án để KHÔNG phải cung cấp cho tài xế của họ. Vì sao vậy? Bởi vì đối với Ben, người lao động là khách hàng chính của anh ấy. Đối với Uber, tài xế là khách hàng thứ cấp; người trả tiền cho cuộc đi mới là khách hàng chính của họ. Ben đã nhìn thấy một thị trường tốt cho công việc được trả lương thay vì là một khách hàng trả tiền.

Sự khác biệt chính giữa công ty lấy con người làm trung tâm và công ty lấy nhiệm vụ làm trung tâm trở nên rõ ràng nếu thị trường đặt xe khách trở nên khó khăn hơn. Uber, Lyft và các công ty đặt xe khách khác nói, "Chúng tôi không thể trả bạn nhiều tiền như trước đây, nhưng nó vẫn là một việc làm. Bạn có thể nhận lấy hoặc không." Workgenius thì nói, "Thị trường đặt xe khách trở nên rất khó khăn, chúng tôi không muốn điều đó. Vì vậy, đây là một giải pháp thay thế tốt hơn cho công việc được trả lương mà có thể bạn thích. Chúng tôi luôn luôn tìm kiếm những con người tốt nhất."

Có hàng triệu người lao động theo yêu cầu đang gặp khó khăn, và như tôi đã trình bày ở trên, có một thị trường trị giá hàng ngàn tỷ đô-la chưa được khai thác đang ở quanh đây. Ý tưởng kinh doanh của Workgenius có thể mở ra thị trường tương lai đó bằng cách giải quyết những nhu cầu hiện có. Nó mạnh mẽ bởi vì nó đặt chính nó ở trung gian giữa người làm việc độc lập và các nền tảng giới thiệu việc làm. Ngay sau khi mọi người bắt đầu sử dụng ứng dụng Workgenius như một cổng truy cập vào những công việc được trả lương, tất cả các công ty nền tảng giới thiệu việc làm độc lập sẽ bị mất liên hệ trực tiếp với người muốn làm việc. Cuối cùng thì họ giữ mối quan hệ cá nhân với người tiêu tiền, trong khi Workgenius tiếp quản hết mối quan hệ cá nhân với người kiếm tiền. Điều đó sẽ có lợi cho Workgenius vì đối với nó, người kiếm tiền là khách hàng quan trọng hơn và tốt hơn là người tiêu tiền.

Cuộc cạnh tranh để phục vụ người tiêu tiền rất gay gắt. Người tiêu tiền lựa chọn rất kỹ đối với hầu hết những mặt hàng quan trọng, và việc giúp người tiêu tiền tìm mức giá tốt nhất đã trở thành một thị trường của riêng nó. Cuộc chiến giành lấy từng đô-la của người tiêu tiền trở nên rất gay gắt khi các nhà đổi mới vây quanh lấy người tiêu tiền để giúp họ tiêu nhiều hơn nữa. Nếu người tiêu tiền hết tiền, khách hàng biến mất. Điều này thường xảy ra trong một nền kinh tế như ở Mỹ, nơi nền kinh tế biến động lên xuống và một nửa dân số có nhiều nợ hơn tài sản.

Mặt khác, những người kiếm tiền là một nhóm khách hàng bị bỏ rơi và đang có nhu cầu cao, lại không được phục vụ nhiều. Có rất ít sự cạnh tranh dành cho họ và do đó có nhiều cơ hội hơn để phục vụ họ trong khi có thể thu về lợi nhuận kha khá. Hơn nữa, người kiếm tiền là khách hàng trung thành vì một người trung bình thường muốn có thu nhập đảm bảo chỉ từ một hoặc hai nguồn đáng tin cậy, trong khi người chi tiêu chia nhỏ tiền của họ ra cho hàng trăm nhà cung cấp cạnh tranh.

Người kiếm tiền không những là khách hàng trung thành hơn, tạo ra nhiều công việc kinh doanh hơn mà còn có khả năng duy trì họ lâu hơn.

Trong khi người tiêu tiền biến mất khi họ hết tiền, người kiếm tiền sẽ ở lại chừng nào họ vẫn còn có thể kiếm được tiền. Điều này đặt doanh nghiệp lấy con người làm trung tâm phục vụ người kiếm tiền như khách hàng chính của mình vào một vị thế mạnh mẽ. Một doanh nghiệp thành công sẽ có nhiều khách hàng đáng tin cậy, trung thành và có thể duy trì được lâu dài.

WORKGENIUS - NƠI CUNG CẤP CÁC DỊCH VỤ SĂN LÙNG CƠ HỘI KIẾM TIỀN

1. Người lao động đăng ký hồ sơ, đặt mục tiêu thu nhập, liệt kê kỹ năng và lựa chọn ưu tiên.

2. Workgenius hiện ra các ứng dụng việc làm mà người lao động đủ chuẩn. Người lao động chọn app mình muốn.

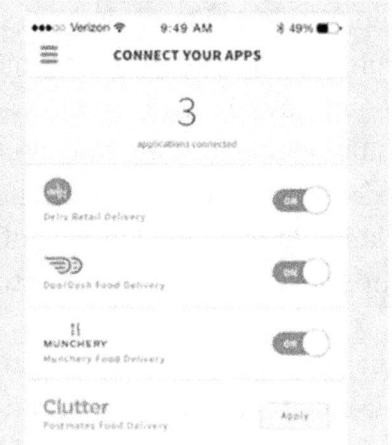

3. Workgenius đề nghị nơi và khi nào làm việc dựa trên lựa chọn ưu tiên của người lao động.

4. Người lao động theo dõi kết quả + xây dựng tiếng tăm, quản lý phúc lợi, bảo hiểm y tế.

Nhu cầu về nhà đầu tư tiên phong trong nền kinh tế lấy con người làm trung tâm PCE

Tôi đã nghĩ Workgenius sẽ là một thành công rực rỡ vì tất cả những lý do được nêu ra ở trên. Nhưng hóa ra, Workgenius chỉ huy động được $150.000 đầu tư hạt giống và sau đó nó không nhận được thêm khoản nào nữa cho dù đã cung cấp nhiều bằng chứng về khái niệm mới này và tuyển dụng được 10.000 lao động kiếm tiền thông qua nền tảng này. Ai cũng sẽ nghĩ rằng cách tiếp cận đơn giản và đầy sức mạnh của nó, một thị trường tiềm năng to lớn, nhiều bằng chứng về khái niệm mới này, cùng với lượng khách hàng ban đầu như vậy sẽ đủ để thu hút các nhà đầu tư và mở rộng quy mô dịch vụ cho những người lao động độc lập theo yêu cầu. Nhưng tại sao điều đó đã không xảy ra? Câu trả lời là, mặc dù có lợi thế lấy con người làm trung tâm, nhưng khi nhìn qua lăng kính lấy nhiệm vụ làm trung tâm mà hiện nay vẫn đang phổ biến đối với các nhà đầu tư, khái niệm mới này không hấp dẫn lắm.

Theo quan điểm của các nhà đầu tư chủ đạo, quy mô thị trường và hiệu quả chi phí là điều tối quan trọng. "Trả ít hơn" chiến thắng "kiếm nhiều hơn". Một đô-la tiết kiệm được là một đô-la kiếm được. Trả ít hơn là cách dễ nhất để kiếm được nhiều hơn. Nếu chúng ta có thể làm điều gì đó hiệu quả hơn về chi phí, chúng ta sẽ chiếm lĩnh thị trường. Thông điệp cơ bản của quảng cáo gọi vốn khởi nghiệp như sau: "Đây là thứ có giá $80 để sản xuất ra và bán với giá $100. Quy mô thị trường là $100 tỷ. Sự đổi mới của chúng tôi làm điều đó tốt hơn. Chúng tôi tốn $1 để sản xuất và chúng tôi có thể bán nó với giá $80 và chiếm lĩnh thị trường. Tiềm năng doanh thu của chúng tôi là $80 tỷ, chủ yếu là lợi nhuận. Bạn sẽ đầu tư chứ?"

Nếu đề xuất có cơ sở, nhà đầu tư sẽ nhảy vào với hy vọng chính đáng để thu lợi nhuận kếch xù. Nếu thất bại, một ít đối tác sẽ coi đó là một sự thử nghiệm xứng đáng và một sự mất mát có danh dự. Ben biết anh ấy cần một quảng cáo gọi vốn chủ đạo kiểu này cho Workgenius, nhắm vào mục tiêu là quy mô thị trường và cắt giảm chi phí. Ben và đồng đội của anh ta đã xác định được các công ty có những nhóm người làm việc có thể là khách hàng tiềm năng của họ. Một công ty thường có chi phí tuyển dụng cho mỗi lao động là $300-500. Lập luận bán hàng của Workgenius là họ sẽ giảm chi phí tuyển dụng cho các công ty bằng cách cho phép họ tiếp cận với nhóm người lao động của Workgenius với một khoản lệ phí hàng tháng. Họ sẽ giảm được một nửa chi phí tuyển dụng, tức là xuống còn $150-250 so với việc tự tuyển dụng. Nói cách khác, doanh nghiệp được đề xuất giảm chi phí lao động của họ. Quy mô thị trường tối đa của phí tuyển dụng một lần là khoảng $20 tỷ cho toàn bộ lực lượng lao động độc lập theo yêu cầu hiện có của nước Mỹ. Thị trường doanh thu hàng năm từ lệ phí hàng tháng này rất khiêm tốn chỉ một vài triệu. So sánh với mô hình kinh doanh của nền kinh tế lấy con người làm trung tâm vốn đơn giản hơn nhiều về ý tưởng cơ bản - người lao động bị định giá thấp hơn và chúng ta có thể thu một khoản tiền đáng kể từ việc nâng cao giá trị của họ, lên đến hàng ngàn tỷ đô-la, như tôi đã chỉ ra.

Lăng kính lấy nhiệm vụ làm trung tâm không truyền tải được tiềm năng của kinh doanh, nhưng các nhà đầu tư vẫn thích nó hơn. Ý tưởng tăng lương công nhân - tức là tăng chi phí lao động - nghe có vẻ không thực sự đúng. Cách thứ nhất thì dễ dàng hơn bởi vì khách hàng là các công ty chi tiêu nhiều tiền, và chủ doanh nghiệp giúp làm tăng hiệu quả chi phí. Cách sau được coi là phức tạp bởi vì những người lao động bị định giá thấp thì không có tiền, và để biết sự đổi mới có thể nâng cao giá trị của họ lên được bao nhiêu chỉ là một trò chơi phỏng đoán.

Chúng ta để ý thấy có một ngoại lệ đáng chú ý trong trường hợp sự đổi mới giúp một người kiếm được tiền ít hoặc không kiếm được gì cả có thể tiếp quản công việc của một người kiếm được nhiều hơn. Một ví dụ của việc này là đào tạo những người lao động không có bằng cấp ở các nước thuộc thế giới thứ ba làm những công việc lẽ ra phải thuê ngoài từ các nước có chi phí lao động cao hơn, một mô hình đã được Ấn Độ, Việt Nam, Bangladesh và các nước khác khai thác thành công. Chủ doanh nghiệp thực sự đang giúp những người nghèo có cuộc sống tốt hơn. Đó là một mục đích tốt và đáng trân trọng, nhưng chuyện gì xảy ra nếu điều đó được thực hiện bằng cách cung cấp chi phí lao động rẻ hơn, làm giảm GDP ở các quốc gia của các công ty mua dịch vụ thì nó sẽ làm giảm giá trị của người lao động trung bình toàn cầu? Đây là sự đổi mới có thể làm tăng nhu cầu của mọi người đối với nhau (trong trường hợp này là xuyên biên giới) nhưng làm giảm giá trị mà họ thấy ở nhau. Sẽ tốt hơn nếu sử dụng các nền tảng như vậy để khởi động các nền kinh tế cục bộ, nơi mọi người trong khu vực thúc đẩy lẫn nhau.

Một công việc tốt hướng đến con người sẽ làm tăng cả nhu cầu lẫn giá trị. Nó không cắt giảm chi phí hoặc trả giá thấp hơn cho lao động hiện có. Nó không làm giảm chi phí lao động trong nền kinh tế mà ngược lại còn làm tăng nó lên. Và khi chi phí lao động tăng lên, thu nhập sẽ tăng lên, mọi người có thể chi tiêu nhiều hơn, và nền kinh tế sẽ phát triển. Đó là một giải pháp tuyệt vời. Tuy nhiên, có một rào cản chúng ta cần phải vượt qua.

Có vẻ rằng tôi đang nói đến nhà đầu tư như là một "kẻ xấu". Nhưng không hẳn là như vậy, ngay cả các nhà đầu tư cũng đang đứng trước sự lựa chọn khó khăn của chính mình. Hãy xem điều này từ quan điểm của họ. Hãy tưởng tượng bạn là một nhà đầu tư. Bạn đã xoay sở để cả những người rất giàu có lẫn quỹ hưu trí công đoàn quyết định đầu tư vào quỹ khởi nghiệp gần đây nhất của bạn. Họ mong đợi lợi nhuận cao. Bây giờ bạn đang tìm kiếm các chủ doanh nghiệp để đầu tư. Hôm nay, có hai chủ doanh nghiệp sẽ trình bày ý tưởng gọi vốn của họ.

1. Quảng cáo gọi vốn khởi nghiệp mang tính hướng nhiệm vụ: "Sodastream cho sô-cô-la." Chủ doanh nghiệp đưa cho bạn hai thanh sô-cô-la và hỏi thanh nào ngon hơn. Thanh sô-cô-la đầu tiên có giá bán $2 trong cửa hàng, trong đó phần lớn là chi phí nhân công, và doanh thu là $2 tỷ một năm. Thanh thứ hai được sản xuất từ sự đổi mới của anh ấy (cô ấy), một chiếc máy nhỏ mà mọi người sử dụng trong nhà của họ. Anh ấy (cô ấy) bán $1/lon nước, trong đó 50% là lợi nhuận. Người đó sẽ độc chiếm thị trường; doanh thu là $1 tỷ mỗi năm, một nửa trong số đó là lợi nhuận. Thanh sô-cô-la thứ hai có hương vị ngon hơn nhiều. Bạn kiểm tra kỹ các con số. Chúng trông ổn và bạn quyết định đầu tư.

2. Quảng cáo gọi vốn khởi nghiệp mang tính hướng con người: "Các công việc chuyên biệt dành cho những người mắc chứng phổ tự kỷ". Chủ doanh nghiệp đã phát minh ra một phương pháp tuyển dụng và đào tạo những người mắc chứng tự kỷ với khả năng chú ý cao đến từng chi tiết nhỏ (những người tự kỷ có thể có những khả năng khủng khiếp đối với loại hình này). Anh ấy có một cái lồng ấp có thể ấp ra những công việc mới cho khả năng đặc biệt này. Nhóm mô hình thử nghiệm gồm các nhân viên tự kỷ của anh ấy, những người đã xác định được các đặc điểm trong những bức ảnh chụp X-quang y tế và ảnh chụp từ trên không mà không ai nghĩ rằng có thể nhìn ra được bằng mắt thường. Ý tưởng kinh doanh của anh ấy là bắt đầu phục vụ các bệnh viện và công ty khảo sát địa chất, sau đó chuyển sang các ứng dụng khác. Mỗi nhà phân tích tạo ra doanh thu $250.000 mỗi năm, trong số đó $50.000 là lợi nhuận. Bạn hỏi anh ta xem anh ta lấy những con số ở đâu, và anh ta nói rằng anh ta nhận được ước tính từ một cuộc khảo sát mà anh ta thực hiện. Bạn quyết định không đầu tư vì (a) không thể xác minh các con số; (b) quy mô thị trường không xác định; và (c) doanh thu đến từ việc nâng cao giá trị của công việc, điều này làm tăng thêm sự phức tạp của quảng cáo gọi vốn này. Hãy so sánh điều đó với việc đơn giản sa thải các công nhân và có ngay $1 tỷ mỗi năm.

Bạn đã làm hết những gì bạn phải làm, và bây giờ bạn phải có khả năng trả lời những người đã đầu tư vào quỹ của bạn.

Vấn đề là ở chỗ việc thu lợi nhuận đầu tư khổng lồ và nhanh chóng bằng cách giết bớt việc làm dễ dàng hơn nhiều so với việc tạo ra thêm chúng. Khi bạn giết việc làm, bạn không phải chia doanh thu với những người lao động vì họ đã bị loại ra khỏi cuộc chơi. Khi bạn cải thiện công việc của họ, bạn phải chia doanh thu với họ, cung cấp cho họ dịch vụ và duy trì họ.

Đó lại là nghịch lý tăng trưởng-lợi nhuận trong cách xây dựng nền kinh tế lấy con người làm trung tâm. Làm thế nào để giải quyết vấn đề này? Hãy xem xét một số cách sau.

Mục tiêu: Các nhà đầu tư mạo hiểm cần một ngôn ngữ chung để đầu tư vào các công ty khởi nghiệp lấy con người làm trung tâm, một thuật ngữ chuyên môn mới cho phép họ thảo luận về cơ hội, rủi ro và quản lý các dự án mạo hiểm trong hệ sinh thái mới để đổi mới việc làm. Họ phải thuyết phục bản thân rằng các đồng nghiệp của họ sẽ tham gia các vòng đầu tư kế tiếp và rằng sẽ có một lối thoát an toàn cho họ. Họ phải có khả năng thảo luận những điều này với nhau. Ngày nay không có một ngôn ngữ như vậy, vì vậy họ cần phải xây dựng nó. Đây là một trường hợp kinh điển của con gà và quả trứng vì cách duy nhất để xây dựng ngôn ngữ đầu tư vào các công ty khởi nghiệp lấy con người làm trung tâm là đầu tư vào họ và chia sẻ kinh nghiệm. Vậy, làm thế nào để thực hiện điều đó?

Chính phủ có thể khởi động nền công nghiệp vốn đầu tư mạo hiểm

Có nhiều cách để tạo ra một ngành công nghiệp vốn đầu tư mạo hiểm mà trước đây chưa từng có. Ở Mỹ và Israel, chính phủ đã có các chương trình nuôi dưỡng và phát triển ngành công nghiệp này. Điều này không được mọi người biết đến rộng rãi bởi vì doanh nghiệp tư nhân thường không thích nói về cách chính phủ đã giúp cho doanh nghiệp họ ra đời như thế nào.

Sự thật là chính phủ có vai trò rất lớn trong việc giảm thiểu rủi ro. Nếu nhà đầu tư tư nhân nhận được tất cả lợi ích khi đầu tư thành công và chính phủ chia sẻ lỗ lã nếu thất bại thì nhà đầu tư có thể yên tâm chấp nhận những rủi ro lớn hơn. Và nguồn cung chỉ cần có vậy thôi. Xây dựng hệ sinh thái cho việc làm đồng nghĩa với rủi ro cao trong thời gian đầu, khi các nhà đầu tư và chủ doanh nghiệp có cơ hội mắc sai lầm sớm hơn, học hỏi từ chúng sớm hơn và do đó có thể phát triển ra những cách làm hay nhất. Chính phủ Mỹ và Israel đã làm điều này và thành công trong việc tạo ra các thị trường mạo hiểm mà chúng ta thấy tồn tại ngày nay. Chúng ta có thể thử làm điều tương tự một lần nữa theo cách lấy con người làm trung tâm. Vì biết rằng một chương trình thành công sẽ thay thế nhu cầu bảo hiểm thất nghiệp bằng thu nhập từ các công việc tuyệt vời nên chúng ta đang làm việc không những chỉ với chính sách đổi mới, mà còn cả chính sách lao động, vốn dĩ luôn đòi hỏi ngân sách lớn hơn nhiều.

Ngân hàng có thể hỗ trợ chính phủ khởi động hệ sinh thái kinh tế PCE

Đây là một kịch bản mà chính phủ và ngân hàng hợp tác trong một tình huống đôi bên cùng có lợi với các nhà đầu tư và chủ doanh nghiệp vốn mạo hiểm. Tại sao là ngân hàng? Bởi vì họ là một trong số ít ngành đã có người kiếm tiền là khách hàng chính của họ. Trong khi hầu hết các công ty chỉ quan tâm đến cách khách hàng của họ tiêu tiền thì các ngân hàng quan tâm đến cách khách hàng của họ kiếm tiền. Họ giúp mọi người quản lý và cho vay tiền. Ngân hàng quan tâm trực tiếp đến những khách hàng có thu nhập ổn định và có điểm tín dụng cao.

Tài sản lớn nhất của ngân hàng là các khoản nợ mà mọi người nợ họ, như chúng ta đã thấy khi thảo luận về tiền tệ. Nếu tôi có thu nhập ổn định, điểm tín dụng cao và trả lãi vay đúng hạn thì sẽ có khả năng cao ngân hàng có thể nhận lại được hết tiền đã cho tôi vay cộng thêm lãi. Điều gì xảy ra nếu người đi vay không thực hiện được lời hứa của họ? Đó là những gì đã xảy ra vào năm 2008, khi các ngân hàng cho vay rất nhiều tiền thế chấp mua nhà cho những người sau đó không có khả năng trả nợ. Đó là một câu chuyện phức tạp khi các ngân hàng đã thử nhiều cách khác nhau để cứu vãn tình thế bằng cách pha trộn nợ đáng tin cậy với nợ khó thu hồi thành một đống nợ thuộc hạng mục "người vay khó có khả năng trả nợ" mà họ sẽ tiếp tục sử dụng chúng làm bảo chứng để đi vay tiếp. Nó được dựa trên mức độ rủi ro đã được tính toán rằng trên một chiếc bè luôn luôn có đủ những người đi vay được kỳ vọng sẽ có khả năng trả lại vốn hay lãi để giữ cho chiếc bè luôn luôn nổi trên mặt nước.

Cho đến một ngày bong bóng vỡ tung. Những chiếc bè "người vay khó có khả năng trả nợ" bị chìm và phải được xóa bỏ nợ. Họ cũng không thể trả các khoản vay khác và sau đó cũng chìm luôn, và nó diễn ra theo một phản ứng dây chuyền không thể kiểm soát được khiến nền kinh tế thế giới gần như tan chảy trong tích tắc. Phải mất một thập kỷ sau đó để thế giới bắt đầu phục hồi trở lại.

Điều này cho thấy rõ ràng hơn rằng, rốt cuộc, nền kinh tế là chúng ta có mặt vì nhau. Giúp đỡ nhau thực hiện lời hứa của chúng ta là công thức cơ bản để có một nền kinh tế và một xã hội tốt đẹp. Nền kinh tế không phải là về vật chất hay tiền bạc mà là về con người và nhu cầu, khả năng của họ và giá trị của những lời hứa. Vì vậy, khi khách hàng của ngân hàng mất việc làm vì tự động hóa thì ngân hàng cũng bị thiệt hại theo. Thu nhập của khách hàng ngừng chảy vào tài khoản của họ, và các khoản nợ của họ trở nên nhiều rủi ro hơn. Ngân hàng và chính phủ phụ thuộc rất nhiều vào việc đảm bảo rằng người dân có việc làm với thu nhập ổn định. Đối với ngân hàng, người kiếm tiền là người gửi tiết kiệm và người đi vay. Đối với chính phủ, những người có thu nhập là những người đóng thuế hỗ trợ những người có thu nhập khác. Cả hai đều cần tránh những cuộc khủng hoảng như đã xảy ra vào năm 2008. Giữa ngân hàng và chính phủ, thay vì nghịch lý tăng trưởng-lợi nhuận như với các công ty phục vụ người tiêu tiền, chúng ta có một thỏa thuận đôi bên cùng có lợi, trong đó cả hai bên đều muốn giúp mọi người kiếm tiền.

Có nhiều lý do hơn để ngân hàng quan tâm đến tất cả những điều này. Họ bị thách thức trên nhiều mặt trận khi điện thoại thông minh, trí tuệ nhân tạo và điện toán đám mây xâm nhập vào nhiều chức năng của một ngân hàng truyền thống. Các ngân hàng hiểu rõ điều này và đều đang có kế hoạch tự động hóa nhiều công việc nhất có thể được để cắt giảm chi phí và đẩy lùi cạnh tranh. Các chi nhánh đang dần đóng cửa bớt và nhân viên của họ luôn lo sợ bị mất việc. Tự động hóa có nghĩa là đẩy lợi nhuận biên xuống còn rất mỏng, và giao dịch tài chính sẽ do robot thực hiện. Lợi nhuận biên bị nén xuống đến số thập phân của một phần trăm trên mỗi giao dịch.

Một vấn đề lớn đối với khách hàng của ngành tài chính là niềm tin. Theo truyền thống, các ngân hàng thường đại diện cho lợi ích của người gửi tiết kiệm và khiến họ cảm thấy an toàn. Nhưng sau năm 2009, khi mà những người đi vay đã vay nhiều hơn số tiền họ có thể trả lại bị buộc phải dọn ra khỏi nhà, họ cảm thấy bị thất vọng bởi các ngân hàng, từ đó ngân hàng phải đối mặt với thách thức giành lại niềm tin đã mất. Nếu họ có thể một lần nữa thể hiện mong muốn giúp mọi người kiếm được tiền, họ sẽ có thể khôi phục lại mối quan hệ của mình với khách hàng, những người một lần nữa cũng sẽ sẵn sàng vay thế chấp mua nhà và các loại vay khác, làm tăng hoạt động kinh doanh của ngân hàng lên. Người lao động một lần nữa có thể và nên là nhóm khách hàng quan trọng nhất đối với ngân hàng. Chính phủ có mọi lý do để khuyến khích điều này để có nhiều khách hàng hơn tạo ra nguồn thu thuế cần thiết phục vụ cho các chức năng của chính phủ. Điều này có thể đưa các ngân hàng vào vị trí trọng tâm của một nền kinh tế lấy con người làm trung tâm.

Câu hỏi đặt ra là, chính phủ và các ngân hàng có thể làm gì cùng nhau để lấy lại lòng tin của khách hàng? Theo quan điểm của chủ ngân hàng, nền kinh tế lấy con người làm trung tâm sẽ như thế nào, và nền kinh tế đó sẽ mang lại hoạt động kinh doanh tốt cho ngân hàng ra sao? Hãy xem xét công ty chăm sóc sức khỏe Kaiser-Permanente, một nhà cung cấp dịch vụ chăm sóc sức khỏe và bảo hiểm sức khỏe hai trong một. Không giống như các nhà cung cấp dịch vụ chăm sóc sức khỏe cạnh tranh khác, những công ty hiện bán bảo hiểm sức khỏe, họ kiếm được nhiều lợi nhuận nhất khi khách hàng không phải cần sử dụng đến dịch vụ chăm sóc hay điều trị. Do đó, Kaiser đầu tư vào các dịch vụ sáng tạo để khách hàng luôn vui vẻ và khỏe mạnh. Các ngân hàng có thể sử dụng mô hình đó kết nối khách hàng của họ với các dịch vụ như WorkGenius, jobBay và Jobly.

Hãy tưởng tượng một khách hàng của ngân hàng đã vay nợ mà anh ta không thể trả lại được. Ngày nay ngân hàng không biết làm gì hơn là nghĩ ra cách siết chặt hơn các điều khoản cho vay, mà điều này có thể vẫn chưa đủ. Người Mỹ đã gánh một núi nợ khó đòi, và hàng năm, các khoản nợ trị giá hàng tỷ đô-la đã được xóa sổ. Ngân hàng thua lỗ, khách hàng mất điểm tín dụng hoặc khai phá sản. Các khoản nợ quá hạn được bán lại cho công ty thu hồi nợ, một ngành công nghiệp đáng ghét đang bùng nổ với những nhân viên bị trả lương thấp chuyên gây hấn và quấy rối. Quá trình này không làm cho bất kỳ ai thấy hạnh phúc cả. Những công ty thu hồi nợ chỉ thu được một phần nhỏ của số nợ quá hạn và họ thường tiếp tục bán lại các khoản nợ mà họ đã không xoay sở thu được để những hy vọng và lời hứa đã bị phá vỡ đó bị chuyền tay giữa những công ty này nhưng chỉ thu được vài xu trên mỗi đô-la.

Hãy tưởng tượng tình hình sẽ thay đổi như thế nào nếu khách hàng của ngân hàng có một dịch vụ kiếm tiền kết nối với tài khoản. Nhân viên thu nợ được thay thế bằng một huấn luyện viên được trả tiền để giúp khách hàng tìm ra cách kiếm tiền tốt hơn, ít nhất là đủ để duy trì các khoản nợ và duy trì điểm tín dụng tốt. Thay vì nhận những cuộc điện thoại khó chịu và những lời đe dọa từ những nhân viên đòi nợ, khách hàng của ngân hàng đã có những cuộc trò chuyện đầy khích lệ với một tư vấn viên hướng dẫn khách hàng cách tìm ra giải pháp cho vấn đề của họ. Điều này tạo ra lợi ích cho tất cả các bên. Ngân hàng không phải bán nợ với giá lỗ và khách hàng có thể được tin tưởng để vay tín dụng thêm. Tính toán sơ khởi cho thấy các dịch vụ như vậy có thể tạo ra một ngành công nghiệp mới đáng kể cho các tư vấn viên, những người chắc chắn có thể kiếm được thu nhập khá hơn cho công việc thú vị này hơn so với công việc với tư cách là nhân viên thu nợ. Kẻ thua cuộc duy nhất sẽ là ngành công nghiệp thu hồi nợ, nhưng khoản lỗ của họ sẽ nhỏ hơn nhiều so với tổng số tiền thu được, và những nhân viên cũ của họ có thể tìm được những công việc được đánh giá cao hơn và xứng đáng hơn với tư cách là những tư vấn viên. Sự thay đổi như vậy có thể sẽ làm tăng lợi nhuận, thu nhập và GDP.

Ngân hàng nên được quan tâm

Để các ngân hàng tạo ra dịch vụ kiếm tiền theo cách này, quy trình dịch vụ cần phải được đổi mới, thu hút một hệ sinh thái gồm các chủ doanh nghiệp, nhà đầu tư mạo hiểm, nhà đầu tư "thiên thần" (chuyên đầu tư vào những khởi nghiệp không chắc chắn) và những đối tượng khác. Những người tiên phong này phải đồng ý tham gia một quan hệ đối tác để tạo ra các dịch vụ sáng tạo giúp "những người kiếm tiền" làm việc theo những cách có ý nghĩa hơn. Ngân hàng có thể cung cấp cho khách hàng tầm nhìn xa, giúp họ tìm được công việc mới tốt hơn trước khi đánh mất công việc cũ. Họ đã thu thập được rất nhiều kiến thức và "dữ liệu lớn" về việc làm theo ngành, vì vậy chẳng hạn như, họ có thể biết những khách hàng nào của họ nếu đang là nhân viên thu ngân thì sẽ gặp khó khăn như thế nào trong thập kỷ tới khi công việc của họ sẽ biến mất. Ngân hàng có thể cung cấp cho họ các chương trình "trang bị lại kiến thức / đi học lại" để vẫn sẽ là những khách hàng có thu nhập tốt, những người vẫn ổn với khoản vay của họ.

Chính phủ liên bang cũng được hưởng lợi chủ yếu nhờ vào cách thức nền kinh tế quốc gia được củng cố. Nó cũng tạo cơ hội để hạ thấp các rào cản lạc hậu giữa chính sách lao động và công nghệ. Mỗi năm, chính phủ Mỹ chi hơn 30 tỷ đô-la để giảm bớt số lượng người thất nghiệp. Nếu chỉ 1% số tiền này được sử dụng để ứng với số tiền tư nhân bỏ ra trong việc thiết lập các quỹ hạt giống trong hệ sinh thái đổi mới việc làm thì quy mô của các quỹ này sẽ lớn tương đương với toàn bộ các khoản đầu tư hạt giống được thực hiện ở Mỹ trong một năm gộp lại. Nói cách khác, hầu như không có rủi ro, không cần nỗ lực gì nhiều, và gần như cũng không phải chi tiêu gì thêm, chính phủ vẫn có thể khởi động một thị trường vốn mạo hiểm ở giai đoạn phôi thai cho một hệ sinh thái đổi mới lấy con người làm trung tâm, quy mô lớn tương tự như thị trường vốn đầu tư rủi ro hiện nay lúc nó còn phôi thai.

Ngân hàng sẽ là nhà đồng đầu tư và là chất xúc tác lý tưởng vì họ có động lực để có một thị trường gồm các công ty khởi nghiệp cung cấp các dịch vụ "kiếm tiền" cho khách hàng của họ. Với tư cách là những khách hàng lớn, ngân hàng sẽ tận dụng các khoản đầu tư của chính mình vào nền kinh tế đổi mới.

Trong tương lai, các chi nhánh ngân hàng sẽ là những nơi được trang bị sẵn sàng cho công việc huấn luyện hoặc tư vấn, mà tốt nhất nên thực hiện trực tiếp mặt đối mặt với khách hàng. Thay vì thảo luận về cách tiết kiệm cho lương hưu, điều chỉnh khoản thanh toán nợ vay hoặc vay thế chấp mua nhà, khách hàng sẽ thảo luận về công việc cho nhiều thành viên trong gia đình, giáo dục và kế hoạch tài chính cho tương lai. Những cuộc thảo luận này sẽ giống với những cuộc thảo luận mà ngân hàng đang cung cấp cho khách hàng ngày nay, nhưng sẽ về những chủ đề có ý nghĩa hơn gần với nhu cầu riêng tư và nhu cầu nghề nghiệp của khách hàng hơn. Trên hết, khách hàng sẽ cảm thấy an toàn khi biết thông tin cá nhân của họ được bảo mật và tư vấn viên của họ đang làm việc vì lợi ích của họ.

Tôi tin rằng kịch bản này không phải là khoa học viễn tưởng. Nó khác với những gì chúng ta có hiện giờ, và có vẻ kỳ lạ vì nó yêu cầu chúng ta phải điều chỉnh lại quan điểm của mình về chính sách lao động. Việc điều chỉnh lại dẫn đến một bức tranh đơn giản hơn, tích cực hơn cho tất cả các bên, với việc mọi người giúp đỡ nhau thực hiện lời hứa và có thể trả nợ. Nó cũng làm tăng độ tin cậy của họ vì các mục tiêu của họ trùng với nhau đáng kể. Thay vì khuyến khích những người trong cuộc gây áp lực cho nhau trong việc thanh toán, mà thường phá hỏng thanh danh của họ hoặc mua bán các khoản nợ chưa thanh toán trên một thị trường u ám, quá trình điều chỉnh này đánh giá mọi người thông qua thái độ, mong muốn và tiềm năng của họ, không phải bằng cách cố tìm kiếm để so khớp những gì họ được đào tạo vào những vị trí công việc có sẵn.

Ở phần sau của quyển sách này, bạn sẽ thấy một chương của Gi Fernando thể hiện nỗ lực của các ngân hàng Vương quốc Anh thực sự đang thực hiện các bước của nền kinh tế lấy con người làm trung tâm quan trọng này.

Một kế hoạch kinh doanh lấy con người làm trung tâm: Joblygenius khôi phục nợ xấu

Bây giờ đã đến lúc tôi muốn trình bày một kịch bản khởi nghiệp, một kế hoạch kinh doanh lấy con người làm trung tâm để lý giải cho tiềm năng to lớn của hệ sinh thái đổi mới việc làm. Chúng ta sẽ bắt đầu kịch bản ở đoạn Workgenius bị bỏ dở một cách đáng buồn, một ý tưởng thực sự hay nhưng không thu hút được các nhà đầu tư vì nó không đủ hấp dẫn đối với các chủ lao động (hoặc những "người tiêu tiền lớn"). Kế hoạch này cần có đủ "sự hấp dẫn đối với người tiêu tiền" để thu hút các nhà đầu tư mạo hiểm, những người có ít thời gian hơn người ta nghĩ. Họ luôn luôn có những nhà đầu tư bảo thủ hơn của riêng mình để làm hài lòng họ. Chúng tôi cần những quảng cáo gọi vốn kinh doanh hấp dẫn để phá vỡ một thị trường đang rối loạn chức năng hiện có. Thị trường đó có thể là gì?

Một vài năm trước, Jay Van Zyl và tôi đã viết một kế hoạch kinh doanh thực hiện chính xác một cú gọi vốn như vậy. Ở đây tôi sẽ gọi nó là "Joblygenius" để có mối liên hệ với công ty Workgenius của Ben Bear, và trong quá trình lập kế hoạch, chúng tôi đã được tư vấn bởi một thành viên i4j khác, Pete Hartigan. Pete đã tư vấn cho Social Finance (SoFi) trong những ngày đầu khởi nghiệp của nó và sau đó phát triển trở thành một tổ chức tài chính trị giá hàng tỷ đô-la như ngày nay. Chiến lược quan trọng của SoFi là tập trung vào nợ sinh viên, một thị trường tài chính được quản lý sai lầm một cách đáng buồn ở Mỹ và bong bóng nợ xấu ngày càng gia tăng, hiện đã đạt đến mức có thể làm sụp đổ nền kinh tế thế giới - giống như những "người vay khó có khả năng trả nợ" độc hại của các khoản nợ thế chấp trong năm 2008.

Thay vì trình bày một kế hoạch kinh doanh dài dòng và nhàm chán, tôi sẽ cung cấp cho bạn những yếu tố cần thiết, sử dụng phương pháp NABC đơn giản tài tình của Curtis Carlson. Curt (một thành viên của i4j) đã thiết kế NABC khi ông còn là người đứng đầu phòng nghiên cứu huyền thoại SRI International, nơi ông cần có một công thức cho phép ngay cả những nhà nghiên cứu có đầu óc kỹ thuật nhất cũng có thể đưa ra những ý tưởng kinh doanh đúng đắn. NABC là viết tắt của "Nhu cầu, Phương pháp tiếp cận, Lợi ích, Cạnh tranh" - bốn yếu tố thiết yếu của một ý tưởng kinh doanh đúng đắn.

Quảng cáo gọi vốn của Joblygenius rất đơn giản và dễ hiểu:

Nhu cầu: Nợ xấu làm cho ngân hàng thua lỗ, con nợ khai phá sản, và chính phủ gánh chịu khủng hoảng tài chính khi bong bóng nợ xấu vỡ.

Cách tiếp cận mới lạ để giải quyết nhu cầu: Thay vì những người thu hồi nợ buộc con nợ trả số tiền mà họ có thể không có, Joblygenius mang đến cho con nợ cơ hội khôi phục khoản nợ xấu bằng cách giúp họ kiếm được nhiều tiền hơn với sự hỗ trợ của các tư vấn viên cá nhân. Ngân hàng có thể cung cấp cho khách hàng quyền chọn lựa giữa việc được Joblygenius giúp khôi phục các khoản nợ đã quá hạn hoặc sẽ chuyển chúng cho người thu nợ.

Lợi ích của cách tiếp cận: Ngân hàng có được khách hàng tốt hơn và giá trị các khoản nợ của họ tăng lên. Họ tránh được tiếng xấu thường gây ra bởi việc thu hồi nợ. Khách hàng của ngân hàng vẫn đáng được tín dụng và có thể vay số tiền họ cần để mua xe hơi và nhà ở. Thay vì bị những người đòi nợ luôn ám ảnh, bây giờ họ được các tư vấn viên giúp đỡ. Chính phủ cảm thấy nhẹ nhõm khi chứng kiến sự trỗi dậy của một thị trường thương mại có thể khôi phục nợ xấu, giảm nguy cơ khủng hoảng tài chính, tăng tỷ suất lợi nhuận gộp và giúp mọi người trở thành người lao động tốt hơn. Tất cả mọi người đều chiến thắng ngoại trừ những người làm công việc thu hồi nợ.

Sự cạnh tranh: Ngày nay, các đối thủ cạnh tranh chính của Joblygenius là những công ty thu hồi nợ. Vì việc thu hồi nợ làm giảm giá trị của khoản nợ và mang lại những tác dụng phụ tiêu cực nên các ngân hàng được khuyến khích dùng thử Joblygenius trước khi quyết định tiến hành đòi nợ khách hàng của họ.

Bây giờ hãy để những người bạn của chúng ta diễn thử kịch bản này. Gần đây Marie đã gặp rắc rối và tích lũy một khoản nợ thẻ tín dụng mà giờ đây đã quá hạn. Nhưng Anne, chủ công ty thẻ tín dụng chưa quyết định bán khoản nợ quá hạn của Marie cho công ty thu hồi nợ vì tôi đã "bán" Joblygenius cho Anne. Tôi đủ điều kiện xem như đã "bán" vì cô ấy không phải trả cho tôi bất cứ điều gì. Tôi tặng nó miễn phí cho cô ấy vì Anne đưa toàn bộ khách hàng thẻ tín dụng của mình vào nền tảng của tôi. Đây là cách tôi có được những khách hàng THỰC SỰ của tôi - những người lao động. Anne hiện có một triệu khách hàng, và tôi cũng vậy, và cứ tiếp diễn như vậy. Đề nghị của tôi cho những khách hàng của Anne, những người đã may mắn tránh khỏi những rắc rối với việc thu hồi nợ, thì rất đơn giản. Tôi cung cấp cho họ công cụ tổng hợp những công việc độc lập theo yêu cầu Workgenius. Tôi đã hợp tác với Ben Bear và nền tảng Workgenius của anh ấy, và đó là tất cả những gì tôi cần để bắt đầu Joblygenius. Giờ đây, tất cả khách hàng của tôi đều có thể có những công việc độc lập để làm, mặc dù tôi biết rằng ban đầu sẽ chỉ có một số ít khách hàng sử dụng dịch vụ này mà thôi.

Trước khi công ty thẻ tín dụng của Anne thêm Joblygenius vào dịch vụ của họ, họ sẽ gửi cho Marie lời nhắc nhở thanh toán trong vòng ba tháng hoặc sẽ giao khoản nợ cho một công ty thu nợ tư nhân. Công ty này sẽ thúc ép Marie chấp nhận một thỏa thuận nhằm giải quyết dứt điểm khoản nợ, thường tính một khoản "phí đánh cược" là 25% cho toàn bộ món nợ. Anne sẽ may mắn nếu cô ấy nhận lại được một nửa số tiền Marie nợ cô ấy. Khi tôi và Jay viết kế hoạch kinh doanh vào năm 2016, những công ty thu hồi nợ kiếm được $15 tỷ mỗi năm, thu về $55 tỷ nợ quá hạn từ 40 triệu người Mỹ. Con số này bằng hơn 15% dân số trưởng thành. Các chủ nợ đã xóa $160 tỷ nợ xấu mỗi năm, và số tiền này đơn giản là đã biến mất khỏi nền kinh tế. Anne sẽ không chỉ mất số tiền mà cô ấy đã cho Marie vay mà còn mất Marie với tư cách là một khách hàng đáng tin cậy, một một tổn thất thậm chí còn lớn hơn. Để châm thêm dầu vào lửa, tôi xin đề cập thêm rằng những công ty thu hồi nợ đầy khó chịu ấy còn là tác giả của hơn 200.000 đơn khiếu nại và 5.000 vụ kiện cáo mỗi năm.

Trong kế hoạch kinh doanh Joblygenius của chúng tôi, Jay và tôi đã nói với các nhà đầu tư tiềm năng rằng chúng tôi sẽ phá vỡ ngành công nghiệp thu hồi nợ, thu về nhiều tỷ đô-la mỗi năm bằng cách khôi phục các khoản nợ khó đòi cho những chủ nợ như Anne. Một điểm phụ của kế hoạch chúng tôi đưa ra là cái ý tưởng kinh doanh THỰC SỰ - thêm càng nhiều người muốn kiếm tiền vào nền tảng công việc của chúng tôi càng tốt, tính phí hoa hồng trên việc giúp họ kiếm được nhiều tiền hơn. Nếu chúng tôi có thể phục vụ tất cả người lao động trên hành tinh có thu nhập dưới $3.000 mỗi năm, doanh thu hàng năm của Joblygenius sẽ là $150 tỷ với chỉ 1% hoa hồng!

Đây là cách chúng tôi sẽ giúp Anne khôi phục khoản nợ của Marie và ngốn luôn thị trường của các công ty thu hồi nợ. Chúng tôi sẽ nói với Anne, "Trước khi quyết định giao món nợ của Marie cho một người thu nợ, hãy để chúng tôi thử khôi phục nó xem sao. Chúng tôi sẽ tính phí tương tự như công ty thu hồi nợ, 25%, nếu chúng tôi thành công và khoản nợ được khôi phục. Sự mất mát của bạn sẽ chỉ bằng một nửa so với trường hợp bạn giao nó cho một công ty thu hồi nợ. Hơn nữa, thay vì để mất Marie, chúng tôi sẽ khôi phục cô ấy trở lại như một khách hàng đáng tin cậy. Bạn sẽ nhận được những lời khen ngợi thay vì những lời phàn nàn từ Marie. Ngược lại, nếu chúng tôi thất bại, bạn không cần phải trả cho chúng tôi bất cứ khoản nào và sau đó vẫn có thể giao khoản nợ đó lại cho công ty thu hồi nợ. Vì vậy bạn thậm chí không hề mạo hiểm chút nào khi hợp tác với chúng tôi." Rõ ràng Anne sẽ chấp nhận bởi vì chúng tôi đã cống hiến cho cô ấy mọi thứ để chiến thắng và không có thứ gì để mất.

Sau đó, chúng tôi sẽ liên lạc với Marie. Chúng tôi sẽ nói với cô ấy, "Anne sắp giao món nợ của bạn cho một công ty thu hồi nợ. Việc này có thể trở nên xấu xí và khó chịu. Thay vào đó, hãy để chúng tôi giúp bạn kiếm tiền tốt hơn và khôi phục khoản nợ của bạn. Chúng tôi có các chuyên gia và thuật toán để thực hiện điều này. Khoản nợ của bạn sẽ được khôi phục VÀ bạn sẽ kiếm được nhiều tiền hơn trước! Bạn sẽ nhận được sự trợ giúp của một tư vấn viên cá nhân. Chúng tôi làm điều này bởi vì chúng tôi tin vào sự kết nối cá nhân. Thông thường, những thách thức cá nhân là lý do cơ bản dẫn đến tình trạng hiện tại của bạn. Có thể bạn phải trả phí khá cao cho một tư vấn viên tư vấn về cuộc sống, nhưng đừng lo lắng. Bạn sẽ chỉ trả hoa hồng trên những gì bạn kiếm được, vì vậy không có rủi ro rằng bạn sẽ tăng số nợ của bạn lên." Marie rõ ràng sẽ chấp nhận lời đề nghị này.

Đây là điều Joblygenius vượt ra khỏi Workgenius. Chúng tôi có một mạng lưới các tư vấn viên có thể giúp Marie. Joblygenius có một hệ thống mai mối, giống như một ứng dụng hẹn hò, giúp chúng tôi tìm thấy những tư vấn viên có thể phù hợp với Marie. Chúng tôi tìm thấy hai người: một là Bob, một sĩ quan quân đội đã nghỉ hưu, người thích giúp đỡ những người gặp khó khăn ổn định cuộc sống. Đó là điều đã làm cho cuộc sống của anh ấy có ý nghĩa trong suốt những năm tháng trong quân đội. Cha của Marie là một sĩ quan quân đội, vì vậy đó là lý do tại sao Bob là một người phù hợp với Marie. Tư vấn viên phù hợp khác là Becky, một nhân viên xã hội gần đây đã bị mất việc tại bệnh viện khi tổ chức này thay thế nhân viên xã hội của họ bằng một ứng dụng điện thoại thông minh.

Marie chọn Bob. Họ gặp nhau tại quán rượu Rose, nơi Bob giúp Marie bắt đầu sử dụng Joblygenius để tìm những công việc độc lập. Marie phải trả $250/tháng để duy trì khoản nợ thẻ tín dụng của cô ấy nên họ đặt mục tiêu kiếm tiền là $160/tuần. Marie có thể kiếm được số tiền này bằng cách làm việc một ngày/tuần. Khi cô ấy tự mình tìm các công việc độc lập, cô ấy thường kiếm được khoảng $15/giờ, nhưng công nghệ trí tuệ nhân tạo vượt trội của chúng tôi đã giúp cô ấy chọn đúng những cơ hội tốt nên cô ấy có thể kiếm được $20/giờ. Bây giờ đến phần "phép thuật kỳ diệu" đã giúp Bob có một sự nghiệp thành công. Anh ấy đặt bàn tay to và ấm áp của mình lên vai Marie, nhìn sâu vào đôi mắt cô ấy và khi cảm thấy có sự kết nối, anh ấy nói, "Marie, bạn có thể làm được điều này. Tôi biết bạn có thể làm được, bởi vì bạn mạnh mẽ". Anh ấy nhìn thấy thông điệp đang được chuyển qua trong mắt cô ấy. Anh ấy lên lịch một cuộc họp qua video vào tuần sau và một cuộc họp khác thật ngoài đời một tuần sau đó nữa.

Đây là một công việc tốt, có ý nghĩa đối với Bob và anh ấy có thể kiếm sống tốt bằng công việc đó. Sau đây là những con số:

Hai mươi khách hàng không phải là một khối lượng công việc bất thường đối với các nhân viên tư vấn. Nhưng với các công cụ quản lý khách hàng bằng công nghệ trí tuệ nhân tạo, Bob có thể giúp đỡ 40 khách hàng mà không gặp khó khăn gì. Vì vậy, Joblygenius không những khôi phục nợ xấu cho những chủ nợ như Anne và giúp những người như Marie kiếm tiền tốt hơn mà nó còn tạo ra một thị trường dịch vụ mới cho các tư vấn viên như Bob, những người muốn kiếm sống bằng cách giúp người khác kiếm sống.

Tôi hy vọng bạn sẽ đồng ý rằng Jay và tôi đã nghĩ ra một kế hoạch kinh doanh tuyệt vời cho một công ty khởi nghiệp lấy con người làm trung tâm. Vậy tại sao chúng ta không bắt tay vào? Nó có hai điểm yếu. Đầu tiên là giả định rằng các ngân hàng và công ty thẻ tín dụng sẽ đồng ý lời đề nghị. Không thể nghi ngờ gì đó là một lời đề nghị tuyệt vời, nhưng trong thực tế, các ngân hàng rất khó để tâm đến những ý tưởng mới. Có một người nào đó trong ngân hàng được giao quản lý sổ sách nợ xấu thì người này sẽ được hướng dẫn làm việc với những công ty thu hồi nợ, không phải với các công ty khởi nghiệp đổi mới như Joblygenius. Thay đổi văn hóa này là một thách thức to lớn, một phần là do các tổ chức tài chính được quản lý chặt chẽ bởi chính sách công.

Một rào cản khác đã được Pete, người hiểu rõ về cộng đồng đầu tư mạo hiểm, chỉ ra cho chúng tôi. Ông cho biết các nhà đầu tư sẽ thích ý tưởng này, nhưng họ sẽ đề xuất thay thế các tư vấn viên bằng một ứng dụng trí tuệ nhân tạo có chi phí nhân công bằng không. Đó cũng là lúc tôi từ bỏ ý tưởng.

Tuy nhiên, nếu chúng ta có thể xây dựng sự hợp tác giữa chính phủ và ngân hàng để đầu tư vào các quỹ mạo hiểm dùng đầu tư vào các công ty như Joblygenius thì sẽ có nhiều cơ hội hơn. Suy nghĩ này đưa chúng ta trở lại vấn đề chính sách.

THU NHẬP: JOBLYGENIUS CHO ANH TƯ VẤN VIÊN BOB			
	BÌNH THƯỜNG	CÓ HỖ TRỢ CỦA JOBLYGENIUS	CÔNG CỤ TRÍ TUỆ THÔNG MINH CỦA JOBLYGENIUS
THÙ LAO THEO GIỜ LÀM NHỮNG CÔNG VIỆC ĐỘC LẬP CỦA MARIE	$15	$20	CHỨC NĂNG THÔNG MINH GIÚP TÌM VÀ HOẠCH ĐỊNH CÔNG VIỆC TỐT NHẤT CHO MARIE.
SỐ KHÁCH HÀNG CỦA MỖI TƯ VẤN VIÊN	20	40	HỆ THỐNG QUẢN LÝ KHÁCH HÀNG THÔNG MINH CHO PHÉP BOB QUẢN LÝ NHIỀU KHÁCH HÀNG HƠN.
CÔNG SUẤT LÀM NHỮNG CÔNG VIỆC ĐỘC LẬP CỦA MARIE	8 GIỜ/TUẦN	12 GIỜ/TUẦN	QUẢN LÝ THỜI GIAN THÔNG MINH GIÚP MARIE LÀM ĐƯỢC NHIỀU HƠN MÀ KHÔNG CẦN NỖ LỰC THÊM.
THU NHẬP CỦA BOB (20% HOA HỒNG)	$12 GIỜ ÍT QUÁ!	$48/GIỜ TUYỆT VỜI!	

PHẦN NĂM: Ý TƯỞNG VỀ CHÍNH SÁCH - CHÍNH PHỦ CÓ THỂ LÀM GÌ?

Tôi sẽ kết thúc phần của tôi trong quyển sách này với một số khía cạnh của nền kinh tế lấy con người làm trung tâm (PCE) mà chính phủ có thể tạo điều kiện thuận lợi:

- Quản trị PCE, bao gồm quản trị nhanh lẹ, đổi mới, và các chính sách lao động.

- Kinh doanh PCE và hệ sinh thái cho việc làm, đặc biệt là đổi mới phương thức kiếm sống tốt hơn.

- Nghiên cứu và phân tích PCE, bao gồm kinh tế học PCE và nghiên cứu xuyên ngành.

- Văn hóa PCE, bao gồm cả nghệ thuật và nhân văn.

- Tiền tệ PCE, với các công cụ mới để khởi động cho các nền kinh tế.

Cho đến lúc này, những vấn đề đó đều đã được đề cập theo cách này hay cách khác trong quyển sách này, rõ ràng hoặc ẩn ý, và sẽ được các đồng tác giả của tôi xem xét kỹ hơn trong các chương tới.

Tôi sẽ không chỉ định bất kỳ giải pháp nào tôi cảm thấy không tự tin về nó. Tôi sẽ nói từ kinh nghiệm của bản thân, với tư cách là cựu giám đốc của quỹ công cộng về nghiên cứu và đổi mới, và cũng là giám đốc chương trình tại một cơ quan đổi mới quốc gia, cả hai đều ở Thụy Điển. Ngoài kinh nghiệm này, tôi cũng đã có nhiều cuộc thảo luận và hợp tác với các đồng nghiệp chủ yếu ở Mỹ, Châu Âu và Israel, bao gồm cả việc thiết lập các chương trình đổi mới song phương giữa Thụy Điển và Israel mà sau này trở thành mô hình cho các chương trình ở Châu Âu. Tôi cũng đã thành lập một trung tâm tại Đại học Stanford được hỗ trợ bởi chính phủ và tổ chức ở năm quốc gia.

Quản trị PCE

Khi một quốc gia bắt đầu phát triển một ngành công nghiệp mới vì lợi nhuận để đổi mới việc làm, nó sẽ đòi hỏi sự kết hợp giữa chính sách đổi mới với chính sách lao động. Thường có một lỗ hổng lớn giữa các chính sách này, với những tư duy khác nhau và ít sự hợp tác giữa các bộ phận quản lý chúng, và đúng vậy, rất ít thiện chí cộng tác.

Cùng với người đồng sáng lập i4j Sven Otto Littorin, cựu Bộ trưởng Bộ Lao Động của Thụy Điển và là kiến trúc sư chủ chốt của nền kinh tế Thụy Điển mới, tôi đã thảo luận về cách mà các nhóm mâu thuẫn lợi ích trong chính phủ là một vấn đề đối với sự đổi mới cho việc làm[23]. Điều này cản trở việc

---

[23] "Sự đổi mới cho việc làm" Chasm | HuffPost." Ngày 4/4/2011, https://www.huffingtonpost.com/david-nordfors/lainnovation-and-job-crea_b_843872.html. Truy cập ngày 12/ 9/2018.

tích hợp chính sách lao động với chính sách đổi mới ngay cả với mối quan hệ hợp tác tốt nhất giữa toàn bộ các nhà lãnh đạo trong chính phủ, ngay cả khi họ đoàn kết lại trước một cuộc khủng hoảng lớn, như Sven đã mô tả trong bài thuyết trình của mình về việc GM đóng cửa nhà máy sản xuất xe hơi SAAB Automobile, lúc ông và Bộ trưởng Bộ Doanh Nghiệp cùng thảo ra một chính sách đổi mới cho việc làm[24].

Hơn nữa, các chính phủ theo "mô hình Bắc Âu" làm chủ việc thương lượng giữa công ty và công đoàn, có thể bị khóa chân vào một "tam giác sắt": Mỗi bên được giữ đứng vững bởi hai bên còn lại[25]. Chính sách lao động được đồng bộ hóa với công đoàn, và chính sách đổi mới được đồng bộ hóa với công ty, giữ chúng tách rời nhau một cách có hiệu quả.

Trong chương viết của ông ấy trong quyển sách này, Sven Otto Littorin đi sâu hơn vào chính sách đổi mới việc làm đã được áp dụng cho việc đóng cửa nhà máy SAAB. Ở Thụy Điển, người chủ lao động phải cung cấp tiền trợ cấp thôi việc khi sa thải người lao động và có một khoảng thời gian chuyển tiếp từ lúc nhận được thông báo đến lúc chấm dứt công việc. Sven và đồng nghiệp của ông, Bộ trưởng Bộ Doanh Nghiệp, đã đề nghị đơn giản hóa lối thoát cho GM, tuyển công nhân trở thành "một phần của đội" chứ không phải là đối thủ thù địch. Giai đoạn chuyển tiếp được sử dụng để đào tạo lại nhân viên. Tiền trợ cấp thôi việc được đưa vào một quỹ và được khớp với quỹ thất nghiệp quốc gia và nguồn tiền của chính quyền địa phương. Một công ty "ươm mầm" mới được thành lập với tài sản của quỹ mới. Sau đó GM bàn giao lại nhà máy. Theo quan điểm của người lao động, công việc của họ

---

[24] "Gợi ý chính sách việc làm và công nghiệp cầu nối trong các chính phủ quốc gia", Sven Otto Littorin, Bộ trưởng Bộ việc làm Thụy Điển 2006-2010 http://i4j.info/wp-content/uploads/2013/05 /i4jSvenOttoLittorin-SuggestionsforBridgingIndustryandEmpletementPoliciesinNationalGovernments-2.pdf Truy cập ngày 12/9/2018.

[25] "Làm thế nào để phá vỡ chính sách thất nghiệp", Sven Otto Littorin, Chương trong "Xóa Bỏ Nạn Thất Nghiệp: Suy ngẫm về sự phục hồi kinh tế tầng lớp trung lưu, bền vững" của David Nordfors, Vint Cerf và Max Senges. Nhà xuất bản: Ewing Marion Kauffman Foundation (4/2/2016) ISBN: 152384583X

vẫn tiếp tục và họ vẫn đến nơi làm việc mỗi ngày. Sự khác biệt duy nhất là một bảng hiệu mới được gắn trên tòa nhà và có một ban quản lý mới, thực hiện mô hình kinh doanh mới: tìm việc làm và thành lập các công ty mới. Mô hình này sau đó một lần nữa lại được áp dụng cho Sony Mobile khi họ đóng cửa Sony Ericsson tại Lund, cái nôi của công nghệ di động. Trong trường hợp đó, Sony đã tham gia tích cực vào hệ sinh thái mới, sử dụng nó như một vườn ươm để thương mại hóa nhiều bằng sáng chế chưa được sử dụng của Sony Ericsson. Mô hình của Sven là một ví dụ tuyệt vời về cách có thể kết hợp chính sách lao động và đổi mới thành một chính sách đổi mới cho việc làm mạnh mẽ và thành công hơn so với việc tổng hợp các bộ phận của nó từ các cơ quan chính phủ khác nhau.

Những quốc gia nào không có chính sách lao động quốc gia tương tự về việc sa thải công nhân có thể xem xét áp dụng một giai đoạn chuyển tiếp tối thiểu và xây dựng một hệ sinh thái khởi nghiệp quanh nó, bao gồm giáo dục và đào tạo nhanh chóng để cung cấp cho những người sắp bị thất nghiệp một công việc mới trước khi giai đoạn chuyển tiếp kết thúc, đồng thời cung cấp cho các công ty khởi nghiệp khác một lực lượng lao động có kỹ năng từ nguồn lực được giải phóng này.

Quay trở lại những thách thức về quản trị, có một vấn đề bản chất nảy sinh; đó là ngôn ngữ. Khi mọi người không hiểu nhau, họ thường nói các ngôn ngữ khác nhau; trong trường hợp này đó là các thuật ngữ chuyên môn khác nhau. Các nhà kinh tế đổi mới dựa trên nền kinh tế vi mô, trong khi các nhà kinh tế lao động dựa trên nền kinh tế vĩ mô. Việc chi ngân sách cho chính sách lao động có liên quan đến đổi mới có thể là một thách thức vì kho bạc nhà nước muốn biết "khi nào" và "bao nhiêu" việc làm sẽ được tạo ra với số tiền này. Ngày nay, rất ít mô hình kinh tế lượng cố gắng thử dự đoán điều đó. Tài chính hỗ trợ việc làm được chi cho đổi mới thậm chí có thể giết chết nhiều việc làm hơn là nó tạo ra, và điều này gây khó khăn cho việc đề xuất các khoản chi như vậy. Tôi đã chỉ ra trước đó trong quyển sách này rằng câu hỏi "Liệu sự đổi mới tạo ra hay giết chết việc làm?" rất khó trả lời bởi vì sự đổi mới có thể gây ra cả hai. PCE giải quyết vấn đề hóc búa này bằng cách phân biệt giữa "đổi mới để kiếm tiền" và "đổi mới để tiêu tiền". Trọng tâm được chuyển từ công nghệ sang mô hình kinh doanh. Sử dụng tiền của chính sách lao động để kích thích sự đổi mới để kiếm tiền không phải là một vấn đề. Tiêu chí quan trọng là sự đổi mới phải có một mô hình kinh doanh mà người kiếm tiền là khách hàng chính. Nếu sự đổi mới phục vụ cả người tiêu tiền và người kiếm tiền, coi người tiêu tiền là đối tượng chính, thì trên thực tế, nó sẽ là một dịch vụ tiêu tiền, như chúng ta đã thấy xảy ra với các nền tảng cung cấp việc làm độc lập. "Khách hàng chính là ai?" là câu hỏi quan trọng, và câu trả lời phải là "người kiếm tiền" để được hỗ trợ bằng tiền của chính sách lao động.

Sẽ có những thách thức nảy sinh từ "cuộc cách mạng Cô-péc-ních" của PCE, đặt nhiệm vụ vào quỹ đạo xung quanh con người thay vì con người xung quanh nhiệm vụ. Tạo ra một ngôn ngữ chung cho các chính sách lao động và đổi mới, kinh tế vĩ mô và vi mô, không chỉ có nghĩa là chúng có thể được kết hợp với nhau mà còn là không thể tách rời nhau. Ranh giới giữa các cơ quan chính phủ sẽ bị xóa nhòa, và điều này có thể gây ra các cuộc chiến tranh giành quyền lực trong chính quyền.

Ví dụ, khi mọi người kiếm sống thông qua một dịch vụ, chính sách lao động và tiêu dùng sẽ hội tụ về một điểm. Điều gì đó tương tự cũng sẽ xảy ra đối với những người khuyết tật. Sự thay đổi của "coolabilities" tập trung từ điểm yếu đặc trưng sang điểm mạnh đi kèm của họ. Thích ứng là một phần của chiến lược thương mại để quản lý tài năng. Nếu một công ty quan tâm đến khả năng nâng cao của ai đó, họ phải sắp xếp để thích ứng những điểm yếu của họ nhằm tận dụng chúng, và nó rất đúng với "coolabilities". Điều này dẫn đến sự kết hợp sáng tạo và đôi khi khó hiểu giữa chính sách về khuyết tật, quản lý nhân tài, và chính sách tuyển dụng, mà ngày nay chúng là hai thế giới trái ngược nhau, không phải lúc nào cũng nhìn nhau một cách tử tế qua một hố sâu ngăn cách.

Việc kết nối các quan điểm của chính sách với việc làm đòi hỏi phải phá bỏ các nhóm mâu thuẫn lợi ích trong chính phủ. Đây không phải là một thách thức mới trong quan hệ đối tác công-tư. Có rất nhiều tổ chức trong chính phủ đã giúp bắc cầu giữa chính sách với việc làm nhưng hầu như không có tổ chức nào thực sự phá bỏ được rào cản. Không khó để tạo ra các tổ chức bắt cầu như vậy; khó khăn là tạo ra những tổ chức tốt với đủ ngân sách, kinh nghiệm và được ủy nhiệm ra quyết định để tạo ra sự khác biệt. Ngay cả khi PCE có thể được vận hành một phần với các cấu trúc hiện có, chính phủ sẽ phải tạo ra các cấu trúc mới để vận hành một nền kinh tế lấy con người làm trung tâm. Chính phủ không thể đơn giản đóng cửa Bộ Lao Động và "hợp nhất" chúng với các bộ khác để bao gồm cả kinh doanh lẫn việc làm vào một. Mong muốn này thường dẫn đến đại loại như "Bộ Công Nghiệp và Lao Động" bao gồm hai tổ chức chính phủ riêng biệt dưới cùng một cái tên. Tôi đề nghị rằng cách duy nhất để tạo ra một chính phủ không có rào cản giữa chính sách lao động và đổi mới là khuyến khích các bộ, ban, ngành và cơ quan hiện có những nỗ lực chung, giống như cách mà Sven Littorin đã làm ở Thụy Điển.

Kinh doanh trong PCE: khởi động hệ sinh thái mới để đổi mới việc làm

Động lực thúc đẩy của PCE là hệ sinh thái thương mại để đổi mới việc làm. Nhiệm vụ quan trọng nhất của chính phủ là giúp hệ sinh thái này được ra đời và duy trì những quy tắc đạo đức của nó, mà nhiệm vụ ban đầu là thu hút các nhà đầu tư mạo hiểm trong PCE.

Ngày nay, nhiều chủ doanh nghiệp đang gọi vốn bằng ý tưởng phục vụ người lao động - người kiếm tiền - với tư cách là khách hàng chính, nhưng rồi lại bị buộc phải thay đổi điều đó thành phục vụ người sử dụng lao động - người chi tiêu - bởi vì các nhà đầu tư mạo hiểm của họ sẽ nói rằng những người tìm việc không có tiền để chi tiêu trong khi người sử dụng lao động thì có, và do đó người sử dụng lao động phải là khách hàng. Tuy nhiên, có một số nhà đầu tư ủng hộ các doanh nghiệp tập trung vào việc giúp đỡ những người kiếm tiền và những người khác. Một số người trong số họ là đồng tác giả của quyển sách này. Jason Palmer, đối tác tại New Markets Venture Partners (Đối tác đầu tư rủi ro thị trường mới), phác thảo trong chương của ông ấy về hệ sinh thái đó và liệt kê một số nhà đầu tư và những người tham gia khác hiện đã là thành viên của nó. Jamie Merisotis, người đứng đầu quỹ Lumina Foundation và Daniel Pianko, người đồng sáng lập Quỹ đầu tư mạo hiểm đại học, trình bày những gì họ đang làm trong hệ sinh thái đó. i4j đã tập hợp được một số các nhà đầu tư. Tuy nhiên, chúng tôi cũng chỉ mới bắt đầu tạo ra được một cộng đồng đầu tư như vậy.

Một hệ sinh thái đổi mới kế mưu sinh cần có những nhà đầu tư. Chính phủ có thể giúp khởi động một cộng đồng nhà đầu tư như vậy.

Đây là chiếc chìa khóa đánh lửa cho động cơ của PCE mà đang sẵn sàng để hầu hết mọi chính phủ, quốc gia hoặc địa phương có thể sở hữu. Đã có những chính sách đáng tin cậy để thu hút đầu tư mạo hiểm trong lĩnh vực mới. Do vậy, PCE có thể được thực hiện ngay ngày hôm nay mà không cần những bước chuẩn bị phức tạp.

Sự khác biệt giữa khởi động hệ sinh thái để đổi mới việc làm và hệ sinh thái dành cho nhân sự và giáo dục là sự tập trung vào việc hình thành các doanh nghiệp phục vụ người kiếm tiền với tư cách là khách hàng chính, thay vì tập trung vào một lĩnh vực hoạt động cụ thể, như "giáo dục" hoặc "nhân sự" hoặc công nghệ. Đây là việc tìm kiếm những nhà đầu tư tin rằng người kiếm tiền là khách hàng tốt hơn người tiêu tiền. Vì đây là một câu hỏi đi ngược lại với những thông lệ tốt nhất đã được thiết lập, tôi đề nghị trước tiên hãy tìm kiếm chúng trong nền kinh tế tâm linh.

Trước hết phải tìm cho được những nhà đầu tư có đức tin trong sứ mệnh của mình.

Chấp nhận phá vỡ những quy tắc thực hành kinh doanh tốt nhất để thử nghiệm điều gì đó mới luôn luôn đòi hỏi niềm tin. Ban đầu, chúng tôi cần những nhà đầu tư không cần được thuyết phục bằng những lập luận rằng đó là một thị trường hấp dẫn. Họ nên hiểu nó một cách trực quan, dựa trên các giá trị và có niềm tin vào việc sớm hay muộn biến nó thành một thành công thương mại. Các cộng đồng tôn giáo đã đóng một vai trò quan trọng trong việc thúc đẩy nền kinh tế Mỹ trong những thế kỷ trước, vậy nên chúng ta có lý do chính đáng để thu hút họ quay trở lại. Bất kỳ giáo đoàn nào có sứ mệnh phù hợp với PCE đều là nơi lý tưởng để tìm kiếm quan hệ đối tác. Tôi đã tuyên bố trước đây rằng tôi theo thuyết bất khả tri và không có bất kỳ thực hành tâm linh nào, nhưng thực tế là nhiều đối tác tốt nhất mà tôi có được trong suốt hành trình phát triển i4j và PCE đều là những người sùng đạo có lý tưởng. Về mặt kinh tế, tôi đang dâng cho họ tài sản tâm linh; nó đưa họ đến gần hơn với "Cái Ngươi Đấng Vĩnh Hằng" của họ. Bằng cách tham gia, họ tiếp thêm đức tin vào tài sản tâm linh của tôi, niềm tin vào chính đức tin và những điều tốt đẹp mà nó mang lại cho những người có nó. Nhiều cộng đồng đức tin không thần bí cũng có thể phục vụ tốt cho các mối quan hệ hợp tác tốt đẹp như vậy. Sự khởi xướng "coolabilities" của i4j đã chỉ ra rằng cha mẹ có con khuyết tật là những đối tác ban đầu đặc biệt tốt. Họ là những đối tượng không dễ dàng bị thuyết phục, nhưng chúng tôi đã dễ dàng thiết lập được lòng tin của họ.

"Cái Ngươi" là một loại tài sản đặc biệt có giá trị ở giai đoạn đầu của một dự án. Chúng ta cùng nhau xây dựng một cái gì đó; chúng ta biết phải trả giá ngày hôm nay, nhưng chúng ta có niềm tin vào thị trường mà nó sẽ tạo ra ngày mai. Điều này minh chứng cho những gì tôi đã nói về những tình thế xã hội tiến thoái lưỡng nan bởi vì chiến lược kinh doanh tốt nhất để tham gia vào nền kinh tế PCE là đợi những người khác mắc sai lầm và sau đó mới tham gia cùng với họ. Chiến lược tốt nhất và hợp lý nhất về mặt kinh tế là ban đầu không theo đuổi những đối tác yêu cầu logic kinh doanh tốt, mà chọn những đối tác có năng lực kinh doanh cộng thêm giá trị tâm linh cho phép họ kết nối với những gì chúng ta đang tìm kiếm. Tôi sẽ không đề xuất các ý tưởng chính sách cụ thể ở đây, nhưng sẽ rất hợp lý nếu tôi thảo luận về cách thức các cộng đồng tôn giáo và cộng đồng phi lợi nhuận có thể hợp tác như thế nào. Ví dụ, Giáo Hữu Hội (Quakers), lấy "ánh sáng Thiên Chúa bên trong mỗi người" làm nền tảng đức tin của họ. Tất cả các tín đồ có thể tham gia vào nền kinh tế PCE. Họ biết rằng sự khác biệt giữa Ta-Ngươi và Ta-Nó là một phần của đức tin, và đã có nhiều thành viên của tổ chức này đã thành lập các doanh nghiệp thành công. Những tôn giáo lớn đều có những hội tương tự như vậy. Bất kỳ cộng đồng nào - tôn giáo hoặc thế tục - dựa trên các giá trị như vậy đều có thể là một vườn ươm tốt cho nền kinh tế PCE, và không có lý do gì để không theo đó mà tiếp cận chúng.

Việc tuyển dụng những người tham gia có thể được thực hiện theo một số bước. Một khi hệ sinh thái mới đổi mới việc làm được thiết lập, các nhà đầu tư ban đầu sẽ tham gia, và một cộng đồng có bản sắc và ngôn ngữ chung được hình thành. Khi đó nhu cầu đầu tư lớn hơn phát sinh để kích thích tăng trưởng. "Cái Ngươi" và các giá trị tâm linh trở nên ít quan trọng hơn khi hệ sinh thái được tập trung lại. Chính phủ có thể giúp đưa các ngân hàng vào cuộc, kích hoạt mô hình mà tôi đã đề xuất bởi vì các tổ chức đầu tư luôn luôn yêu cầu được cung cấp logic kinh doanh chặt chẽ vì sao đô-la của họ nên được đặt vào quỹ kinh tế lấy con người làm trung tâm. Chính phủ đến lúc này đã xác định được các bên thương mại lớn như ngân hàng, quan tâm đến cách mọi người kiếm tiền và có cảm hứng giúp mọi người kiếm được thu nhập ổn định, đầy đủ, tốt nhất là bằng cách làm những việc họ thấy có ý nghĩa. Những bên tham gia như vậy có thể có động cơ cao để đầu tư vào hoặc làm tăng thị trường cho các công ty được tạo ra bởi hệ sinh thái mới để đổi mới việc làm.

Các công cụ chính sách đổi mới tiêu chuẩn như kết hợp vốn tư nhân để tạo quỹ đầu tư mạo hiểm sẽ rất rõ ràng và hữu ích.

Khi bắt đầu, "coolabilities" nên là một trong những hệ sinh thái thí điểm để đổi mới việc làm. Điều này có vẻ đáng ngạc nhiên bởi vì ít nhà đầu tư nghĩ về người khuyết tật như một thị trường tiếp cận cho một nền kinh tế có mức tăng trưởng cao. Nhưng có một số lý do chính đáng để lựa chọn nó làm một trong số những thử nghiệm ban đầu:

- Dễ dàng phân bổ vốn cá nhân và vốn tâm linh để khởi động hệ sinh thái. Cha mẹ của trẻ em khuyết tật, những người có việc làm thường xuyên trong nền kinh tế đổi mới là những thành viên tuyệt vời trong cộng đồng ban đầu.

- Coolabilities là một nguồn năng lực có giá trị gần như hoàn toàn chưa được khám phá để đổi mới việc làm. Người khuyết tật bị đánh giá đặc biệt thấp và thậm chí bị loại trừ khỏi lực lượng lao động. Do đó, tỷ suất lợi nhuận trên đầu tư có thể rất cao khi giá trị của chúng được nâng lên.

- Trong nhiều trường hợp, chỉ có nhận thức truyền thống của công chúng mới là rào cản đối với thị trường dành cho người khuyết tật. Các công nghệ hỗ trợ đang tồn tại, và trong nhiều trường hợp nó còn có giá thành rất rẻ. Rào cản công nghệ và rào cản kinh doanh đối với thị trường có thể ở mức thấp.

- Người ta không kỳ vọng người khuyết tật có thể phù hợp với các vị trí công việc bình thường. Do đó, suy nghĩ về những công việc phù hợp với từng cá nhân sẽ dễ dàng được tiếp nhận và thấu hiểu hơn. Nó làm cho mọi người hiểu về nền kinh tế PCE, trong khi họ có thể nghĩ khác rằng đổi mới cho việc làm chỉ là cung cấp cho mọi người giáo dục "đúng đắn" để phù hợp với thế giới việc làm đang phát triển nhanh chóng.

- Một hệ sinh thái để đổi mới việc làm có thể điều chỉnh kế mưu sinh riêng cho những đối tượng "có năng lực bù trừ khi bị khuyết tật" cũng có thể áp dụng cho tất cả những đối tượng khác. Mỗi người đều có một hồ sơ năng lực riêng. Khi hệ sinh thái này có hiệu quả với coolabilities, nó sẽ kích thích sự tăng trưởng của một thị trường lao động tổng thể tốt hơn.

- Vì những lý do trên, coolabilities có thể là một phím tắt của nền kinh tế PCE.

Lưu ý rằng hệ sinh thái coolabilities cần có các nhà đầu tư mạo hiểm thương mại; nó không phải là một hệ sinh thái phi lợi nhuận, ngay cả khi các tổ chức phi lợi nhuận sẽ là một phần của nó. Toàn bộ ý tưởng là coolabilities trở thành một thị trường có mức tăng trưởng cao mà nó xứng đáng.

Nghiên cứu và phân tích PCE

Tôi đã chỉ ra rằng PCE cần có các công cụ kế toán, phân tích và dự báo cũng như kinh tế học hữu dụng đặt con người (không phải nhiệm vụ) vào trung tâm của phương trình. Tôi đã đề xuất một kinh tế học như vậy có thể kết hợp như thế nào với "Cái Người" (hoặc tương đương với sự an vui hạnh phúc) như một chiều giá trị của riêng nó. Tôi cũng đã chỉ ra cách làm đó cho phép chúng ta xác định đô-la là phương tiện để cải thiện mối quan hệ giữa các cá nhân của chúng ta mà chúng ta có thể xác định nó là mục đích. Tôi đã chứng minh cách thức thực hiện mà điều này có thể loại bỏ sự kỳ lạ chúng ta thường thấy trong kinh tế học ngày nay, ví dụ như, nó "tốt hơn cho nền kinh tế" như thế nào nếu mọi người làm việc ngoài giờ nhiều đến nỗi ngã bệnh để rồi phải tìm cách điều trị vào cuối tuần thay vì dùng thời gian đó để thư giãn với gia đình và bạn bè.

Vì đây là một quyển sách thông thường dành cho độc giả đại chúng, tôi tránh đi sâu vào những phép toán thường dùng để truyền tải thông điệp một cách vững vàng và trịnh trọng hơn đến các nhà kinh tế học. Tôi sẵn sàng làm điều đó, nếu có cơ hội trong tương lai viết một quyển sách về động lực của nền kinh tế PCE. Đây không phải là điểm thiếu sót duy nhất trong kinh tế học ứng dụng chính thống của chúng ta; còn nhiều thiếu sót hơn nữa mà tôi có thể quay lại bàn luận vào một dịp khác.

Nền kinh tế PCE sẽ khó khởi động hơn nhiều nếu không có các công cụ phù hợp, nhưng trước tiên các công cụ này phải được phát triển. Chính phủ có thể thành lập một cơ quan đặc biệt để thúc đẩy sự phát triển chúng mặc dù một cơ quan như vậy cần có khả năng lựa chọn các thách thức, đặt ra các mục tiêu gốc và biến chúng thành hiện thực. Có lẽ một ví dụ thành công nhất cho đến nay là DARPA, Cơ quan dự án nghiên cứu quốc phòng tiên tiến Mỹ, cung cấp cho chúng ta Internet, GPS và những đổi mới quan trọng khác. PCE sẽ được hưởng lợi từ một "EARPA," Cơ quan dự án nghiên cứu nâng cao kinh tế, có thể tạo ra những đổi mới như GPS cho PCE. Tôi đã thảo luận trong ví dụ "kế toán Ta-Người" về cách thức những nghiên cứu xã hội học có thể xây dựng một thị trường thương mại các công cụ có thể khiến người sử dụng lao động tốt cạnh tranh chiến thắng người sử dụng lao động tồi. Đây có thể là một đề tài tuyệt vời để một "EARPA" nỗ lực tìm tòi khám phá.

Văn hóa PCE

Tôi đã thảo luận việc mọi người có tầm nhìn về một tương lai tốt đẹp thì quan trọng như thế nào. Tìm kiếm trên Google "Tương lai của công việc" là một cái đồng hồ đo chỉ số tâm trạng khá tốt, và hôm nay kết quả cho ra thì rất đen tối. Chúng ta cần có tầm nhìn để đạt được tiến bộ. Chúng ta cần những bức tranh và những câu chuyện để gắn tầm nhìn của mình vào đó nhằm có thể hình dung ra chúng trong tâm trí. Franklin D. Roosevelt đã thành lập một cơ quan chuyên đặt mua tác phẩm nghệ thuật của các nghệ sĩ thất nghiệp, nhiều người trong số họ đã bị mất thu nhập và thậm chí mất luôn cả nhà cửa trong cuộc Đại suy thoái. Chúng ta cần một cái gì đó tương tự như vậy ngày nay. Có rất nhiều nghệ sĩ thuộc mọi thể loại và người kể chuyện đang gặp khó khăn vì Internet đã giết chết phần lớn việc làm của họ. Họ sẽ được giúp đỡ nhiều bởi một hệ sinh thái để đổi mới việc làm. Có lẽ đây là một trong những hệ thống thử nghiệm ban đầu, được thúc đẩy bởi hoa hồng từ chính phủ, khuyến khích các nghệ sĩ sáng tạo và chia sẻ tầm nhìn của họ về một tương lai tốt đẹp hơn, biến nó trở thành một phần của thảo luận đại chúng về tương lai của công việc.

Tiền tệ PCE

Cho đến nay, xóa đói giảm nghèo và dọn sạch các khu ổ chuột chỉ mới có những thành công hạn chế nên người ta dễ dàng xem nhẹ việc này khi thảo luận về cách thức xây dựng một nền kinh tế cạnh tranh. Từ góc độ của PCE, chúng ta đang nói về một số lượng rất lớn những người bị đánh giá thấp, và do đó chúng ta có cơ hội lớn cho việc đổi mới việc làm.

Tiền điện tử cung cấp những khả năng chưa từng có để xóa đói giảm nghèo hay khởi động các nền kinh tế đã từng bị hủy hoại bởi thảm họa thiên nhiên hoặc kinh tế. Tiền tệ lập trình có thể dùng làm tiền tệ địa phương cùng với những hạn chế đi kèm để chúng không gây trở ngại hoặc cạnh tranh với tiền tệ trung ương, như tôi đã đề xuất trong phần về tiền tệ. Đây cũng có thể là một chủ đề nghiên cứu tuyệt vời cho một "EARPA", với sự hợp tác của chính quyền các thành phố.

Trường hợp thí điểm: Thiên tai

Chính quyền quốc gia có thể thử nghiệm chính sách cho phép các thành phố tự quản phát hành tiền điện tử địa phương tạm thời cho các nền kinh tế đang phát triển. Các trường hợp thí điểm tốt nhất nên bao gồm cả yếu tố thiên tai. Dưới đây là một tình huống minh họa chính sách được tạo ra như thế nào. Tình huống này được phát triển cùng với George Minardos, một thành viên của i4j. Vào thời điểm đó, Napa và Sonoma đang hứng chịu những trận cháy rừng chưa từng có với việc phá hủy hàng loạt nhà cửa và tài sản riêng. Chúng tôi đã thiết kế tình huống để phù hợp với tình hình đang diễn ra. Tiền điện tử ở đây được gọi là "LoTT". Công nghệ được cung cấp cho chính quyền thành phố bởi công ty khởi nghiệp "LoTTSystems".

Một thảm họa thiên nhiên đã phá hủy hàng ngàn ngôi nhà ở thành phố Santa Emma. Hàng ngàn công dân không có nơi trú ẩn và không có tiền để xây dựng lại nhà cửa của họ. Mất khá nhiều thời gian để đền bù bảo hiểm nhảy vào cuộc và phát huy tác dụng của nó. Ngay cả khi người dân được đền bù và có tiền trong tay, cũng có rất ít công ty xây dựng và dịch vụ vệ sinh có sẵn để thuê vì tất cả đều ngập đầu trong công việc. Chính phủ trung ương đã ban hành tình trạng khẩn cấp để các thành phố tự quản tạm thời không cần phải tuân theo các chính sách có thể cản trở cộng đồng tiến hành việc sửa chữa ngay sau thảm họa. Họ đã được trao quyền điều động công chức. Tuy nhiên, họ không có quyền huy động thường dân. Vì vậy họ phải yêu cầu các tình nguyện viên giúp đỡ.

Chính phủ thấy quan ngại về những hoạt động thị trường chợ đen và các mối đe dọa đến sự an toàn của người dân thông qua các nhà thầu không có giấy phép và những kẻ lừa đảo, những kẻ có khả năng khởi đầu cho tội phạm có tổ chức khi vào thế chỗ. Hơn nữa, còn có một nhu cầu lớn về các dịch vụ một kèm một chưa được đáp ứng mà chính phủ hoặc nhà thầu khó có thể cung cấp do bản chất cá nhân của chúng, chẳng hạn như hỗ trợ gia đình cho cha mẹ đơn thân.

Thị trưởng Santa Emma đã ban hành tiền điện tử LoTT trong tình trạng khẩn cấp đó. Văn phòng thị trưởng chỉ định LoTTSystems xây dựng và vận hành hệ thống LoTT cho đô thị. Một Hội đồng quản trị LoTT (LoGo) được thành lập, với thị trưởng là chủ tịch điều hành LoTT. LoTTSystems cung cấp kiến thức chuyên môn về kinh tế, hỗ trợ các quyết định của LoGo thông qua những phân tích và lời khuyên. Santa Emma hiện có một hệ thống tiền điện tử cho phép công dân của nó giúp đỡ người khác và nhận lại sự giúp đỡ.

Do đó, thị trưởng là bên chính thức đại diện chính phủ có trách nhiệm đảm bảo LoTT tuân thủ đúng chính sách. Thị trưởng được trao quyền bởi tình trạng khẩn cấp, và thống đốc sẽ phê chuẩn LoTT như một dịch vụ trong tình trạng khẩn cấp.

Vai trò của thị trưởng và sự phê chuẩn của thống đốc là then chốt vì LoTT giới thiệu một thị trường lao động, trao đổi giá trị đa bên cho công việc giữa các công dân mặc dù nó không phải là tiền tệ chính thức do luật định. Việc kết hợp với chính phủ làm cho LoTT trở thành một phần của nền kinh tế có thể được tính vào GDP và các chỉ số khác, do đó góp phần tạo nên sức mạnh của tiền tệ chính thức do luật định. Nói cách khác, LoTT hỗ trợ tăng trưởng và ổn định tiền tệ. Vì LoTTSystems đang cung cấp cho chính phủ, nó sẽ tránh được nhiều rắc rối với chính phủ, cơ quan thuế và ngân hàng Trung ương liên quan đến các công cụ tài chính bitcoin và blockchain. Tại cuộc họp đầu tiên, LoGo đã phát hành LoTT như sau: Mỗi công dân trưởng thành của Santa Emma được nhận 5 đồng LoTT. Vì vậy, tổng số LoTT phát hành cho toàn bộ dân số 10.000 người của Santa Emma là 50.000 LoTT. Chính quyền thành phố Santa Emma được nhận 10.000 LoTT, tương đương 10.000 ngày công của công dân. LoTTSystems được nhận 1.000 LoTT dùng để tuyển dụng kỹ thuật viên, lập trình viên và bộ phận trợ giúp địa phương. Thành phố Santa Emma bây giờ đã phát hành tiền điện tử với tổng trị giá 61.000 ngày công làm việc để các công dân của nó trao đổi với nhau. LoGo thiết lập chính sách được lập trình vào đồng tiền LoTT như sau:

- LoTT chỉ có hiệu lực trong tình trạng khẩn cấp.

- LoTT có thể được sở hữu bởi công dân, chính quyền thành phố và hệ thống LoTTS.

- Một LoTT là một ngày làm việc mà một công dân có thể nhận được tối đa trong một ngày.

- Trong số mỗi LoTT nhận được, công nhân nhận được 89%, thành phố 10% và LoTTSystems 1%.

Thị trưởng giới thiệu về LoTT tại một cuộc họp trước tòa thị chính. Công dân được đề nghị đăng ký và tải xuống một ví cá nhân có chứa 5 LoTT ban đầu. LoTTSystems duy trì một thị trường và cung cấp một giao diện lập trình ứng dụng, cho phép các ứng dụng của bên thứ ba, chẳng hạn như quản lý thời gian, đào tạo kỹ năng, mai mối nâng cao, v.v. có thể tải các ứng dụng qua cửa hàng ứng dụng LoTTSystems.

LoTTSystems sử dụng 1.000 LoTT đầu tiên của mình để tuyển 50 công dân Santa Emma, trong đó một số người là kỹ sư, những người khác được thuê để hỗ trợ các công dân của Santa Emma sử dụng hệ thống này.

Chính quyền thành phố sử dụng 10.000 LoTT ban đầu để tuyển dụng công dân (1) giúp những công dân khác trong việc trao đổi ngày công và (2) tuyển dụng chuyên gia đặc biệt cho những nhu cầu đặc biệt trong tình trạng khẩn cấp.

Số ý tưởng đáng để thử nghiệm là vô tận.

LỜI KẾT

Chúng ta nên biết ơn vì chúng ta là con người và nó có ý nghĩa như thế nào. Chúng ta cũng nên biết ơn vì chúng ta "không thông minh cho lắm", thất thường, chậm chạp, dễ mắc lỗi, v.v. Theo lý luận của tôi, đây thực sự là lý do tại sao chúng ta có mặt trên trái đất này, tại sao chúng ta tồn tại và tại sao nền kinh tế hoạt động. Hoàn hảo là kẻ thù; đa dạng là chuẩn mực.

Một mục đích mà chúng ta có thể đồng ý với nhau là nếu loài người vẫn tiếp tục sinh sống, tồn tại trên trái đất (hoặc một hành tinh khác, nếu điều đó có thể xảy ra), chúng ta phải sinh con đẻ cái. Một hệ quả tất yếu là sự tiếp tục của loài người mà thực ra nó phụ thuộc vào tình yêu. Thay vì coi quan hệ con người như một phương tiện thúc đẩy nền kinh tế, chúng ta nên xem nó như là một mục đích to lớn hơn dùng để nâng cao ý nghĩa của con người. Đó là cộng đồng, tình bạn, và tình yêu. Nhiều nhà kinh tế ngày nay đồng ý rằng kết hôn và sinh con đẻ cái là một điều tốt đẹp vì nó thúc đẩy sự phát triển của nền kinh tế. Chúng ta cần có ý thức rằng kinh tế học khẳng định giá trị của gia đình. Chúng ta chưa có mô hình toán học cho điều này vì phương pháp truyền thống của chúng ta được hình thành bởi nỗi ám ảnh của chúng ta về việc kiếm tiền từ mọi thứ. Chúng ta cần các mô hình toán học chỉ định một giá trị cao cho các mối quan hệ cá nhân và áp dụng kinh tế học lấy con người làm trung tâm.

Người ta có thể lập luận rằng nền kinh tế lấy nhiệm vụ làm trung tâm có thể tồn tại lâu như vậy qua thời gian bởi vì chúng ta đã không phát minh ra công nghệ và những ý tưởng lật đổ và thay thế nó bằng một thứ gì đó tốt hơn. Điều đó cũng có thể đúng vì các lý thuyết kinh tế đã cố gắng thách thức nó, bao gồm cả chủ nghĩa cộng sản, nhưng đều đã thất bại vì thiếu một công thức để thành công. Tuy nhiên, mô hình dân chủ xã hội thành công hơn vẫn tiếp tục tồn tại vì lẽ ít nhất nó cũng có kết hợp một số yếu tố của nền kinh tế lấy con người làm trung tâm.

Tuy nhiên, ngay cả mô hình thành công đó cũng đang được thử nghiệm, và chúng ta không sẵn sàng chấp nhận thử thách để phát minh ra cái gì đó tốt hơn. Chúng ta tiếp tục tin tưởng vào cùng một thói quen lấy nhiệm vụ làm trung tâm tồn tại bấy lâu nay đã cột chặt chúng ta vào cái niềm tin đã hao mòn dần theo thời gian và không đáng tin cậy rằng "một đô-la tiết kiệm được là một đô-la kiếm được". Khi tiếp tục chấp nhận "chân lý" này và nhiều giả thiết ủng hộ nó, chúng ta có lẽ vô tình đã cố gắng trong nhiều thế kỷ qua làm cho nhau trở nên kém giá trị hơn.

May mắn thay, về mặt lịch sử thì chỉ trong nháy mắt, chúng ta đã tình cờ có được một kho trang bị kỹ thuật số gồm các công cụ có khả năng tạo ra nền kinh tế lấy con người làm trung tâm. Các cơ hội mở ra đủ để khiến chúng ta thấy choáng váng khi thử liệt kê những nguồn lực khổng lồ đã liên tục điều chỉnh cuộc sống của chúng ta trong một cơn sốt những phát minh và triển khai chưa từng có như máy tính cá nhân, internet, dữ liệu lớn, mạng xã hội - một ma trận kỹ thuật số phong phú liên kết chúng ta với những đồng loại khác, quen biết và cả không quen biết, trên khắp thế giới chỉ với một cú nhấp chuột. Tất cả những phát minh này đều cần thiết để khởi động sự đổi mới cho việc làm - hỗ trợ giá trị mới, cách thức liên hệ mới và những câu chuyện mới đang mở ra một con đường dẫn đến nền kinh tế lấy con người làm trung tâm. Với lợi thế của những công cụ này, cuối cùng chúng ta cũng đã có thể bắt đầu làm những việc cần phải làm; đó là thực hiện công việc có ý nghĩa với những người chúng ta thích, nhận giá trị từ những người chúng ta không quen biết, mang đến hỗ trợ và sự an tâm cho những người chúng ta yêu thương. Nền kinh tế sẽ dần mạnh lên, và chúng ta cùng những người trong cộng đồng của chúng ta cũng dần mạnh lên như vậy.

Không có gì mâu thuẫn giữa việc đơn giản là làm một sinh vật đơn giản với làm một người trí thức, một nhà chiến lược, một nhân viên tri thức hoặc một nhà đổi mới. Trên thực tế, một người đơn giản và một người trí thức là một cặp tương xứng rất tốt. Phân tích vận dụng trí tuệ giúp chúng ta xây dựng những xã hội, nơi chúng ta được phép cho mình là những con người bừa bộn của chính mình, nơi chúng ta có thể trở nên không hoàn hảo, ngu dốt hoặc ngớ ngẩn mà không bị trừng phạt. Tôi không thể nghĩ ra mục đích nào tốt hơn cho cuộc sống ngoài việc kết hợp những phẩm chất của chúng ta lại. Khi chúng ta tách rời con thú cảm xúc trực giác ra khỏi cấu trúc lý trí bên trong con người, chúng ta đã tạo ra những xã hội không lành mạnh. Chúng trừng phạt chúng ta vì chúng ta đã là chính chúng ta.

Triết học và khoa học dành cho những ai mong muốn chúng, nhưng cuộc sống cũng sẽ vẫn ổn nếu không có chúng. Điều quan trọng là chúng ta cảm thấy hài lòng với nhau và cùng nhau làm những việc thấy có ý nghĩa. Biết bản thân chúng ta là cái gì bằng cách học từ kiến thức và trí thông minh thì ít quan trọng hơn việc biết chúng ta là ai bằng cách học từ việc là chính mình, và trí tuệ giúp chúng ta điều này nhiều hơn là chỉ số IQ. Vì vậy, trong khi chúng ta có đời sống chuyên môn và sở thích cá nhân về mô hình toán học mà có thể cải thiện cuộc sống và xã hội của chúng ta, chúng ta vẫn không được quên ý nghĩa của việc được làm con người, những điều mà chúng ta làm tốt nhất khi được làm con người, và mục đích của kinh tế học là phục vụ nhân loại, không phải nhân loại phục vụ kinh tế học. Tôi hy vọng rằng quyển sách này sẽ giúp mọi người thấy rằng một nền kinh tế nhân văn, lấy con người làm trung tâm ưu việt hơn hẳn các lựa chọn thay thế nó.

Để kết luận, một nền kinh tế lành mạnh luôn luôn có thể phát triển mạnh trong các xã hội dễ sinh sống, giống như một sản phẩm đơn giản thì dễ cạnh tranh lại một sản phẩm phức tạp hơn. Đối với chúng ta với tư cách từng cá nhân, tôi đề xuất chiến lược sau cho cuộc sống hàng ngày:

Hãy tận hưởng những điều đơn giản.

Cuộc sống, tốt nhất, là một cuộc phiêu lưu.

Cuộc sống, tốt nhất, là nên tầm thường.

Chúng ta được sinh ra với những bộ não lớn này.

Chúng ta sinh ra đã khát khao không cần sử dụng đến chúng.

Với những năng lực này của chúng ta, chúng ta hiểu thực tại

và do đó tránh nó.

Chúng ta hiểu tình yêu nồng cháy

mà sự thấu hiểu đó lại chính là kẻ thù.

Chúng ta thần tượng cái phức tạp

bởi vì chúng ta nghĩ nó là một thách thức đối với trí tuệ của chúng ta

trong khi nó chỉ đơn thuần là sự hiện hình của nội tâm chúng ta,

làm trở nên phức tạp bởi khả năng thấu hiểu của chúng ta

rằng có nhiều điều chúng ta không hiểu

về sự hiểu, thì chúng ta nên hiểu

để được hiểu

như cái sự hiểu.

Trong khi những gì chúng ta muốn nói về sự hiểu

mà những gì chúng ta muốn nói

nhưng không hiểu là chúng ta muốn nói

chính là ý nghĩa của ý nghĩa.

Sự hiểu đó không phải là một suy nghĩ.

Đó là một hình thức hiện hữu.

Và nếu suy nghĩ của bạn là "Tôi nghĩ, do đó tôi là"

thì hãy chuẩn bị cho sự thất vọng,

để lại một khoảng lớn tối tăm ở vị trí trước đó của nó.

Sau đó lấp đầy không gian đó bằng ánh sáng, như thế này:

Hãy nghĩ rằng "Tôi là, do đó tôi nghĩ"

Hãy nghĩ rằng "Tôi là, bởi vì tôi là"

Nghĩ rằng "Bây giờ tôi là"

và nói "Tôi là tôi"

và hãy luôn là như vậy.

###

■ NỀN KINH TẾ LẤY CON NGƯỜI LÀM TRUNG TÂM - HỆ SINH THÁI MỚI CHO VIỆC LÀM

PHỤ LỤC A: BẢN TUYÊN NGÔN CỦA ĐẢNG CỘNG SẢN VIẾT THEO TỪ NGỮ CỦA NỀN KINH TẾ ĐỔI MỚI

LƯỚT QUA BẢN TUYÊN NGÔN CỦA ĐẢNG CỘNG SẢN

KARL MARK

BẢNG TỪ THAY THẾ

TUYÊN NGÔN CỘNG SẢN

1848	2018
NỀN VĂN MINH	KINH TẾ KỸ THUẬT SỐ
PHƯƠNG TIỆN SẢN XUẤT	THỊ TRƯỜNG
CÁCH MẠNG HỦY HOẠI	PHÁ VỠ
GIAI CẤP TƯ SẢN	DOANH NHÂN INTERNET
NGƯỜI VÔ SẢN	CÔNG NHÂN ĐỘC LẬP
KHỦNG HOẢNG	BONG BÓNG NỔ TUNG
ÁP BỨC	BÓC LỘT

1948: NHÀ TƯ SẢN VÀ NGƯỜI VÔ SẢN	2018: DOANH NHÂN INTERNET VÀ LAO ĐỘNG LÀM VIỆC ĐỘC LẬP THEO YÊU CẦU
Lịch sử các xã hội tồn tại từ xưa đến nay là lịch sử đấu tranh giai cấp.	Lịch sử các xã hội tồn tại từ xưa đến nay là lịch sử đấu tranh giai cấp.
Người tự do và nô lệ, quý tộc và bình dân, địa chủ và nông nô, tóm lại, kẻ áp bức và người bị áp bức, luôn luôn đối kháng nhau, đã tiến hành một cuộc đấu tranh triền miên, lúc ngấm ngầm, lúc công khai, một cuộc đấu tranh bao giờ cũng kết thúc hoặc bằng một cuộc cách mạng toàn xã hội, hoặc bằng sự diệt vong của hai giai cấp đấu tranh với nhau.	Người tự do và nô lệ, tư bản công nghiệp và công nhân xí nghiệp, tóm lại, kẻ bóc lột và người bị bóc lột, liên tục đối nghịch nhau thông qua những cuộc đấu tranh triền miên và mỗi khi kết thúc, nó đều kết thúc trong chính sự hủy diệt của họ hay sự tái tổ chức xã hội nói chung.

Trong những kỷ nguyên trước đây của lịch sử, hầu như ở khắp mọi nơi, chúng ta đều thấy xã hội hoàn toàn chia thành những đẳng cấp khác nhau, một cái thang chia thành từng nấc thang địa vị xã hội. Vào thời La Mã cổ đại, chúng ta thấy có quý tộc, hiệp sĩ, bình dân, nô lệ; thời trung cổ có địa chủ phong kiến, chư hầu, chủ phường hội, thợ thuyền, nông nô, và hơn nữa, hầu như mỗi giai cấp ấy, lại có những thứ bậc phân cấp thấp nữa.	Trong những kỷ nguyên trước đây của lịch sử, chúng ta thấy hầu như ở khắp mọi nơi sự sắp xếp phức tạp của xã hội thành các trật tự khác nhau, một đa tạp phân loại đẳng cấp xã hội. Thời La Mã cổ đại chúng ta có quý tộc, hiệp sĩ, bình dân, nô lệ; trong thời đại công nghiệp, chủ, quản lý, và công nhân. Và bên trong những tầng lớp này là những phân cấp phụ.
Xã hội tư sản hiện đại, sinh ra từ trong lòng xã hội phong kiến đã bị diệt vong, không thể xoá bỏ được những đối kháng giai cấp. Nó chỉ thay thế những giai cấp, những điều kiện áp bức, những hình thức đấu tranh cũ bằng những giai cấp mới, những điều kiện áp bức mới, những hình thức đấu tranh mới thay vào mà thôi.	Doanh nghiệp trên Internet không xóa bỏ đối kháng giai cấp nhưng lại tạo ra đối kháng giai cấp mới cùng với điều kiện bóc lột mới, hình thức đấu tranh mới.
Giai cấp tư sản không thể tồn tại, nếu không liên tục cách mạng hóa công cụ sản xuất, do đó cách mạng hoá những quan hệ sản xuất, nghĩa là cách mạng hoá toàn bộ những quan hệ trong xã hội.	Doanh nghiệp trên Internet không thể tồn tại nếu không liên tục phá vỡ thị trường, và do đó những quan hệ sản xuất, và cùng với chúng là toàn bộ mối quan hệ của xã hội.
Sự liên tục cách mạng hóa sản xuất, sự không ngừng xáo trộn của các điều kiện xã hội, việc luôn luôn hoài nghi và sự vận động không ngừng, đã làm cho kỷ nguyên tư sản khác với những kỷ nguyên trước đó. Tất cả những quan hệ xã hội cứng đờ và hoen rỉ, với vô số những quan niệm và định kiến vốn được tôn sùng từ hàng ngàn năm đi kèm những quan hệ ấy, đều đang tiêu tan; những quan hệ xã hội thay thế những quan hệ đó chưa kịp trưởng thành thì đã già cỗi ngay.	Sự phá vỡ thị trường liên tục, sự không ngừng xáo trộn của các điều kiện xã hội, sự không chắc chắn và xáo động triền miên, làm cho kỷ nguyên kinh doanh trên Internet khác với những kỷ nguyên trước đó. Các mối quan hệ cứng đờ, với định kiến và quan niệm của họ, đều bị nước cuốn trôi đi; tất cả những cái mới hình thành đều lỗi thời trước khi chúng trở nên quen thuộc.

Nhu cầu không ngừng mở rộng thị trường cho các sản phẩm của mình luôn luôn rượt đuổi theo giai cấp tư sản trên phạm vi toàn cầu. Nó phải len lỏi vào khắp mọi nơi, trụ lại ở khắp mọi nơi, và thành lập kết nối ở khắp mọi nơi. Giai cấp tư sản đã tạo ra nét đặc tính toàn cầu cho sản xuất và tiêu dùng ở mọi quốc gia thông qua khai thác thị trường toàn cầu. Trong sự thất vọng to lớn của những người theo chủ nghĩa tái kích hoạt, nó đã rút khỏi dưới chân nó những bản sắc dân tộc của ngành công nghiệp mà nó đang dẫm lên. Những ngành công nghiệp quốc gia lâu đời đã bị phá hủy hoặc đang hàng ngày bị phá hủy. Chúng bị đẩy sang một bên bởi các ngành công nghiệp mới, mà sự hiện diện của chúng trở thành vấn đề sinh tử đối với các quốc gia văn minh...	Nhu cầu không ngừng mở rộng thị trường cho các sản phẩm của mình luôn luôn rượt đuổi theo các doanh nghiệp kinh doanh trên Internet trên phạm vi toàn cầu. Nó phải len lỏi vào khắp mọi nơi, trụ lại ở khắp mọi nơi, và thành lập kết nối ở khắp mọi nơi. Doanh nghiệp kinh doanh trên Internet đã tạo ra nét đặc tính toàn cầu cho sản xuất và tiêu dùng ở mọi quốc gia thông qua khai thác thị trường toàn cầu. Trong sự bối rối lớn của các nhà công nghiệp truyền thống, nó đã rút khỏi dưới chân nó những bản sắc dân tộc của ngành công nghiệp mà nó đang dẫm lên. Các ngành công nghiệp cũ đang bị phá hủy hàng ngày. Chúng bị đẩy sang một bên bởi các ngành công nghiệp mới, mà sự hiện diện của chúng trở thành vấn đề sinh tử của các nền kinh tế hiện đại.

Những thành quả sáng tạo tinh thần của các quốc gia riêng lẻ trở thành tài sản chung của các quốc gia. Sự đơn phương và phiến diện dân tộc ngày càng không thể tồn tại, và từ vô số nền văn học quốc gia và địa phương, muôn hình muôn vẻ, có một nền văn học thế giới đang trỗi lên. Giai cấp tư sản, bằng cách nhanh chóng cải tiến công cụ sản xuất, bằng những phương tiện giao thông được tạo điều kiện thuận lợi vô cùng, đã lôi kéo tất cả các quốc gia và nền văn minh, dù là man rợ nhất. Giá cả hàng hóa rẻ là cỗ pháo hạng nặng mà nó dùng nã sập Vạn lý trường thành của Trung Quốc, buộc những kẻ man rợ bài xích hàng ngoại kịch liệt nhất cũng phải đầu hàng. Nó buộc tất cả các quốc gia, trên nỗi đau có thể phải bị tuyệt chủng, áp dụng phương thức sản xuất tư sản; nó buộc họ phải du nhập cái mà nó gọi là nền văn minh, nghĩa là, trở thành tư sản như bọn chúng. Nói ngắn gọn, nó sinh ra một thế giới trong hình hài của chính nó.	Những thành quả sáng tạo tinh thần của các quốc gia riêng lẻ trở thành tài sản chung của các quốc gia. Sự đơn phương và phiến diện dân tộc ngày càng không thể tồn tại, và từ vô số câu chuyện kể quốc gia và địa phương, có một ngành kể chuyện thế giới trỗi lên. Kinh doanh trên Internet, thông qua cải thiện nhanh chóng tất cả các thị trường, thông qua những cách giao tiếp cực kỳ đơn giản, thu hút tất cả quốc gia, ngay cả quốc gia lạc hậu nhất, bước vào nền kinh tế kỹ thuật số. Giá rẻ là cỗ pháo hạng nặng mà nó dùng đánh bại mọi kháng cự. Nó buộc tất cả các quốc gia, vì nỗi đau lo sợ bị tuyệt chủng, chấp nhận theo cách của nó; nó buộc họ phải giới thiệu nền kinh tế kỹ thuật số và trở thành doanh nhân trên Internet. Nói cách khác, nó sinh ra một thế giới trong hình hài của chính nó.
Giai cấp tư sản ngày càng làm giảm bớt đi tình trạng phân tán dân số, hoặc tư liệu sản xuất. Nó đã tập trung dân cư, tập trung tư liệu sản xuất, và tập trung tài sản vào tay của một số ít người.	Kinh doanh trên Internet ngày càng giảm bớt tình trạng phân tán của thị trường và tài sản. Nó đã hợp nhất thị trường và quyền sở hữu tập trung vào tay của một số ít người.
... trong một trăm năm thống trị giai cấp của nó, [nó] đã tạo ra một lực lượng sản xuất đồ sộ hơn và nhiều hơn lực lượng sản xuất của tất cả các thế hệ đi trước gộp lại.	Trong thời gian thống trị ngắn ngủi của nó, nó đã tạo ra một lực lượng lao động to lớn hơn tất cả lực lượng lao động của các thế hệ trước gộp lại.

... trong một trăm năm thống trị giai cấp của nó, [nó] đã tạo ra một lực lượng sản xuất đồ sộ hơn và nhiều hơn lực lượng sản xuất của tất cả các thế hệ đi trước gộp lại.	Trong thời gian thống trị ngắn ngủi của nó, nó đã tạo ra một lực lượng lao động to lớn hơn tất cả lực lượng lao động của các thế hệ trước gộp lại.
Xã hội tư sản hiện đại, với quan hệ sản xuất, trao đổi tư sản, với những quan hệ sở hữu tư sản, là một xã hội đã tạo ra những tư liệu sản xuất và trao đổi khổng lồ, giống như một thầy phù thủy, không còn khả năng kiểm soát sức mạnh của thế giới âm binh mà hắn đã gọi lên bởi phép thuật của mình.	Doanh nghiệp trên Internet giống như một thầy phù thủy, không còn khả năng kiểm soát sức mạnh của lũ ma quỷ mà hắn đã gọi lên bởi phép thuật của mình.
Đủ để nhắc đến các cuộc khủng hoảng thương mại mà bằng sự tái diễn theo chu kỳ của chúng, mang sự tồn tại của toàn bộ xã hội tư sản ra xét xử, mỗi lần như vậy sự đe dọa càng lớn hơn. Trong những cuộc khủng hoảng như vậy, phần lớn không chỉ những sản phẩm đang tồn tại, mà còn cả lực lượng sản xuất đã được tạo ra trước đó, đều bị tiêu hủy theo chu kỳ. Trong những cuộc khủng hoảng này, bùng phát một dịch bệnh, mà trong tất cả các kỷ nguyên trước đó sẽ dường như là một điều phi lý - thường gieo tai họa cho xã hội, không gì khác hơn là dịch bệnh sản xuất thừa. Xã hội đột nhiên đặt chính nó trở về trạng thái man rợ nhất thời; nó xuất hiện như thể một nạn đói, một chiến tranh tàn phá, đã cắt đứt nguồn cung cấp mọi phương tiện sinh hoạt xã hội; công nghiệp và thương mại dường như bị phá hủy; và tại sao vậy? Bởi vì có quá nhiều văn minh, quá nhiều phương tiện sinh hoạt, quá nhiều công nghiệp, quá nhiều thương mại.	Đủ để nhắc đến những bong bóng thị trường tái diễn nhiều lần đang phát triển lớn hơn và mỗi lần lại bùng nổ mạnh hơn, tạo ra sự hủy diệt lớn trong nền kinh tế internet. Một phần lớn công ty trên internet hiện tồn tại bị phá hủy mỗi lần như vậy. Khi bong bóng vỡ, xã hội suy thoái; công nghiệp và thương mại bị phá hủy; và tại sao? Bởi vì có quá nhiều kinh tế kỹ thuật số, quá nhiều cách kinh doanh, quá nhiều công nghiệp, quá nhiều thương mại.

Các điều kiện của xã hội tư sản trở nên quá hẹp để bao gồm của cải do chính nó tạo ra. Và làm thế nào giai cấp tư sản có thể vượt qua được những cuộc khủng hoảng này? Một mặt, bằng cách cưỡng chế triệt tiêu hàng loạt lực lượng sản xuất; mặt khác, bằng cách chinh phục thị trường mới và bằng cách khai thác những thị trường cũ triệt để hơn. Điều đó có nghĩa là, bằng cách mở đường cho các cuộc khủng hoảng rộng lớn hơn và mang tính hủy diệt hơn, và bằng cách chấm dứt các phương cách mà nhờ đó các cuộc khủng hoảng này có thể đã được ngăn chặn.

Các loại vũ khí mà giai cấp tư sản dùng để đánh đổ chế độ phong kiến bây giờ quay lại chống lại bản thân chính giai cấp tư sản.

Nhưng không chỉ có giai cấp tư sản rèn ra những vũ khí mang lại cái chết của chính nó; nó cũng đã cho ra đời những người sẽ sử dụng những vũ khí đó - giai cấp công nhân hiện đại, giai cấp vô sản.

Tư bản được phát triển theo tỷ lệ phát triển của giai cấp tư sản; giai cấp vô sản, giai cấp công nhân hiện đại cũng phát triển theo cùng tỷ lệ; một tầng lớp lao động, những người chỉ có thể sống nếu họ còn tìm được việc làm, và còn tìm được việc làm chỉ khi lao động của họ có thể làm tăng tư bản lên. | Các điều kiện xã hội của doanh nghiệp trên internet quá hẹp để chứa hết của cải do họ đã tạo ra. Và làm thế nào để các doanh nghiệp trên Internet xử lý điều này? Một mặt bởi cưỡng chế phá vỡ hàng loạt lực lượng sản xuất; mặt khác, bằng cách tiếp quản các thị trường mới, và khai thác những thị trường cũ triệt để hơn. Điều đó có nghĩa là, bằng cách mở đường mãi mãi cho phá vỡ nhiều hơn, và bằng cách chấm dứt các phương cách mà nhờ đó sự phá vỡ này có thể đã được ngăn chặn.

Những vũ khí của các doanh nghiệp trên Internet dùng để tiêu diệt nền kinh tế thông thường sẽ sớm quay lưng chống lại chính họ.

Những vũ khí ấy đã tạo ra những người sẽ đảm bảo cho sự sụp đổ của chính họ - giai cấp công nhân hiện đại - những người lao động độc lập theo yêu cầu. |

Những người lao động này, những người phải bán thân để kiếm từng bữa ăn, là một loại hàng hóa, giống như mọi hàng hóa thương mại khác và do đó hứng chịu tất cả những may rủi trong cạnh tranh, với tất cả những biến động thị trường. Vì sử dụng máy móc triệt để và sự phân chia lao động, công việc của những người vô sản đã mất hết các cá tính, và do đó, tất cả sự hấp dẫn của nó đối với người làm. Anh ta trở thành một phần phụ của máy, và chỉ yêu cầu anh ta có những kỹ năng đơn giản nhất, đơn điệu nhất và dễ dàng có được nhất. Do đó, chi phí sản xuất trên một công nhân bị hạn chế gần như chỉ đủ trả cho các phương tiện sinh tồn mà anh ta cần để duy trì bản thân và nòi giống của mình. Nhưng giá cả hàng hóa, và do đó cũng như giá cả lao động, về lâu về dài ngang bằng với chi phí sản xuất ra nó. Vì thế, sự mất hấp dẫn của công việc tăng lên vì việc sử dụng máy móc và phân công lao động tăng lên thì tiền lương giảm đi theo tỷ lệ nghịch. Hơn nữa, gánh nặng của công việc cũng tăng lên, cho dù bằng cách kéo dài giờ làm việc, bằng sự gia tăng khối lượng công việc chính xác trong một thời gian hạn chế, hoặc bằng cách tăng sử dụng máy móc, v.v.	Những người lao động này phải bán bản thân họ để kiếm từng bữa ăn. Họ trở thành một loại hàng hóa, giống như mọi hàng hóa thương mại khác và do đó hứng chịu tất cả những thăng trầm của cạnh tranh, với tất cả những biến động thị trường. Công việc của họ đã mất hết cá tính và tất cả sự hấp dẫn. Chỉ có những việc đơn giản nhất, dễ tìm nhất mới cần đến họ. Do đó, chi phí sản xuất của lao động theo yêu cầu bị hạn chế gần như chỉ đủ trả cho các phương tiện sinh tồn mà anh ta cần để duy trì bản thân và gia đình của mình. Nhưng giá cả hàng hóa, và do đó cũng như giá cả của lao động, về lâu dài bằng chi phí sản xuất ra nó. Do đó, cá tính càng biến mất từ công việc, tiền lương càng giảm theo tỷ lệ đó.

Tầng lớp trung lưu thấp - những người buôn bán nhỏ, chủ cửa hàng và thương gia đã nghỉ hưu - nói chung, thợ thủ công và nông dân - tất cả những người này chìm dần vào hàng ngũ của giai cấp vô sản, một phần vì vốn nhỏ bé của họ không phù hợp với quy mô công nghiệp hiện đại, và bị chìm ngập trong cuộc cạnh tranh với các nhà tư bản lớn, một phần vì kỹ năng chuyên biệt của họ bị biến thành vô giá trị bằng các phương pháp sản xuất mới.	Tầng lớp trung lưu thấp sẽ dần dần trở thành những công nhân theo yêu cầu, một phần bởi vì họ không còn sở hữu đủ vốn để vẫn được xem là quan trọng, một phần vì những đổi mới đang làm cho kỹ năng chuyên biệt của họ không còn liên quan nữa.
Nhưng với sự phát triển của công nghiệp, giai cấp vô sản không chỉ tăng lên về số lượng; họ trở nên tập trung thành khối quần chúng lớn hơn. Sức mạnh của họ tăng lên và họ cảm nhận được sức mạnh đó nhiều hơn. Các quyền lợi và điều kiện sống của những cấp bậc bên trong giai cấp vô sản ngày càng bình đẳng với nhau hơn, vì máy móc xóa tan mọi sự khác biệt trong lao động và tiền lương bị giảm xuống đến mức thấp gần như bằng nhau ở khắp nơi.	Với sự phát triển của công nghiệp, số công nhân theo yêu cầu sẽ tăng lên, các quyền lợi và điều kiện sống khác nhau của họ trở nên ngang bằng hơn, theo cùng tỷ lệ với việc máy móc xóa bỏ mọi sự khác biệt giữa chúng, và tiền lương bị giảm xuống đến mức thấp gần như bằng nhau ở khắp nơi.
Sự cạnh tranh ngày càng gia tăng giữa các tư sản, và kết quả là khủng hoảng thương mại, làm cho tiền lương của những người lao động thậm chí còn biến động nhiều hơn. Việc không ngừng cải tiến và phát triển máy móc nhanh chóng hơn làm cho kế mưu sinh của công nhân ngày càng bấp bênh hơn;	Sự cạnh tranh phá vỡ thị trường ngày càng tăng giữa các doanh nghiệp trên Internet đã làm cho tiền lương của người lao động không được đảm bảo hơn bao giờ hết. Việc liên tục tăng tốc cải tiến máy móc làm cho kế mưu sinh của họ ngày càng bấp bênh hơn.

Chương 4

"COOLABILITIES" – NGÔN NGỮ MỚI CHO SỨC MẠNH CỦA NHỮNG TÌNH TRẠNG KHUYẾT TẬT

Tác giả: Chally Grundwag

Chally Grundwag đã sáng tạo ra Coolabilities (khả năng bù trừ khi bị khuyết tật) và đang lãnh đạo sự phát triển khái niệm đó với i4j. Cô là một nhà tư vấn sức khỏe tâm thần chuyên nghiệp làm việc với trẻ em, gia đình và các nhà giáo dục từ các nhóm dân cư rất đa dạng trong khu vực vịnh San Francisco. Cô có bằng thạc sĩ tâm lý học tư vấn của Viện tâm lý học tâm linh (Palo Alto) và bằng cử nhân văn học và cử nhân tiếng Đức từ Đại học Hebrew ở Jerusalem. Cô cũng là một nghệ sĩ, và là một nhân viên được chứng nhận Wellness Recovery Action Plan (Kế hoạch thực hiện phục hồi sức khỏe).

Chúng tôi đã đặt ra từ "coolabilities" vào năm 2016 để mô tả các khả năng, điểm mạnh và tài năng thường được nâng cao có thể có đi kèm với tình trạng khuyết tật. David Nordfors, Jay Van Zyl và tôi đang cân nhắc một ứng dụng để khám phá những điểm mạnh đó, và chúng tôi cần một từ hay để đề cập đến chúng, nhưng chúng tôi không thể tìm thấy bất kỳ từ nào đã tồn tại mặc dù đã nghiên cứu vấn đề này. Khoảng một năm trước, một cuộc họp giữa David Nordfors và VR Ferose (Phó chủ tịch cấp cao và Trưởng bộ phận dịch vụ toàn cầu hóa tại SAP SE) đã dẫn đến dự án coolabilities.ai (xem thêm chương trong quyển sách này của VR Ferose và các đồng tác giả), nơi mọi người nghiên cứu và thiết kế ý tưởng về một hệ sinh thái mới để phân tích và ứng dụng các tính năng coolabilities.

Coolabilities không chỉ là một từ tuyệt vời. Nhiều người khuyết tật có những điểm mạnh quý giá mà đôi khi chính họ cũng không nhận ra và chắc chắn bị môi trường xung quanh phớt lờ. Coolabilities là một từ khóa dùng để tập hợp các bằng chứng khoa học và kiến thức thông thường lại với nhau. Nó dựa trên sự hiểu biết khoa học ngày càng tăng về các khả năng nâng cao nghiên cứu bởi khoa học thần kinh, tâm lý học thần kinh và các lĩnh vực khác như quản lý kinh doanh, giáo dục, liệu pháp nghề nghiệp và thiết kế. Ngoài các công trình khoa học ra, còn có một lượng lớn kiến thức rất gần gũi, được thảo luận rộng rãi trên các trang web, blog, bài tin tức, sách và những kênh khác đang phát triển hàng ngày. Coolabilities cũng là một từ khóa cho trí tuệ thông thường được ủng hộ bởi các chương trình vận động, các nhóm hỗ trợ, các tổ chức phi lợi nhuận và các công ty vì lợi nhuận nhằm tìm kiếm những loại khuyết tật cụ thể nào đó và khả năng bù trừ tương ứng. Coolabilities không phải là "siêu năng lực" hay là một tên gọi khác của "tiềm năng con người", và sức mạnh của một người khuyết tật không chỉ giới hạn ở khả năng bù trừ khi bị khuyết tật. Chúng ta có thể sử dụng coolabilities làm nguyên tắc để tổ chức trong đầu khi thu thập thông tin liên quan về các hiện tượng. Tóm lại, coolabilities là một từ thông dụng hàng ngày dễ hiểu, dễ nói, dễ sử dụng, làm tăng giá trị cho các cuộc trò chuyện và đồng thời được chứng minh bởi các bằng chứng khoa học.

Mỗi người khác nhau đều có những khả năng, sức mạnh và thử thách khác nhau, và người khuyết tật cũng vậy. Vì sao nên có một thuật ngữ đặc biệt? Câu trả lời là bởi vì người khuyết tật thường được xác định bởi những gì họ *không thể* làm được. Cho đến nay, người ta vẫn chưa thể loại bỏ cái nhãn mác đó vì nhiều lý do khác nhau. Nếu bạn được chẩn đoán là mắc bệnh, việc điều trị đương nhiên sẽ tập trung vào những gì không hoạt động bình thường. Xã hội của chúng ta đã tạo ra rất nhiều từ vựng để giải thích những gì làm cho một con người bị mất năng lực. Một từ mô tả những điểm mạnh đi đôi với khuyết tật sẽ cho chúng ta thêm một khía cạnh nữa để thảo luận. Do đó, coolabilities là đối trọng của khuyết tật trong bối cảnh của điều kiện đó. Nó cho phép chúng ta xem xét toàn bộ tình trạng, bao gồm cả điểm mạnh lẫn những thách thức của nó. Theo định nghĩa, coolabilities có tương quan trực tiếp với cả những khả năng bị giảm sút lẫn những khả năng được nâng cao, và thuật ngữ này được thiết kế để lấp đầy khoảng trống bị thiếu trong kiến thức của chúng ta.

Cách xây dựng khái niệm này phản ánh một thực tế khoa học. Trong nhiều năm, các nhà khoa học khoa thần kinh đã xem xét khả năng nâng cao và cơ chế bù đắp cho một số tình trạng. Tạo hình thần kinh chéo đã được phát hiện như một cơ chế quan trọng có thể làm phát sinh khả năng coolabilities. Đối với một người khiếm thị, phần vỏ não thị giác không phải đã trở nên vô dụng mà nó được não chỉ định để trợ giúp các giác quan khác, chẳng hạn như thính giác. Những tiến bộ trong công nghệ, chẳng hạn như MRI, giúp chúng ta hiểu sâu hơn về các quy trình này và mở rộng hiểu biết của chúng ta về một số điều kiện khuyết tật. Khái niệm về coolabilities kết nối tất cả lại với nhau và mở ra một lăng kính mới, rộng hơn để hiểu biết về khía cạnh khoa học và xã hội của những điểm mạnh liên quan đến khuyết tật.

Ngày nay chúng ta có thể thắc mắc liệu những phát hiện này có ý nghĩa gì trong cuộc sống hàng ngày của chúng ta. Làm thế nào những kiến thức này có thể tạo ra khả năng cho những con người có thật trong những tình huống đời thực chẳng hạn như việc làm, giáo dục, thiết kế và công nghệ. Hơn nữa, làm thế nào kiến thức này có thể bổ sung hoặc thay đổi các phương pháp tiếp cận trong y học, dịch vụ phục hồi chức năng, tư vấn và các chính sách?

Coolabilities là một cái tên sáng tạo cho một thứ luôn tồn tại nhưng không có một cái tên riêng cho nó. Mọi người luôn ý thức về chúng, thảo luận về chúng và đặt chúng vào trung tâm của rất nhiều câu chuyện. Điều này đặt ra một câu hỏi thú vị: Tại sao cho đến nay chúng ta vẫn thiếu một ngôn ngữ dành cho coolabilities trong khi chúng ta có một ngôn ngữ rất phong phú dành cho tình trạng khuyết tật đến như vậy? Đây là một chủ đề nghiên cứu hợp lý mà bản thân nó có thể cho chúng ta biết nhiều điều về bản chất và văn hóa của con người.

Coolabilities cung cấp cho chúng ta một ngôn ngữ của hy vọng, tiềm năng và cơ hội. Ví dụ, cha mẹ của trẻ khuyết tật và những người khác tham gia vận động sẽ được đón nhận một cách tự nhiên và vui vẻ hơn. Những gì mọi người biết về điểm mạnh của chính họ, con cái họ hoặc người mà họ cùng làm việc, bỗng dưng được thừa nhận và định nghĩa bằng một từ cụ thể. Hơn nữa, coolabilities cho phép chúng ta nhìn vào bản thân hoặc con cái của chúng ta qua một lăng kính hoàn toàn mới mẻ. Đây không phải là một khái niệm "một cái vỗ vai" (dùng để thu hút sự chú ý) bởi vì ngày càng có nhiều bằng chứng khoa học hỗ trợ mọi thứ mà coolabilities có thể đại diện. Đối với một số người, việc tìm hiểu coolabilities có thể khiến cho họ có thể lột xác thành một con người mới. Một số người bị "khóa chặt trong nhận thức" và có thể gặp khó khăn trong việc mở rộng tầm nhìn của họ; những người khác cảm thấy khó chấp nhận rằng những ý tưởng của họ về bản thân hoặc những người thân yêu của họ bị ảnh hưởng bởi những hệ thống thiếu sót và những câu chuyện bị hạn chế. Mọi người nhận được thông điệp từ cả môi trường văn hóa ngay trước mắt lẫn môi trường văn hóa rộng lớn hơn xuất phát từ những thành kiến ẩn tàng đến những thành kiến hiển hiện, và chấp nhận chúng một cách mặc nhiên. Rất khó để thoát khỏi những câu chuyện gây xấu hổ và hạ thấp văn hóa, vốn ảnh hưởng đến bản sắc và niềm tin cốt lõi của chúng ta. Chúng ta gặp phải vấn đề với sự sỉ nhục từ bên trong, và coolabilities cung cấp một khuôn khổ tích cực, mạnh mẽ hơn để nắm bắt những nhận thức cảm tính độc đáo và sức mạnh của những tình trạng khuyết tật.

Câu chuyện về coolabilities là câu chuyện của hàng triệu người bị khuyết tật, bao gồm cả những người được và không được chính thức chẩn đoán. Nó mang lại cho mọi người hy vọng mới trong việc nhận thức các cách thức và ý tưởng để tận dụng tốt khả năng của họ.

Bạn tôi, Stefan mắc chứng khó đọc. Những khó khăn trong việc đánh vần và đọc của anh ấy là một lớp mây đen phủ kín lên toàn bộ trải nghiệm học đường và nhận thức về bản thân của anh ấy. Anh ấy nói, "Tôi không có khả năng đánh vần và đọc, nhưng tôi được biết rằng tôi rất giỏi trong việc giải quyết vấn đề và suy nghĩ thấu đáo (một khả năng bù trừ đối với chứng khó đọc). Thừa nhận rằng tôi giỏi bất cứ một thứ gì đó sẽ là một bước tiến lớn trong cuộc đời tôi. Và tôi nghĩ đây là tất cả những gì có liên quan - tìm kiếm coolabilities của bạn và sử dụng chúng."

Những lợi ích của coolabilities là rất nhiều. Đi kèm với ngôn ngữ là trình bày và tư duy phản biện. Văn học so sánh, chuyên ngành cử nhân của tôi, đã cung cấp cho tôi một cách tiếp cận tốt để khám phá coolabilities: xem xét cụ thể những gì KHÔNG được đề cập trong một câu chuyện và hỏi tại sao. Đó là một cách xây dựng cơ sở ý tưởng từ những lỗ hổng kiến thức. Chúng ta cho rằng chúng ta biết điều gì đó cho đến khi một thứ khác xuất hiện làm thay đổi quan điểm của chúng ta và mở ra những khả năng mới. Ví dụ, qua nhiều thế hệ, sự đại diện của phụ nữ trong các tổ chức tri thức như trường đại học là không tồn tại - không phải vì phụ nữ không biết suy nghĩ, viết hay nghiên cứu, mà bởi vì chúng ta bị loại ra khỏi câu chuyện học thuật một cách có hệ thống. Tự nhiên, tôi tự hỏi mình ai và điều gì khác bị loại trừ một cách có hệ thống khỏi những câu chuyện mà chúng ta chấp nhận là có giá trị hay là thật, và đâu là lý do đằng sau điều này, và hậu quả là gì.

Hệ thống chẩn đoán lâm sàng đã chi phối cách chúng ta nghĩ về bệnh tật và khuyết tật cũng như cách chúng ta khống chế chúng. Những điểm mạnh là những gì đã bị loại trừ một cách nhất quán và có hệ thống khỏi câu chuyện. Việc sử dụng thuật ngữ lâm sàng đã cũ như "nhà bác đần độn" để mô tả những người bị khuyết tật nặng nhưng có những dấu hiệu của coolabilities rõ rệt là một ví dụ đáng buồn cho thấy việc loại trừ các đặc điểm tích cực đã đi xa đến mức nào. Tính khác thường hiếm có đã bị đánh giá nhẹ xuống thành một triệu chứng của một vấn đề. Rất tiếc là có nhiều trường hợp tương tự khác. Tôi cho mình quyền tự do nói về điều đó vì trải nghiệm cá nhân của tôi. Giống như tôi, nhiều chuyên gia sức khỏe tâm thần khác chia sẻ quan điểm quan trọng này và hiện đang có những nghi vấn về hệ thống chẩn đoán lâm sàng đó.

Tìm hiểu các yếu tố lịch sử đã ảnh hưởng đến việc ra đời của các hệ thống chẩn đoán lâm sàng lớn thì có liên quan nhiều đến việc hiểu cách chúng ta suy nghĩ, đối xử, đề ra các chính sách và những điều khác xung quanh tình trạng khuyết tật. Phil Brown trong bài báo của mình "Đặt tên và hư cấu: Xây dựng xã hội về chẩn đoán và bệnh tật" thảo luận về các trường hợp dẫn đến việc đề ra những chẩn đoán y tế. Ông chỉ ra các hệ quả xã hội, y tế và chính sách của quá trình này. Điều này có liên quan đến chủ đề coolabilities vì nó có thể giải thích cách thức như thế nào và lý do tại sao thảo luận về những điểm mạnh bị loại ra khỏi bản báo cáo chẩn đoán. Nó cũng có thể góp phần thảo luận về nhận thức chung về điểm mạnh là gì. Ngôn ngữ mà chúng tôi chọn để mô tả một tình trạng bệnh lý có nhiều ảnh hưởng đến cuộc sống của mọi người hơn hầu hết chúng ta nhận ra. Khuyết tật là gì, phương pháp điều trị được thực hiện, nghiên cứu được thiết kế và loại nghiên cứu và phương pháp điều trị nào được tài trợ có liên quan rất nhiều đến việc sử dụng ngôn ngữ và đôi khi là những câu chuyện có tính cạnh tranh hơn. Các hậu quả nghiêm trọng khác là các quyết định về việc ai sẽ được nhận hoặc không được nhận việc làm hoặc học hành, điều kiện hoặc dịch vụ nào được tài trợ, và phương pháp điều trị nào được khuyến nghị.

Gói gọn những trải nghiệm và tình trạng của con người trong một loạt các triệu chứng có thể gây ra những hậu quả nghiêm trọng dẫn đến các hành vi sai trái, có hại hoặc xâm phạm có thể phải trả giá bằng tính mạng con người. Ngôn ngữ quan trọng bởi vì ngôn ngữ tạo ra thực tế. Cái nhìn của chúng ta về bản thân và những người khác có liên quan rất nhiều đến ngôn ngữ. Nếu chúng ta thêm ngôn ngữ coolabilities vào ngôn ngữ khuyết tật, chúng ta sẽ có được mô tả sâu sắc hơn, chân thực hơn về các tình trạng, và như vậy điều đó có thể dẫn đến hiểu biết tốt hơn về bản chất con người. Chúng ta có đủ bằng chứng để chỉ ra rằng coolabilities thật sự tồn tại. Chúng ta cần bổ sung thêm thấu kính này vào cuộc sống hàng ngày của chúng ta vì nó sẽ cho phép chúng ta mở ra cho bản thân và xã hội những khả năng mới, tiềm năng và hy vọng xóa bỏ sự kỳ thị.

Nếu chúng ta phản chiếu ngôn ngữ khuyết tật bằng ngôn ngữ coolabilities, chúng ta có thể hiểu rõ hơn về các điều kiện và nhìn thấy cả khả năng cũng như những thách thức của nó. Chúng tôi đã đề xuất ba hạng mục khác nhau cho coolabilities. Chúng không loại trừ lẫn nhau nên một coolability này cũng có thể thuộc về những hạng mục coolability còn lại.

- **Coolabilities đơn**: Đây là những khả năng bẩm sinh, hoặc khả năng bẩm sinh được tăng cường đối với tình trạng khuyết tật. Ví dụ, chúng xuất hiện ở những người được sinh ra với tình trạng này. Do đó hệ thống kết nối dây thần kinh và hành vi đã diễn ra ngay từ khi còn là một bào thai. Nhiều kỹ năng "bác học" là một ví dụ điển hình về khả năng coolability này.

- **Coolabilities bù trừ**: Đây là những khả năng có được xảy ra khi một hoặc nhiều kỹ năng được tăng cường sau khi mất đi một kỹ năng khác. Một ví dụ điển hình là việc tăng cường xúc giác và khả năng phân biệt xúc giác khi bị mất thị giác hoặc học cách sử dụng miệng hoặc ngón chân một cách chính xác khi bị mất một phần của tứ chi (như các họa sĩ vẽ tranh ngậm bút lông trong miệng hoặc cầm bằng ngón chân).

- **Coolabilities tùy bối cảnh**: Những khả năng bù trừ này có liên quan đến bối cảnh, môi trường. Chúng nảy sinh khi một điểm yếu được nhận thức trở thành một điểm mạnh. Ví dụ, khiếm thính có thể là một lợi thế cho một người có thể tập trung tốt trong môi trường ồn ào. Một trong những đặc điểm thường được dùng để mô tả một người trên phổ tự kỷ là họ chỉ có một số rất ít sở thích. Điều đó cũng có thể chỉ ra rằng người đó thực sự có chuyên môn sâu về một trong số những sở thích đó.

Theo cơ quan Quản trị an sinh xã hội, bạn bị "mù hợp pháp" nếu thị lực của bạn không thể điều chỉnh thành 20/200 ở mắt tốt hơn hoặc nếu trường nhìn của bạn từ 20 độ trở xuống ở bên mắt tốt trong vòng ít nhất 12 tháng. Theo Tổ chức y tế thế giới (WHO), có 253 triệu người sống cùng với sự suy giảm thị lực; 36 triệu người bị mù hoàn toàn và 217 triệu người bị suy giảm chức năng từ trung bình đến nặng. Điều đáng nói là 80% tất cả các trường hợp suy giảm thị lực có thể được ngăn ngừa hoặc chữa khỏi.

Một chủ đề rất được tôi quan tâm là tài năng của người khiếm thị. Điều gì xảy ra với các giác quan khác? Người bị khiếm thị "nhìn" bằng tay tốt như thế nào? Khả năng xúc giác có được nâng cao không? Các giác quan khác có bị ảnh hưởng không, chẳng hạn như trí nhớ thính giác? Khoa học thần kinh và những câu chuyện về chính bản thân những người bị khiếm thị đã đưa ra một số câu trả lời. Một số lớn các bằng chứng trong khoa học thần kinh và tâm lý học thần kinh cho thấy khả năng nâng cao (tăng cường hoạt động ở một số vùng vỏ não), chẳng hạn như khả năng xúc giác rung động. Người khiếm thị sử dụng xúc giác (ví dụ như cảm nhận kết cấu và rung động) theo những cách hiệu quả hơn người không bị khiếm thị. Họ có khả năng xác định sự khác biệt về kết cấu nhanh hơn và chính xác hơn. Đây là cách mà việc trải nghiệm đọc chữ nổi Braille có thể dẫn đến thay đổi cấu trúc của vỏ não. Điều thú vị là thông tin xúc giác này được ghi lại trong vỏ não "thị giác" của người khiếm thị.

Hiện tượng "tái tổ chức" này của não được đặt tên là tính khả biến thần kinh hay hoạt tính khả biến phương thức cảm giác chéo. Nó chỉ ra cách bộ não của chúng ta trích xuất ý nghĩa từ các kích thích bên ngoài. Đó là cách chúng ta sử dụng các giác quan để hiểu thế giới xung quanh.

Người bị khiếm thị thường thể hiện khả năng thính giác vượt trội trong nhiều chức năng, bao gồm khả năng nghe không gian, cao độ, trí nhớ thính giác bằng lời nói, mã hóa kích thích thính giác và giải mã lời nói. Những người bị khiếm thị cũng cho thấy hoạt động gia tăng ở hạch hạnh nhân (phần não chịu trách nhiệm cho các phản ứng chống trả hoặc bỏ chạy, và trí nhớ cảm xúc) để phản ứng lại với những âm thanh tức giận và sợ hãi. Điều này có vẻ hợp lý, một phần vì người bị khiếm thị phải dựa trên tín hiệu thính giác để tồn tại và nhận ra các dấu hiệu của những mối đe dọa tiềm tàng. Ngoài ra, một số nghiên cứu cho thấy khả năng nhận biết mùi được nâng cao ở người bị khiếm thị, đặc biệt là khả năng nhận thấy mùi do các trạng thái cảm xúc tạo ra. Một khả năng nâng cao khác là trí nhớ thính giác tốt hơn đối với âm thanh môi trường. Định vị âm thanh - khả năng tạo ra trên vỏ não thị giác hình ảnh định vị dưới mặt nước bằng âm thanh thông qua việc chặt lưỡi và phân tích tiếng vọng của âm thanh đó - là một khả năng thú vị khác của một số người bị khiếm thị. Đây là một ví dụ hấp dẫn khác về hoạt tính khả biến phương thức cảm giác chéo, dạy chúng ta rằng đôi mắt của chúng ta chỉ là một trong số những kênh có thể tạo ra hình ảnh trong tâm trí.

Bằng chứng vật lý và sinh học cho khả năng nâng cao này chỉ là một phần của phương trình. Các chuẩn mực xã hội, văn hóa và trải nghiệm cá nhân mới góp phần nhiều hơn tạo nên tấm thảm coolabilities. Trong blog Easterseals, Alicia Krage mô tả những lợi thế nhận thức được của cô khi bị khiếm thị bao gồm không đánh giá mọi người bằng vẻ bề ngoài, chú ý nhiều hơn đến tính cách của mọi người, trực tiếp hơn trong giao tiếp bằng lời nói thay vì dựa vào các dấu hiệu khuôn mặt trực quan để đánh giá cảm xúc cũng như khả năng đọc hiểu và hoạt động trong bóng tối. Cô ấy nói rằng bị khiếm thị chỉ là một bất lợi trong các hoạt động cần ánh sáng mà thôi.

Một ví dụ về bối cảnh văn hóa cho coolabilities là ở Thái Lan, nơi nhu cầu về nhân viên mát-xa khiếm thị là rất cao, và họ chuẩn bị cho công việc chuyên môn này qua các khóa đào tạo cụ thể. Điều này có ý nghĩa khi chúng ta nghĩ về xúc giác nâng cao của người bị khiếm thị có khả năng giúp nhân viên mát-xa nhận biết sâu sắc hơn bằng xúc giác và thông báo cho họ biết vị trí của những nơi cần quan tâm, các bó cơ nào có thể bị "mắc kẹt", v.v. . Ví dụ này minh họa rằng sự lựa chọn nghề nghiệp của những tình trạng khuyết tật hoặc khả năng coolabilities có thể đa dạng hơn nhiều so với những gì chúng ta nghĩ. Chúng ta không nên giới hạn các lựa chọn hoặc quyết định nghề nghiệp chuyên môn trong khuôn khổ coolabilities. Thay vì nghĩ cách để tránh né người khuyết tật, người sử dụng lao động có thể tự nhắc nhở về nhận thức hạn chế của mình cũng như hệ sinh thái thông tin sai lệch về người khuyết tật. Ít nhất, một số rào cản đang ngăn cản sự chấp nhận hoàn toàn người khuyết tật trong xã hội có thể được xóa bỏ bằng cách thêm "lăng kính coolabilities" vào để hình dung ra nhiều cơ hội nghề nghiệp hơn cho người bị khuyết tật.

Có rất nhiều minh họa về điểm này. Ví dụ, tôi đã từng đọc một bài báo về một nhóm thợ kim hoàn mù đã chế tạo "những chiếc vòng đeo cổ có thể cảm thấy hay nghe thấy", một biểu hiện nghệ thuật tuyệt vời của coolabilities. Theo quan điểm tương tự, Tiến sĩ Marc Maurer, cựu chủ tịch Hiệp hội người mù quốc gia, mô tả việc không nhìn thấy là một trải nghiệm phong phú và được giải phóng, nơi trí tưởng tượng không còn bị giới hạn bởi thị giác. Ông ấy đã nói về việc Thomas Edison phát minh ra máy quay đĩa như một thiết bị để tạo ra "quyển sách nghe", và phát minh kỳ diệu này đã dẫn đến một cuộc cách mạng trong ngành công nghiệp ghi âm như thế nào.

Người ta đã viết nhiều về tính khả biến thần kinh bù trừ của não ở những người bị khiếm thính. Good, Reed, và Russo (2014) giải thích: *"... khi một giác quan không tồn tại, các trách nhiệm của giác quan sẽ thay đổi, và việc xử lý các phương thức còn lại sẽ được tăng cường để bù đắp cho thông tin bị thiếu. Sự thay đổi này được gọi là tính khả biến thần kinh bù trừ của não dẫn đến trải nghiệm cảm giác độc đáo cho những người khiếm thính, bao gồm cả cách cảm nhận âm nhạc."*

Chúng ta biết gì về coolabilities của người khiếm thính? Bạn có thể đoán rằng một số có liên quan đến nhận thức thị giác, nhưng câu chuyện sẽ phức tạp hơn đối với những người vừa khiếm thính vừa khiếm thị hoặc có những thử thách khác. Một phát hiện thú vị là đối với người khiếm thính, hoạt động của vỏ não thính giác thứ cấp được tăng cường bởi các kích thích thị giác như ngôn ngữ ký hiệu. Điều này cũng xảy ra với kích thích xúc giác rung động.

Khi nói đến khả năng nâng cao, người khiếm thính có trường ngoại vi thị giác lớn hơn một chút. Một phỏng đoán có thể là họ phải dựa vào tầm nhìn rộng hơn để tồn tại. Một cải thiện khác là các khu vực nhất định trong não, liên quan đến quá trình xử lý ngôn ngữ, được kích hoạt bởi sự kích thích thị giác của ngôn ngữ ký hiệu. Một khả năng coolabilities khác là khả năng giữ sự tập trung và tập trung cao hơn vào các kích thích không phải là thính giác, có nghĩa là tăng cường sử dụng vỏ não trước.

Good, Reed và Russo cũng giải thích rằng cả tính khả biến thần kinh bù trừ của não và chiến lược nhận thức đều góp phần nâng cao khả năng ở người khiếm thính. Nghiên cứu cho thấy những người khiếm thính thực hiện các nhiệm vụ tìm kiếm bằng hình ảnh nhanh hơn nhiều so với những người không khiếm thính; điều đó có nghĩa là họ xử lý thông tin thị giác hiệu quả hơn trong môi trường mất tập trung.

Những coolabilities khác của người khiếm thính là xử lý giọng nói tốt hơn thông qua các phương thức thị giác, chẳng hạn như ngôn ngữ ký hiệu và đọc môi, cũng như giải thích tốt hơn các nét mặt và nhận dạng người khác thông qua biểu hiện khuôn mặt.

Một trong những câu chuyện hấp dẫn để giải thích các kích thích xúc giác rung động và khả năng nâng cao của người khiếm thính và người nghe kém là một trong những nhạc sĩ và nghệ sĩ chơi nhạc cụ gõ nổi tiếng thế giới Evelyn Glennie, người bị khiếm thính nặng. Cô ấy viết về trải nghiệm của mình về âm nhạc:

> *"Thính giác về cơ bản là một dạng chuyên biệt của xúc giác. Âm thanh chỉ đơn giản là không khí rung động mà tai thu nhận và kết nối với các tín hiệu điện, sau đó được não bộ giải mã. Thính giác không phải là giác quan duy nhất có thể làm được điều đó... Với tần số thấp, tai hoạt động kém hiệu quả và xúc giác sẽ tiếp quản."*

Biên đạo múa Israel Moshe Efrati, người đã thành lập vũ đoàn Kol Demama (Sound of Silence) vào giữa những năm 70, đã bổ sung thêm một khía cạnh khác vào trải nghiệm khiêu vũ như hầu hết mọi người đều biết. Nhóm của anh có 20 vũ công, 10 người trong số họ bị khiếm thính. Efrati huấn luyện các vũ công khiếm thính bằng cách bước lên một tấm ván. Các vũ công có thể cảm nhận được những rung động mà anh ấy tạo ra khi bước trên tấm ván và có thể theo điệu nhạc từ sự rung động do các nốt trầm gây ra.

Tác giả kiêm diễn giả nổi tiếng thế giới Helen Keller vừa bị khiếm thị vừa khiếm thính. Khả năng xúc giác rung động được nâng cao của cô ấy đã được ghi nhận rõ ràng. Cô ấy có thể nhận biết mọi người bằng những rung động của chân họ khi họ bước vào phòng, đọc môi của mọi người bằng tay, đọc chữ nổi Braille và ngôn ngữ ký hiệu xúc giác, cũng như thưởng thức âm nhạc bằng cách cảm nhận những rung động của âm thanh khi đặt ngón tay lên mặt bàn.

Hội chứng Williams (WS), một tình trạng di truyền hiếm gặp, đáng chú ý là một tình trạng mà mô tả của nó bao gồm cả những thách thức lẫn tài năng đi kèm với nó. Một mặt, những người mắc hội chứng Williams phải chịu các tình trạng sức khỏe nghiêm trọng và những thách thức trong học tập; mặt khác, họ được biết là có khả năng tăng cường tính hòa đồng, sự đồng cảm và khả năng ứng phó trước tình thế nguy hiểm. Nghiên cứu cho thấy những người mắc chứng WS có khả năng giải mã ý định, cảm xúc và trạng thái tinh thần của người khác tốt hơn khi nhìn vào mắt của họ.

Những người bị WS thường có những tài năng khác như một mối quan hệ đặc biệt với âm nhạc, một cảm giác về nhịp điệu phi thường và khả năng ngôn từ đặc biệt. Các nghiên cứu của MRI về những người bị WS cho thấy hạch hạnh nhân sẽ tăng động khi họ nhìn những khuôn mặt vui vẻ và phản ứng sợ hãi tăng cao đối với các tác nhân kích thích kém thân thiện. Họ cũng có xu hướng có một vỏ não thính giác lớn và hoạt động rất tích cực. Điều này thường chỉ được quan sát thấy ở một số nhạc sĩ chuyên nghiệp.

Trong bài báo của chúng tôi từ năm 2016, chúng tôi chủ yếu nói về coolabilities của các quần thể thần kinh đa dạng. Thuật ngữ thần kinh đa dạng đã mô tả được một cái gì đó mà bị thiếu vắng từ lâu trong việc xem xét sử dụng nó và trong ngay cả nền văn hóa của chúng ta. Người ta cho rằng một số tình trạng được mô tả là rối loạn thần kinh, nhưng trên thực tế là sự biến đổi tự nhiên của "kết nối dây" của dây thần kinh. Thuật ngữ thần kinh đa dạng được đặt ra đặc biệt để mô tả tình trạng phổ tự kỷ (ASC), nhưng được công chúng đón nhận để mô tả một nhóm rộng lớn hơn các tình trạng phát triển thần kinh bao gồm chứng khó đọc và rối loạn tăng động thiếu năng chú ý (ADHD). Tuy nhiên, phải mất nhiều năm trôi qua trước khi thuật ngữ này được các nghiên cứu học thuật chính thống thừa nhận. Giống như nhiều đổi mới khác, nó đã vấp phải sự nghi ngờ và chỉ trích. Có lẽ không có gì đáng ngạc nhiên khi thần kinh đa dạng như một thuật ngữ lần đầu tiên được các nhà nghiên cứu về lĩnh vực kinh doanh và thiết kế chấp nhận trong giới học thuật.

Debra Satterfield là người tiên phong trong việc kết hợp các nguyên tắc coolabilities vào những công việc học thuật của mình. Cô là mẹ của một đứa trẻ tự kỷ không biết nói, bị khuyết tật nặng. Cô cũng là giáo sư về Thiết kế Trải nghiệm Người dùng (UX) tại Đại học California State University Long Beach (CSULB). Debra đã sử dụng thấu kính coolabilities trong dự án xưởng thiết kế Play•IT của cô ấy, và chúng tôi đã cùng nhau tạo điều kiện thuận lợi cho một loạt các buổi trò chuyện giữa các sinh viên thiết kế của CSULB, phụ huynh của trẻ em có tình trạng đặc biệt và các nhà thiết kế diễn ra nhằm mục đích tìm hiểu lăng kính coolabilities có thể truyền tải vào công việc thiết kế của họ như thế nào. Chúng tôi quyết định xem xét sâu hơn về cách giúp các nhà thiết kế khai thác những tính cách thú vị của trẻ tự kỷ không nói được. Debra Satterfield đề xuất nghiên cứu trong tương lai về cái mà cô gọi là "coolabilities lan tỏa" trong đó tình trạng khuyết tật được coi là nặng đến mức không có giá trị khả năng nào được xã hội ghi nhận hoặc nhận thức. Từ kinh nghiệm của bản thân, nhóm này có tiềm năng to lớn đóng góp về thể chất, tình cảm, xã hội và hành vi mà chưa được ghi nhận thông qua nghiên cứu khoa học. Các công nghệ truyền thông và y tế mới có khả năng cung cấp hiểu biết tốt hơn về các khả năng coolabilities ngầm mà đã được chứng minh bởi những nhóm người này.

Thuật ngữ coolabilities thiết tha mong mỏi muốn nắm bắt được các nguyên tắc chung mô tả về điểm mạnh của những người có các tình trạng khuyết tật khác nhau, và có tiềm năng trở thành một lĩnh vực liên ngành rộng lớn nghiên cứu các khả năng, năng khiếu và điểm mạnh được nâng cao của những người bị khuyết tật và biểu hiện của họ trong cuộc sống đời thực thông qua nhiều lăng kính khác nhau.

Bảng này là một biến thể của "Bảng 1" từ bài nghiên cứu năm 2016, với việc bổ sung thêm chứng khiếm thị, khiếm thính và hội chứng Williams. Nó cung cấp cho chúng ta một ví dụ về cách chúng ta có thể mô tả các điều kiện khuyết tật một cách tổng thể bằng cách bổ sung thêm thấu kính coolabilities.

Điều kiện	Khuyết tật	Khả năng bù trừ
Phổ tự kỷ	Khó khăn trong tương tác xã hội hay thấu hiểu các sắc thái xã hội và giảm nhận thức về bản thân, khoảng tập trung bị hạn hẹp, khó sàng lọc nhưng rất nhạy cảm với kích thích giác quan (âm thanh, ánh sáng, xúc chạm, mùi), có tính kháng thói quen lẫn sự thay đổi, hành vi đi lặp lặp lại, khó khăn trong việc hoạch định các việc hàng ngày.	Tỉ mỉ, khả năng quan sát phi thường, rất say mê những lĩnh vực cụ thể nào đó, tập trung cao, trí nhớ dài hạn lâu hơn, thích thú với quy tắc và hướng dẫn, thích phân tích các kiểu mẫu phức tạp trong thế giới xã hội và vật chất, sáng tạo trong những lĩnh vực mình đam mê, là người suy nghĩ thuần túy (dành nhiều thời gian tập trung vô tài năng của bản thân hơn là giao lưu xã hội), thật thà, kỹ năng về thị giác cao, tài năng xuất chúng trong những lĩnh vực rất đặc trưng, thành công với những công việc lặp đi lặp lại, kỹ năng hệ thống hóa cao.
Rối loạn tăng động thiếu năng tập trung	Tăng động, phân tâm, không duy trì được sự chú ý, đứng ngồi không yên, bốc đồng, hay gây rối (và chịu rủi ro), khả năng ức chế giảm, bảo thủ (tiêu cực thái quá)	Chấp nhận rủi ro cao, vô tư, giàu trí tưởng tượng, sáng tạo, tràn đầy sinh lực, độ chính xác cao, đa nhiệm, thích tìm hiểu cái mới lạ, liên hệ nhiều ý tưởng, sáng tạo nhiều giải pháp bất ngờ, tạo ra ý tưởng mới, thích đổi mới, chủ động, chịu đựng tốt sự không chắc chắn.

Chứng khó đọc	Khó khăn trong việc đánh vần, đọc chữ viết, giải mã từ ngữ, và hiểu đoạn văn viết.	Sáng tạo, thuần túy tập trung giải quyết vấn đề, có nhiều quan điểm khác nhau, liên kết nhiệm vụ với thực tiễn, suy nghĩ đổi mới và khác nhau, tập trung cao độ vào lĩnh vực mình yêu thích, tôn trọng, có động cơ thúc đẩy, kỹ năng thuộc thị giác (trừ việc đọc), có khả năng nhìn tổng thể.
Khiếm thính nặng	Hoàn toàn mất khả năng nghe	Trường ngoại vi thị giác lớn hơn, tăng cường xử lý ngôn ngữ thông qua các phương thức thị giác (nâng cao khả năng thị giác - không gian), tập trung tốt hơn vào các kích thích không phải thính giác, nâng cao khả năng giải mã và diễn giải các kích thích rung -xúc giác, trải nghiệm âm nhạc thông qua khả năng rung - xúc giác, thiên hướng nhiều hơn về ngôn ngữ cơ thể, có thể tập trung trong môi trường ồn ào.

[26]

---

[26] Bạn được xem là "mù hợp pháp" nếu thị lực không thể được điều chỉnh thành 20/200 ở mắt tốt hơn hoặc nếu trường thị giác của bạn là 20 độ hoặc thấp hơn bên mắt tốt hơn của bạn.

Khiếm thị	Hoàn toàn mất khả năng nhìn thấy hoặc thiểu năng thị giác nặng.	Khả năng thính giác vượt trội: khả năng nghe không gian, cao độ, trí nhớ thính giác bằng lời nói, mã hóa kích thích thính giác tốt hơn, hiểu tốt hơn lời nói và các tín hiệu đầu vào thính giác khác, hoạt động tăng cường trong hạch hạnh nhân để phản ứng với âm thanh tức giận và sợ hãi, nâng cao khứu giác, nhận biết mùi, trí nhớ tốt hơn đối với âm thanh môi trường, tăng cường mã hóa xúc giác (kết cấu), định vị bằng tiếng vang, trí tưởng tượng không bị giới hạn bởi thị giác, ít phụ thuộc vào điều kiện ánh sáng, ít đánh giá về ngoại hình, giao tiếp bằng lời nói trực tiếp không có cảm xúc, và có lẽ thú vị nhất là định vị bằng tiếng vang - khả năng chỉ định vỏ não thị giác để thu được hình ảnh sóng siêu âm trong não.
Hội chứng Williams[27]	Tăng động (tiêu cực), ngây thơ, khó giải mã các tín hiệu xã hội, tăng âm (thính giác rất nhạy cảm), chậm phát triển, thách thức trong học tập, các vấn đề về sự chú ý, lo lắng, thách thức với các tác vụ không gian trực quan như vẽ, nhiều vấn đề sức khỏe - ví dụ như răng, bệnh tim mạch, bất thường về thận, bất thường về cơ xương, tăng canxi huyết, các vấn đề nhãn khoa như lệch mắt.	Kỹ năng ngôn từ đặc biệt, tính xã hội cao, tính thân thiện được nâng cao, đặc biệt thích âm nhạc, sức mạnh dẻo dai, rõ ràng là có nhiều khả năng sở hữu một cao độ của giọng tuyệt đối, tăng cường trí nhớ dài hạn (khuôn mặt), tăng cường sự đồng cảm và phản ứng với nỗi đau khổ, thích giúp đỡ người khác, nâng cao tính thân thiện, thích học tập bằng cách lặp lại.

---

[27] https://williams-syndrome.org/what-is-williams-syndrome

Chương 5

SỰ RA ĐỜI CỦA HỆ SINH THÁI HÒA NHẬP CÔNG VIỆC ĐÒI HỎI TÍNH CHÍNH XÁC CAO DÀNH CHO NGƯỜI KHUYẾT TẬT, COOLABILITIES VÀ TẤT CẢ CHÚNG TA

Tác giả: VR Ferose, Lorien Pratt, Sudipto Dasgupta, và *Ganapathy Subramanian*

V R Ferose là phó chủ tịch cấp cao kiêm giám đốc dịch vụ toàn cầu hóa tại SAP. Có trụ sở tại Palo Alto, Ferose chịu trách nhiệm áp dụng các sản phẩm SAP trên toàn thế giới thông qua việc cung cấp các giải pháp nhắm đến từng thị trường địa phương. Bằng cách cung cấp dịch vụ bản địa hóa chức năng, chuyển tiếp, những tiêu chuẩn phù hợp sản phẩm và hỗ trợ sản phẩm ở một số quốc gia, nhóm của Ferose đã tạo điều kiện cho SAP có mặt trên toàn cầu. Ông là giám đốc trong ban giám đốc của Tổ chức chuyên gia. Ông đã thành

 lập Tổ chức hòa nhập Ấn Độ, một tổ chức đi tìm cách biến các thảo luận về việc hòa nhập của Ấn Độ thành xu hướng chính và tổ chức Hội nghị thượng đỉnh về hòa nhập ở Ấn Độ và Hội hòa nhập Ấn Độ. Năm 2012, Diễn đàn kinh tế thế giới đã vinh danh ông là "Nhà lãnh đạo trẻ toàn cầu". Vào tháng 3/2017, ông đã được trao giải thưởng AUCD cho sáng kiến đột phá ‹Tự kỷ tại nơi làm việc›. Ferose là đồng tác giả quyển sách Tài Năng Trời Phú, quyển sách bán chạy nhất về người khuyết tật.

---oOo---

Ashok Giri và vợ Pavithra Y.S. đã gặp nhiều khó khăn khi xây dựng công ty Business Process Outsourcing (BPO) có trụ sở tại Bangalore, Vindhya. Với số vốn nửa triệu rupee (dưới 8.000 USD) và năm nhân viên ban đầu, công ty được thành lập vào năm 2006 với một mô hình kinh doanh mới lạ nhưng táo bạo: tuyển dụng người khuyết tật ở Ấn Độ. Là một nhà công nghệ, Ashok mong muốn sử dụng kinh nghiệm của mình để cống hiến cho cộng đồng. Quyết định này phù hợp với nguyện vọng của Pavithra. Đó là mang lại cơ hội việc làm bình đẳng cho thanh niên có hoàn cảnh khó khăn ở Ấn Độ.

Vài năm sau, công ty hiện có hơn 1.400 nhân viên, bao gồm những người khiếm thị, khiếm thính, khuyết tật về thể chất khác nhau và thậm chí một số người mắc chứng tự kỷ.

Ở Ấn Độ, nơi mà sự kỳ thị đối với người khuyết tật đặc biệt mạnh mẽ, giá trị của Vindhya có thể được đo lường nhiều hơn so với lợi nhuận. Công ty luôn có cảm giác từ bi, tình yêu và mục đích ở một quốc gia có ít hơn 2% người khuyết tật có cơ hội được làm việc. Bằng 1% lực lượng lao động ở Ấn Độ, con số này thậm chí còn ít hơn nữa như được hiển thị trong bảng bên dưới.[28]

Loại hình công ty	Phần trăm nhân viên bị khuyết tật	Ước tính số người bị khuyết tật làm việc tại Ấn Độ
Doanh nghiệp nhà nước	0.54%	2.720.695
Công ty tư nhân của Ấn Độ	0.28%	1.410.731
Công ty đa quốc gia	0.05%	251.961
Tổng cộng	0.87%	503.832.494

Nhưng Ashok và Pavithra không phải là những người đơn độc. Vindhya chỉ là một trong những hệ sinh thái đang phát triển của các công ty giúp tìm kiếm việc làm cho những người "có hoàn cảnh khác biệt" - một phong trào, đáng ngạc nhiên, cũng có những tác động đáng kể đối với tương lai của công việc và việc làm nói chung.

Về chương này

Chương này là tổng quan về không gian mới nổi lên này. Được kết tinh một phần bởi VR Ferose, người đã thành lập quỹ hòa nhập Ấn Độ India Inclusion Foundation, đã có một mạng lưới các công ty mới nổi lên cung cấp các dịch vụ khác nhau để giúp tuyển dụng người khuyết tật. Lưu ý rằng đây vẫn còn là buổi ban đầu. Các sáng kiến hòa nhập trên toàn thế giới chỉ thu hút một phần nhỏ những người có thể được tuyển dụng, thường chỉ là một vài phần trăm cá nhân đứng đầu. Vì vậy, cùng với những chuyển đổi toàn cầu như nền kinh tế "công việc độc lập theo yêu cầu" và công việc thuê ngoài, giá trị của việc sử dụng người khuyết tật mới bắt đầu được nhận ra.

---

[28] Nguồn: http://www.dinf.ne.jp/doc/english/asia/resource/apdrj/z13jo0400/z13jo0410.html và https://data.worldbank.org/indicator/SL.TLF.TOTL.IN?end=2015&locations=IN&start=2014

Thiết kế bởi: Rana Chakrabarti

Ngoài ra, các công nghệ non trẻ đang hỗ trợ nhóm dân số này cuối cùng rồi cũng sẽ chảy vào dòng những việc làm chính. Điều này đưa chúng ta đến mục đích tiếp theo của chương này: xúc tác cho giai đoạn phát triển tiếp theo của các tổ chức như Vindhy mà đã chứng minh rằng rất nhiều người khuyết tật, chứ không phải chỉ những người khuyết tật thông minh nhất, đều có thể được tuyển dụng. Hình dưới đây minh họa quan điểm này và cũng cho biết tổng quan về chương sách.

Để mở ra việc làm cho toàn bộ những người bị coi là "khuyết tật", đòi hỏi phải có sự đổi mới. Ví dụ, mặc dù trí tuệ nhân tạo (AI) thường bị chỉ trích vì có khả năng tác động tiêu cực đến việc làm nhưng lại tích cực đối với người bị khuyết tật. Lý do cũng tương tự như lý do tại sao Amazon có thể kiếm lợi từ những "mặt hàng có số lượng ít" của các sản phẩm hiếm và chuyên biệt; đó là công nghệ giúp so khớp những người thích hợp với các kỹ năng cụ thể, để giải quyết các nhiệm vụ thích hợp, với các nhu cầu chuyên biệt. Việc so khớp với công việc dành cho người khuyết tật tràn vào thị trường chính vì nó chỉ ra con đường hướng tới việc sử dụng người lao động và cuộc sống hiệu quả hơn trong một môi trường mà việc hiểu các yếu tố "mềm" của việc làm như lòng trung thành, ý thức về mục đích và hạnh phúc đều có những tác động được hiểu rõ hơn đối với kết quả tài chính cuối cùng.

Người khuyết tật có thể có những đóng góp đáng kể. Lấy ví dụ, Naoki Higashida là một người mắc chứng tự kỷ nặng nhưng cũng là tác giả được dịch nhiều thứ hai ở Nhật Bản[29]. Một ví dụ khác: khi SAP bắt đầu chương trình *Tự kỷ tại nơi làm việc*[30], công ty đã thuê một số người mắc chứng tự kỷ từ mức độ trung bình đến cao. Chương trình này phát hiện ra rằng trí nhớ rất mạnh mẽ và khả năng duy trì công việc của những người tự kỷ khiến họ vượt trội hơn các kỹ sư thông thường rất nhiều.

Với cam kết thuê 650 người trong phổ tự kỷ vào năm 2020, SAP đã xác định một danh sách các nhiệm vụ mà họ đặc biệt phù hợp. Bạn có thể tìm thấy video tuyệt vời về người tự kỷ ở SAP tại *https://www.youtube.com/watch?time_continue=73&v=uPd42mX2BWE*.

Tại sao là bây giờ?

Có một số yếu tố kỹ thuật và xã hội hội tụ để hình thành hệ sinh thái được kết tinh nhanh chóng này. Chúng bao gồm các mô hình kinh doanh nền tảng, nâng cao hiểu biết về tầm quan trọng của các liên kết nguyên nhân- hiệu quả "mềm" trong sự thành công của một tổ chức, hiểu biết về cách mô hình hóa rõ ràng các yếu tố bên ngoài có thể tạo ra ưu thế thống trị thị trường người-thắng-được-tất-cả, và phát triển của các công cụ như AI, máy học và DI để hỗ trợ các quyết định vượt qua những phân loại quá đơn giản như "bị khuyết tật" và mang lại kết quả các bên cùng có lợi cho các tổ chức, cá nhân và xã hội. Các lực này được minh họa trong biểu đồ dưới đây:

---

[29] *https://ferosevr.com/dierencely-abled-people-remind-us-value-compassion/*

[30] *http://usa.specialisterne.com/2012/10/23/forbes-india/*

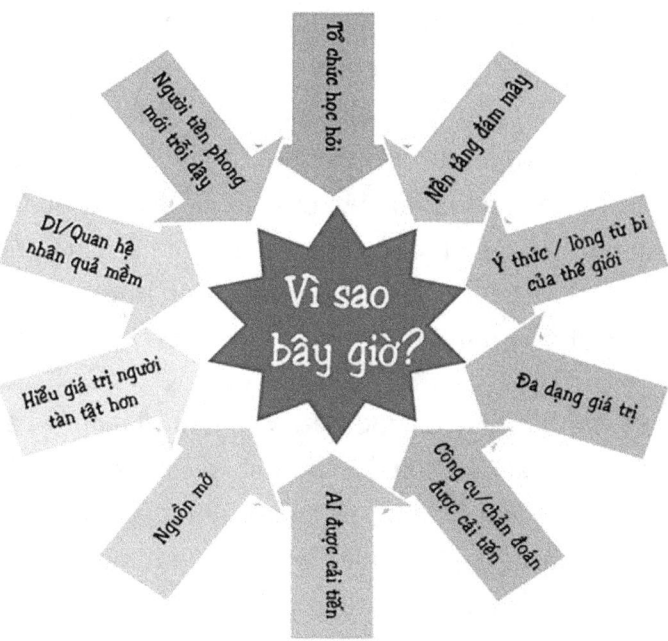

Điểm mấu chốt là, các tổ chức hiện đã sẵn sàng để khám phá ra một nguồn lực quan trọng mà cho đến nay hầu như chưa được công nhận. Công nghệ mới có thể mở ra giá trị không chỉ thúc đẩy hiệu quả hoạt động cũng như kết quả tài chính mà còn cải thiện văn hóa nơi làm việc và có tác động tích cực đến sự an vui hạnh phúc của xã hội lớn hơn.

Trong các phần sau, chúng ta sẽ khám phá từng xu hướng này cùng với một số rào cản mà việc áp dụng cần phải vượt qua.

Câu hỏi cốt lõi của chúng tôi: *Hệ sinh thái công nghệ hòa nhập đang nổi lên có hình dáng như thế nào, và chúng ta có thể giúp phát huy hết tiềm năng của nó ra sao?*

Hiểu biết về giá trị của người lao động bị khuyết tật

Các khởi xướng về tuyển dụng người khuyết tật thường yêu cầu người sử dụng lao động phải dành sự giám sát, đào tạo và các nguồn lực khác để hỗ trợ những người gặp khó khăn về thể chất hoặc nhận thức. Hầu hết các nhà tuyển dụng xem khoản đầu tư này chỉ mang lại lợi ích "mềm" như lòng vị tha, vì phải tuân thủ các yêu cầu quy định của chính phủ hoặc cải thiện thương hiệu. Do đó, họ sẵn sàng cung cấp các nguồn lực cần thiết nhưng chỉ cho một tỷ lệ nhỏ trong tổng số nhân viên của họ. Xét về kết quả lợi nhuận, các tổ chức thường coi việc tuyển dụng và các chi phí liên quan như vậy là một khoản âm ròng tồi tệ nhất, và nhiều lắm là chỉ nhận được một sự tích cực nào đó không thể chứng minh được.

Suy nghĩ này sai về hai mặt. Trước hết, khi được đặt một cách chính xác vào đúng vị trí, người khuyết tật có thể tạo ra lợi ích ròng. Thứ hai, công nghệ và quy trình tư duy cần thiết để tuyển dụng người khuyết tật có liên quan chặt chẽ đến những gì cần thiết để so khớp công việc chính xác. Đây là một xu hướng quan trọng với những lợi ích đáng kể cho những người với mọi tài năng.

Ngày càng có nhiều bằng chứng giai thoại và thực nghiệm hỗ trợ những tuyên bố này. Một bộ công cụ ngày càng phát triển được phát triển dưới sự bảo trợ của công nghệ trí tuệ nhân tạo và máy học đang giúp chúng ta có thể đo lường chính xác hơn chi phí phát sinh để tuyển dụng, đào tạo và quản lý các cá nhân có năng lực đặc biệt. Bên cạnh đó, chúng cũng giúp chúng ta có thể đo lường chính xác hơn những điều đáng ngạc nhiên, nhưng rất thực tế, lợi ích tài chính và lợi ích "mềm" mà họ mang lại cho người sử dụng lao động.

Coolabilities

Khi Ferose lần đầu tiên phụ trách văn phòng tại SAP Ấn Độ, ông có thói quen thường xuyên đi dạo trong khuôn viên nhà máy với người quản lý cơ sở của ông. Một ngày nọ, cả hai xuống tầng hầm văn phòng, nơi tiếng ồn của một nhà máy điện đập vào màng nhĩ của họ. Nơi này cũng lạnh vì có máy lạnh. Nhiều tòa nhà văn phòng ở Ấn Độ duy trì các trạm phát điện địa phương như vậy để bù đắp tình trạng mất điện lưới thường xuyên ở nước này. "Ferose ạ," người quản lý cơ sở cho biết, "Tôi không thể tìm được ai có thể làm việc ở đây lâu. Nó quá ồn ào và quá lạnh!"

Làm việc với các nguồn lực địa phương, Ferose đã xác định được một nhân viên khiếm thính lớn lên ở một vùng lạnh giá của Ấn Độ. Sự kém thính giác của anh ấy là điều mà Grundwag, Nordfors và Yirmiya đã đặt tên là "coolabilities"[31], cho phép nhân viên làm việc hiệu quả trong một môi trường mà hầu hết mọi người đều không thể chịu đựng được. Tuy nhiên, mặc dù các nhà máy điện như vậy có mặt rộng rãi ở khắp nơi nhưng sự so khớp công việc đơn giản này đã không được thực hiện ở những cơ sở khác.

Trong chương trước của quyển sách này, Grundwag định nghĩa "coolabilities" như sau:

- **Coolabilities đơn**: Đây là những khả năng bẩm sinh, hoặc khả năng bẩm sinh tăng cường đối với tình trạng này. Ví dụ, chúng xuất hiện ở những người được sinh ra với tình trạng này; do đó hệ thống kết nối dây thần kinh và hành vi đã diễn ra ngay từ lúc còn là một bào thai. Nhiều kỹ năng "nhà bác học" là một ví dụ điển hình về khả năng coolability này.

- **Coolabilities bù trừ**: Đây là những khả năng có được xảy ra khi một hoặc nhiều kỹ năng được tăng cường sau khi mất đi một kỹ năng khác. Một ví dụ điển hình là việc tăng cường xúc giác và khả năng phân biệt xúc giác khi bị mất thị giác hoặc học cách sử dụng miệng hoặc ngón chân một cách chính xác khi bị mất một phần của tứ chi (như các họa sĩ vẽ tranh ngậm bút lông trong miệng hoặc cầm bằng ngón chân).

- **Coolabilities tùy bối cảnh**: Những khả năng bù trừ này liên quan đến bối cảnh, môi trường, và nảy sinh khi một điểm yếu được nhận thức trở thành điểm mạnh. Ví dụ, khiếm thính có thể là một lợi thế cho một

---

[31] https://www.researchgate.net/publication/309493288_COOLABILITIES_-_ENHANCED_ABILITIES_IN_DISABLING_CONDITIONS

người có thể tập trung tốt trong môi trường ồn ào. Một trong những đặc điểm thường được dùng để mô tả một người trên phổ tự kỷ là họ chỉ có một số rất ít sở thích. Điều đó cũng có thể chỉ ra rằng người đó thực sự có chuyên môn sâu về một trong số sở thích đó.

Khả năng coolabilities bao gồm các kỹ năng được phát triển để bù đắp, ví dụ, đối với một chi bị thiếu, hoặc mất khả năng kiểm soát vận động hoặc chức năng nhận thức. Ngoài ra, các cách nhận thức và xử lý thông tin đầu vào của giác quan chỉ đơn giản là không phát triển mạnh ở những người có đầy đủ khả năng giác quan "bình thường" của một con người, chẳng hạn như một người khiếm thị học cách sử dụng định vị bằng tiếng vang.

Bảng dưới đây (cũng từ Grundwag và các cộng sự) cho thấy thời điểm bắt đầu của tập dữ liệu nghề nghiệp coolabilities, xác định các khuyết tật và coolabilities tương ứng của họ và công việc mà những người trong danh mục này phù hợp nhất.

Bảng 1. Khuyết tật và khả năng bù trừ: Tổng quan về mối tương đồng giữa khuyết tật với khả năng bù trừ, bao gồm những khái quát hóa về tính chất và đặc điểm có thể áp dụng cho bất kỳ cá nhân nào có chẩn đoán giống như liệt **kê ở đây.**			
	Phổ tự kỷ (ASD) (Chức năng cao)	Rối loạn tăng động thiểu năng tập trung (ADHD)	Chứng khó đọc
Khuyết tật	Khó khăn trong tương tác xã hội, thấu hiểu các sắc thái xã hội và giảm nhận thức về bản thân, khoảng tập trung hạn hẹp, khó sàng lọc nhưng rất nhạy cảm với kích thích giác quan (âm thanh, ánh sáng, xúc chạm, mùi), có tính kháng thói quen lẫn sự thay đổi, hành vi lặp lại, khó khăn trong việc hoạch định các việc hàng ngày.	Tăng động, phân tâm, không duy trì được sự chú ý, đứng ngồi không yên, bốc đồng, hay gây rối (và chịu rủi ro), khả năng ức chế giảm, bảo thủ (tiêu cực thái quá)	Khó khăn trong việc đánh vần, đọc chữ viết, giải mã từ ngữ, và hiểu đoạn văn viết.

Khả năng bù trừ	Tỉ mỉ, khả năng quan sát phi thường, rất say mê những lĩnh vực cụ thể nào đó, tập trung cao, trí nhớ dài hạn lâu hơn. Thích thú với quy tắc và hướng dẫn, thích phân tích các kiểu mẫu phức tạp trong thế giới xã hội và vật chất, sáng tạo trong những lĩnh vực mình đam mê, là người suy nghĩ thuần túy (dành nhiều thời gian tập trung vô tài năng của bản thân hơn là giao lưu xã hội), thật thà, kỹ năng về thị giác cao, tài năng xuất chúng trong những lĩnh vực rất đặc trưng, thành công với những công việc lặp đi lặp lại, kỹ năng hệ thống hóa cao.	Chấp nhận rủi ro cao, vô tư, giàu trí tưởng tượng, sáng tạo, tràn đầy sinh lực, độ chính xác cao, đa nhiệm, thích tìm hiểu cái mới lạ, liên hệ nhiều ý tưởng, sáng tạo nhiều giải pháp bất ngờ, tạo ra ý tưởng mới, thích đổi mới, chủ động; chịu đựng tốt sự không chắc chắn.	Sáng tạo, thuần túy tập trung giải quyết vấn đề, có nhiều quan điểm khác nhau, liên kết nhiệm vụ với thực tiễn, suy nghĩ đổi mới và khác nhau, tập trung cao độ vào lĩnh vực mình yêu thích, tôn trọng, có động cơ thúc đẩy, kỹ năng thuộc thị giác (trừ việc đọc), có khả năng nhìn tổng thể.
Nghề nghiệp	Lập trình viên máy tính, thiết kế phần mềm, truyền thông và mạng, thiết kế kỹ thuật, thiết kế trang thiết bị, cơ khí chính xác, nghiên cứu, sửa chữa cơ khí, lắp ráp cơ khí chính xác cao cấp, kỹ thuật viên phòng lab, thiết kế web, thiết kế trò chơi điện tử, thiết kế ứng dụng, kế toán, hóa học, kỹ sư, thống kê, hoạt hình máy tính.	Chủ doanh nghiệp, CEO, nhà giáo dục, nhà phát minh Các thế mạnh này rất thích hợp với những nghề STEM (khoa học, công nghệ, kỹ thuật, toán)	Thích hợp với các ngành STEM như khoa học, toán, kỹ thuật, y, kiến trúc, thiết kế nội thất, thiết kế đồ họa, giáo dục, thiết kế video, v.v nếu có công nghệ hỗ trợ và thích nghi.

Các công cụ để xóa bỏ tình trạng thất nghiệp

Sự phát triển của phong trào mã nguồn mở là một động lực khác cho sự xuất hiện của hệ sinh thái xóa bỏ nạn thất nghiệp gắn với tình trạng khuyết tật. Như David Nordfors và Vint Cerf đã mô tả trong quyển sách i4j trước đây có tựa đề *Xóa Bỏ Nạn Thất Nghiệp*[32], có một cơ hội lớn để phát triển một công cụ hỗ trợ cho việc so khớp những người khuyết tật (và không khuyết tật) với công việc. Họ gọi công cụ hư cấu của họ là "Jobly".

Một dự án mã nguồn mở mới đang đưa tầm nhìn này trở thành hiện thực. Được dẫn dắt bởi các nhà công nghệ ở Bay Area là Sudipto Dasgupta và Ganapathy Subramanian trong thời gian rảnh rỗi của họ, dự án mã nguồn mở coolabilities đang đưa bảng dữ liệu trên vào cốt lõi của dịch vụ đám mây, và cơ sở dữ liệu có thể được duy trì bởi một đám đông, và có thể được truy cập thông qua API để xác định trong trường hợp nào là tốt nhất để tuyển dụng một người khuyết tật, đặc biệt là những công việc "được đặc chế cho phù hợp" với những người bị xem là "không có khả năng lao động". Được lên kế hoạch phát hành lần đầu tiên vào tháng 5/2018, hệ thống người tuyển dụng lao động có thể truy cập vào API này khi họ tìm kiếm nhân viên mới. Động lực của nó được minh họa dưới đây:

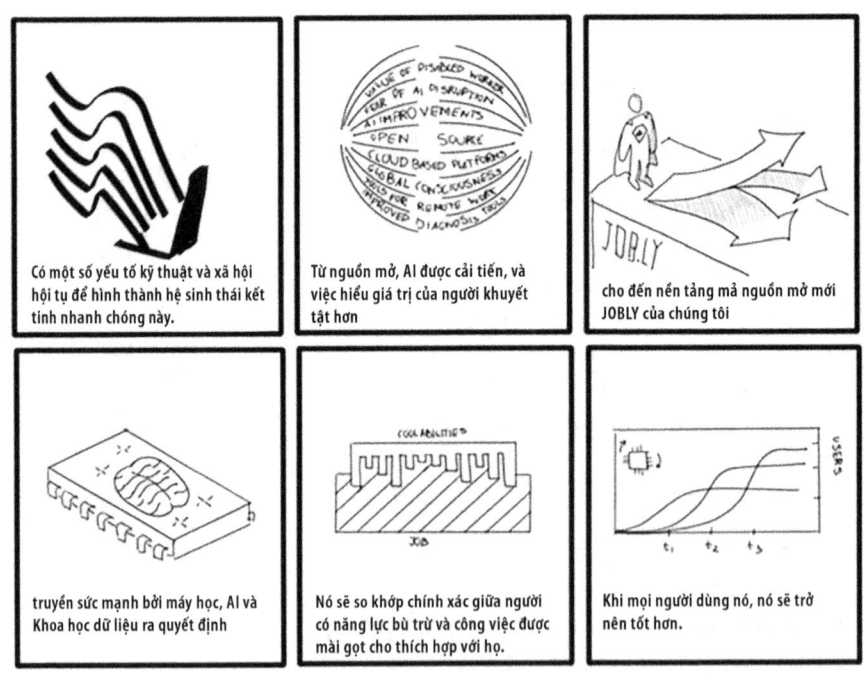

Minh họa bởi: Rana Charkrabarti

---

[32] *http://i4j.info/2014/07/disrupting-une Job/1502/*

Đa dạng giá trị

Để hiểu việc hòa nhập người khuyết tật vào một tổ chức có thể mang lại lợi ích ròng như thế nào, thậm chí chỉ từ góc độ tài chính, điều quan trọng là phải hiểu mối liên hệ giữa khuyết tật, lòng trắc ẩn và năng suất.

Tiền không phải là một đại diện tốt cho hạnh phúc; nó chỉ dễ dàng hơn để đo lường mà thôi. Khi sự dễ dàng quản lý và phân tích dữ liệu tăng lên, hạn chế của vấn đề này ngày càng giảm đi. Các nhà tâm lý học nghiên cứu về hạnh phúc đã chứng minh rằng ngoài một mức thu nhập cơ bản nhất định, các yếu tố khác còn có tác động lớn hơn. Chúng bao gồm ý thức về mục đích sống và làm việc, các mối quan hệ và lòng trắc ẩn[33]. Một bằng chứng của sự hiểu biết được nâng cao này là việc Vương quốc Anh đã bắt đầu đo lường mức độ hạnh phúc quốc gia vào năm 2012[34], theo sau Bhutan, một quốc gia trước đó đã đo lường tổng hạnh phúc quốc dân[35].

Ngay cả khi kết quả mong muốn hoàn toàn mang tính chất tài chính thì các yếu tố "mềm" như hạnh phúc cũng rất quan trọng. Ví dụ, Starbucks có thể tính tiền nhiều hơn cho một tách cà phê nhờ vào ý thức cộng đồng mà công ty đã tạo ra. Sau đó, công ty tái đầu tư lợi nhuận thu được vào việc đào tạo nhân viên và các lợi ích khác, làm tăng sự hài lòng của nhân viên, do đó cải thiện khả năng giữ chân khách hàng và giảm chi phí đào tạo nhân viên mới và nâng cao lợi nhuận biên hơn nữa.

Ngày càng có nhiều bằng chứng mang tính giai thoại từ cộng đồng người khuyết tật chỉ ra rằng sự hòa nhập của họ có tác động đến kết quả tài chính

---

[33] https://en.wikipedia.org/wiki/Stumble_on_Happiness

[34] http://webarchive.nationalarchives.gov.uk/20160105183326/ http://www.ons.gov.uk/ons/rel/wellbeing/measuring-national-well-being/first-annual-report-on-measuring-national-well-being/art-measuring-national-well-being-annual-report.html

[35] https://en.wikipedia.org/wiki/Gross_National_Happiness

cuối cùng của tổ chức, và ngày càng có nhiều trường hợp kinh doanh cũng hỗ trợ sự hiểu biết này.[36]

Câu chuyện của Goonj: Hiểu phế liệu như một nguồn tài nguyên để giữ gìn phẩm giá

Chúng ta có thể lấy Goonj, tổ chức phi chính phủ của Anshu Gupta làm ví dụ. Ông đã xác định nguyên nhân tử vong hàng đầu ở Ấn Độ và cố gắng giải quyết nó thông qua việc tái sử dụng quần áo phế thải. Goonj thuê hơn 600 nhân viên, trong số đó nhiều người bị khuyết tật[37]. Theo truyền thống tư duy hệ thống của Buckminster Fuller, Gupta nhận ra rằng phế liệu từ một nguồn (trong trường hợp này là quần áo phế thải từ các khu vực thành thị) có thể tạo thành đầu vào cho một hệ thống khác (đội quân những người khuyết tật, những người sẽ tái mục đích sử dụng đối với quần áo cũ phục vụ cho những người sống ở khu vực nông thôn.)

Đây là sứ mệnh của Goonj[38]. Và vị trí từ thiện của nó đã giúp công ty mở rộng quy mô một cách nhanh chóng. Nó xử lý hơn 3.000 tấn nguyên liệu hàng năm và được hỗ trợ bởi hàng ngàn tình nguyện viên và các tổ chức đối tác cơ sở.

Gupta nói: "Những gì trong mắt những người khác là phế liệu, tôi coi đó là một nguồn tài nguyên. Và nguồn tài nguyên đó được cung cấp cho những người đang cần nó ở những ngôi làng xa xôi trên khắp Ấn Độ." Một quyết định quan trọng của Goonj là không cung cấp cho họ quần áo miễn phí. Để bảo vệ lòng tự trọng của những người nhận quần áo, họ phải làm việc để đổi

---

[36] https://www.theglobeandmail.com/report-on-business/rob-commentary/employees-with-disabilities-can-have-a-positive-impact-on-profitability/article28540451/

[37] http://gulfnews.com/culture/people/indian-ngo-recycles-old-clothes-for-the-poor-1.1581320

[38] http://goonj.org/

lại chúng thông qua các công việc địa phương như đào giếng, làm đầy lại ao nước đã cạn và xây cầu tre.

Tuy nhiên, Goonj, giống như nhiều công ty khác, vẫn bị thách thức trong việc mở rộng cách tiếp cận của ông ấy. Gupta, hiện được gọi là "người cha quần áo của Ấn Độ", sở hữu một công ty đang bị thách thức ngày càng tăng từ chuỗi cung ứng và những thách thức về hậu cần, kho bãi thường gắn liền với những công ty như Amazon. Goonj, giống như nhiều người khác, đã sẵn sàng cho giai đoạn phát triển tiếp theo, và công nghệ tiên tiến đóng một vai trò quan trọng trong đó.

Trí tuệ nhân tạo và so khớp những việc làm đòi hỏi tính chính xác cao

Cũng giống như y học chính xác là một lĩnh vực phát triển quan trọng trong chăm sóc sức khỏe, các công ty như Vindhya cũng như Cognoa, Specialisterne và nhiều công ty khác nữa (một số được đề cập bên dưới) đang thắp sáng con đường hướng tới một tương lai cho "công việc chính xác", được hỗ trợ bởi các nền tảng phần mềm và AI, vượt lên trên các khái niệm truyền thống về "không khuyết tật" hay "khuyết tật" dùng để mô tả đặc điểm duy nhất về khả năng của một nhân viên tiềm năng (hoặc tình nguyện viên), giúp họ so khớp với công việc hoặc nhiệm vụ tốt nhất trong một môi trường tác vụ tự quản phân tán. Hãy tưởng tượng "Uber việc làm" và bạn sẽ hiểu ý chính của ý tưởng này.

Mất khả năng, có khả năng, và những thứ khác

Khuyết tật cùng với các hạng mục phân loại khuyết tật cụ thể như "tự kỷ" là những nhãn hiệu mang tính miệt thị nhưng không cung cấp nhiều thông tin thực sự nếu có. Điều quan trọng là phải nhận ra rằng tất cả chúng ta, trên thực tế, ai cũng "có khả năng" khác nhau. Mỗi người chúng ta đều có điểm mạnh và điểm yếu cụ thể khiến chúng ta phù hợp ít hoặc phù hợp nhiều hơn với một công việc hoặc nhiệm vụ cụ thể nào đó. Khi chúng ta gặp phải các vấn đề về sức khỏe như bị thương nhẹ hoặc chấn thương nặng, chúng ta có thể trở nên "ít có khả năng hơn" theo một số phương diện khi chúng ta có được cái nhìn sâu sắc và chuyên môn về nó.

Theo những số liệu đo đạc được, một phần ba dân số toàn cầu bị "mất khả năng" vào một thời điểm nào đó trong cuộc đời của họ ngay cả khi sinh ra không có bất kỳ khuyết tật nào được xác định theo chẩn đoán truyền thống. Với việc người lao động lớn tuổi đang chiếm tỷ lệ ngày càng tăng trong dân số, những người đang làm việc và những ứng viên tiềm năng thuộc nhóm này sẽ tiếp tục phát triển.

Tại Vindhya, Ashok nói đùa rằng sức mạnh của anh ấy là sử dụng "tầm nhìn X-quang" để nhìn xa hơn các đặc điểm bề mặt của một công nhân để hiểu sâu hơn về sự phù hợp của họ đối với một công việc cụ thể. Một kết quả quan trọng là, Vindhya đã phát hiện ra rằng thái độ là một yếu tố dự báo thành công tốt hơn nhiều so với năng khiếu. Tuy nhiên, vì năng khiếu dễ đo lường hơn nên các nhà tuyển dụng có xu hướng cho chúng những trọng số không cân xứng khi đánh giá các nhân viên tiềm năng và cơ hội thăng chức.

Nhưng Ashok, với tư cách là một cá nhân, không thể mở rộng quy mô tổ chức của ông được tốt lắm. Điều gì sẽ xảy ra nếu khả năng nhìn thấy điểm mạnh tiềm ẩn ở người khác của ông ấy có thể chuyển từ việc mang lại lợi ích công việc thích hợp cho cộng đồng người khuyết tật Ấn Độ sang những người có khả năng khác nhau khác trên toàn thế giới? Làm thế nào để công nghệ, kết hợp với kiến thức của ông ấy, có thể giúp thúc đẩy nghị lực và lòng nhân ái của cộng đồng người khuyết tật được nhìn nhận một cách rộng rãi hơn?

Một trong những câu trả lời là máy học. Khi được triển khai đúng cách, công nghệ này có thể giúp chúng ta vượt qua những thành kiến về kỳ vọng và nhận thức. Hệ thống máy học có thể nhập một danh sách toàn diện các đặc điểm của một người như là đầu vào cho việc so khớp việc làm. Lịch sử làm việc, đánh giá hiệu suất, câu trả lời cá nhân trên các công cụ chẩn đoán, điểm số trong bài kiểm tra năng khiếu và các chỉ số khách quan và chủ quan khác đều được cân nhắc. Vả lại, đây là tất cả các nguồn dữ liệu mà trước đây không thể truy cập được. Brent Vaughan của Cognoa gọi điều này là "gỡ bỏ sự không đồng nhất trong việc áp đặt nhãn hiệu."

So khớp việc làm chính xác thông qua máy học được minh họa trong hình dưới đây.

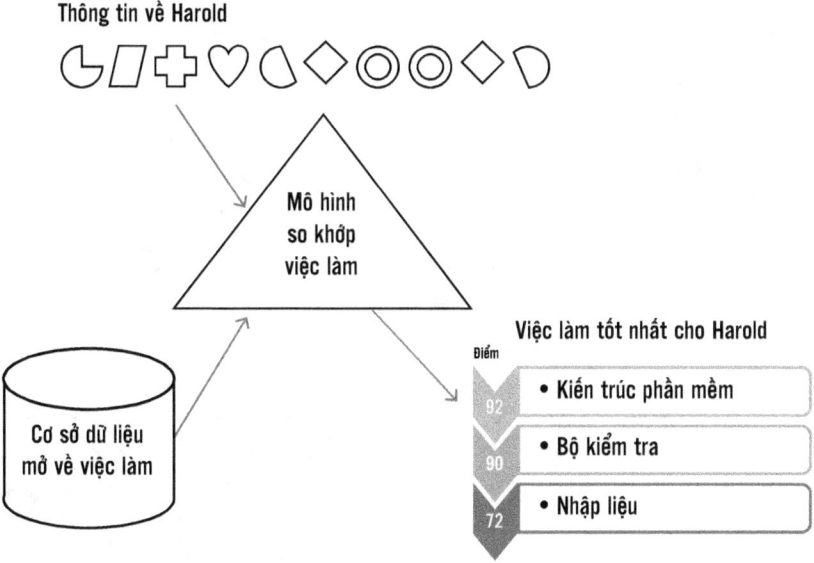

Như chúng ta thấy ở đây, Harold đang tìm kiếm một công việc. Anh ta được đặc trưng bởi một số thuộc tính, có thể bao gồm điểm số trong các bài kiểm tra đánh giá, đánh giá hiệu suất trong các công việc liên quan, số năm anh ta đã làm việc trước đây với tư cách là kỹ sư phần mềm, v.v. Mô hình so khớp việc làm sử dụng AI tính điểm cho Harold đối với từng hạng mục trong cơ sở dữ liệu mở (cũng có chứa thông tin chi tiết về từng hạng mục) và trả về danh sách các kết quả phù hợp nhất.

Một điểm đáng chú ý là các hệ thống máy học có thể học hỏi theo thời gian. Khi các đối tác con người của chúng sửa chữa những sai lầm ban đầu của chúng, chúng sẽ liên tục được cải thiện. Ví dụ, nếu một hệ thống máy học khớp một ứng viên cụ thể vào một vị trí không phù hợp, thông tin này có thể được đưa trở lại hệ thống, xác định điều gì khác biệt về nhân viên đó với những người đã thành công, và có thể sau đó sử dụng những yếu tố đó để thực hiện một sự so khớp tốt hơn trong những lần sau.

Khả năng so khớp công việc được cải thiện theo thời gian được thể hiện dưới đây:

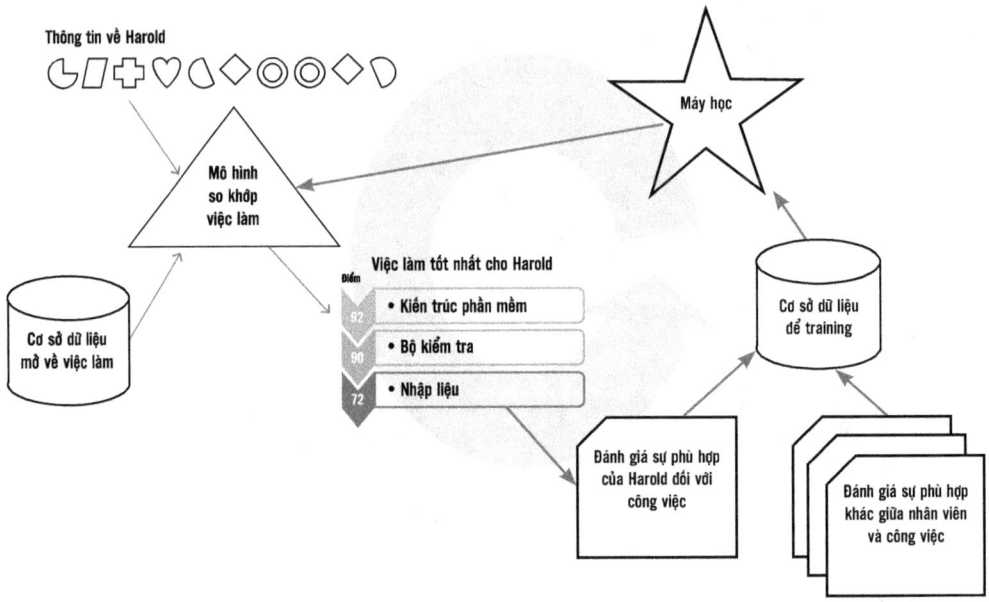

Như được trình bày ở đây, kinh nghiệm của Harold trong công việc được kết hợp với kinh nghiệm của những người khác, mà công nghệ máy học sử dụng để cải thiện mô hình so khớp công việc cho nhân viên trong tương lai. Đây là một quá trình lặp đi lặp lại, cho phép độ chính xác của việc so khớp công việc liên tục được cải thiện theo thời gian.

Ví dụ cuối cùng về AI: một loại hệ thống AI thực hiện xử lý ngôn ngữ tự nhiên hoặc NLP. Như thể hiện trong sơ đồ dưới đây, NLP có thể phân tích các tài liệu về Harold để trích xuất các loại thông tin. Ví dụ, làm thế nào chúng ta có thể biết liệu Harold đã làm việc trong ngành chăm sóc sức khỏe hay chưa? Trước khi NLP ra đời, chúng ta có thể phải nhập tên của tất cả các công ty chăm sóc sức khỏe trên thế giới vào cơ sở dữ liệu và đối chiếu Harold với từng công ty. Bây giờ NLP có thể thực hiện phân tích này một cách tự động.

NLP cũng có thể phân tích tình cảm, phản ánh "tâm trạng" của khối văn bản, ví dụ bức thư tiến cử này thể hiện thái độ tích cực của người tiến cử như thế nào?

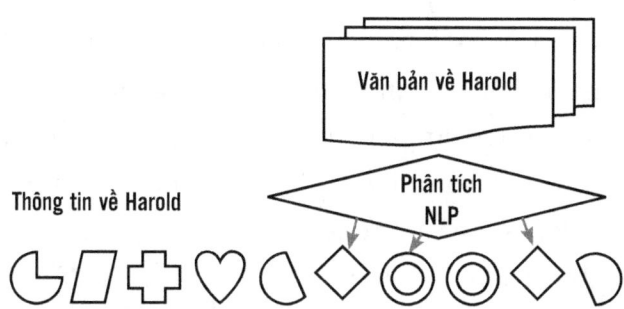

Khả năng này của NLP mở rộng hơn những loại thông tin có thể được sử dụng để so khớp công việc từ thông tin "có cấu trúc" truyền thống như những gì có thể tìm thấy trong cơ sở dữ liệu đến thông tin "phi cấu trúc" từ các văn bản.

Cải tiến trong chẩn đoán: câu chuyện Cognoa

Tại Mỹ, trung bình một bậc cha mẹ có thể phát hiện các dấu hiệu và triệu chứng của bệnh tự kỷ ở con họ (nếu có) khi chúng được mới 14 tháng tuổi. Tuy nhiên, độ tuổi chẩn đoán trung bình là trên 48 tháng tuổi. Sự chậm trễ trong chẩn đoán này có thể tạo ra sự khác biệt lớn khiến trẻ không được điều trị trong thời kỳ phát triển thần kinh quan trọng mà trẻ có thể được hưởng lợi nhiều nhất, đặc biệt là ở các nước đang phát triển nơi tuổi chẩn đoán trẻ hơn rất nhiều.

Mặc dù thường không có nhiều người biết đến, nhưng việc cung cấp chẩn đoán sớm từ hai đến bốn tuổi giúp trẻ nhận được liệu pháp hành vi thích hợp có thể dẫn đến những cải thiện cả đời trong các lĩnh vực chính như ngôn ngữ và giao tiếp xã hội. Các nghiên cứu đã chỉ ra rằng các chương trình can thiệp sớm về hành vi ở trẻ tự kỷ có thể dẫn đến hơn 75% trẻ em được theo học ở các trường chính quy trước sáu tuổi. Nếu trẻ em ở các vùng nông thôn hoặc các nước đang phát triển có ít điều kiện được tiếp cận với giáo dục đặc biệt dành cho các đối tượng có nhu cầu đặc biệt thì việc được đi học tại các trường phổ thông chính quy có thể là một tác động rất lớn.

Cognoa là một công ty y tế kỹ thuật số dựa trên AI, cung cấp cho các bậc cha mẹ một ứng dụng di động để đánh giá và theo dõi sự phát triển nhận thức và hành vi ở con cái của họ. Nó cũng cung cấp cho cha mẹ lời khuyên dựa trên bác sĩ lâm sàng để hỗ trợ sự phát triển của con họ. Cognoa nói rằng công nghệ chẩn đoán của họ sử dụng AI đã được xác nhận nghiêm ngặt trong nhiều nghiên cứu lâm sàng và đã được chứng minh là có thể xác định chứng tự kỷ và chậm phát triển sớm hơn. Công ty gần đây đã nhận được chứng nhận là thiết bị y tế đầu tiên cung cấp chẩn đoán chính về chứng tự kỷ và dự kiến sẽ nhận được đầy đủ giấy phép của FDA vào năm 2018.

Cũng giống như toàn bộ các tình trạng khác của con người, tự kỷ là một tình trạng không đồng nhất, nghĩa là không có hai người tự kỷ nào giống hệt nhau cả, và phần lớn là hoàn toàn khác nhau. Vì lý do này, việc chẩn đoán và điều trị chứng tự kỷ có thể đặc biệt khó khăn. Để giải quyết vấn đề này, Cognoa cũng sử dụng máy học theo một cách hơi khác so với so khớp việc làm chính xác như đã mô tả ở trên (mặc dù có sự hiệp lực đáng kể). Phần mềm của công ty này xác định các mẫu thuộc tính ở trẻ em, nhưng thay vì khớp chúng với một công việc, công nghệ của công ty xác định liệu những thuộc tính đó có thể chỉ ra chẩn đoán tự kỷ hoặc các trường hợp chậm phát triển khác hay không, và sử dụng chúng để đề xuất các hoạt động điều trị đặc thù.

Lộ trình của công ty bao gồm cải tiến liên tục đối với công nghệ chẩn đoán, sử dụng một danh sách các thuộc tính ngày càng được thêm thắt, kết hợp với AI ngày càng tinh vi. Vì nhiều triệu chứng mà nó mã hóa cũng là chẩn đoán của các bệnh khác như ADHD và OCD nên Cognoa cũng đang nỗ lực mở rộng công nghệ chẩn đoán của mình vào các lĩnh vực khác ngoài bệnh tự kỷ. Giám đốc điều hành Brent Vaughan nói: "Chúng ta cần phải mò kim đáy bể, và nếu bạn muốn làm điều đó, AI / ML là công cụ phù hợp nhất."

Tương lai của lòng trắc ẩn

Kể từ năm 1947, đã có 59 diễn viên đã giành được giải Oscar khi thể hiện các vai là người bị khuyết tật[39]. Vì sao lại như vậy? Tình trạng khuyết tật đã gây nên một cú hít đầy ấn tượng, và chiến thắng của những người khuyết tật trước nghịch cảnh đã tạo nên những câu chuyện hấp dẫn. Nhưng yếu tố này không phải giới hạn chỉ ở Hollywood. Và, như Naoki Higashida viết trong quyển sách *Vấp Ngã Bảy Lần, Đứng Dậy Tám Lần*, người khuyết tật có một vai trò quan trọng trong xã hội nói chung thông qua cách làm tăng lòng trắc ẩn trên toàn thế giới[40].

Tại Vindhya, Pavithra và Ashok Giri không có mối quan hệ trực tiếp với những người khuyết tật hiện diện trong gia đình họ, vì vậy họ thường được chất vấn về động lực thành lập công ty. Câu trả lời của họ là: "Chúng tôi có lòng trắc ẩn, và nếu bạn có điều đó, bạn có thể làm được tất cả." Vindhya gặp khó khăn trong những năm đầu thành lập và cạn nguồn tài chính để phát lương cho năm nhân viên duy nhất của mình. Vì vậy, năm nhân viên đó đã đồng ý làm việc chỉ với tiền lương đủ trả cho vé xe buýt và ăn trưa. Sự cống hiến này đã được đền đáp: họ đã trở thành lực lượng cốt lõi của hơn 1.400 nhân viên ngày nay. Hơn nữa, Ashok nói, "Trong 11 năm, chúng tôi chưa bao giờ mất khách hàng." Đây là một đặc điểm hoàn toàn chưa từng có trong thế giới thương mại truyền thống và thể hiện một lực tác động mạnh mẽ mà khi được khai thác, nó có tiềm năng vô cùng to lớn.

Điểm mấu chốt là, một hệ sinh thái các tổ chức hoạt động hướng tới những mục đích chung sẽ rất mạnh mẽ ở mức độ mà các mục tiêu tài chính thuần túy không thể đạt được. Các phong trào chính trị có thể huy động hàng triệu người làm việc không lương, vậy tại sao không kết hợp những gì tốt nhất của

---

[39] *http://www.indiewire.com/2017/09/actors-oscar-nomina-disabilities-afflic-tions-1201879957/*

[40] *https://ferosevr.com/dierencely-abled-people-remind-us-value-compassion/*

cả hai thế giới, mang lại ý thức về mục đích và lòng nhân ái cho thế giới việc làm? Vì thế, không có lý do gì mà chúng lại tách biệt chúng khỏi nhau.

Công nghệ trí tuệ ra quyết định là cầu nối từ lý thuyết đến thực hành

Công nghệ trí tuệ ra quyết định (DI)[41] là một công nghệ giúp thu hẹp khoảng cách từ lý thuyết đến thực hành: làm sáng tỏ AI để nó có thể được sử dụng trong bối cảnh thực tế. DI sử dụng AI, dữ liệu và chuyên môn của con người để hỗ trợ các tổ chức khi họ lập luận thông qua các chuỗi quan hệ nhân quả phức tạp từ chính sách và hành động cho đến kết quả kinh doanh. Các chuỗi này có thể bao gồm các liên kết nhân quả "mềm" cũng như các liên kết tài chính truyền thống[42].

Đặc biệt, mô hình DI có thể chỉ ra rằng mặc dù khoản đầu tư vào việc tuyển dụng người khuyết tật có thể tốn kém hơn trong ngắn hạn, nhưng nó tạo ra giá trị đáng kể về lâu dài thông qua việc giảm tiêu hao, tăng năng suất, nâng cao tinh thần và động lực cho một lực lượng lao động được thúc đẩy bởi lòng trắc ẩn ngày càng cao.

Lợi ích thứ cấp của DI là nó cho phép hiểu các mô hình kinh doanh phức tạp hơn, và các giả định mà chúng phụ thuộc được hiện ra rõ ràng, được xác thực và theo dõi khi chúng thay đổi theo thời gian. Đặc biệt, để các tổ chức đánh giá được đầy đủ giá trị của việc tuyển dụng người khuyết tật, họ phải:

1. hiểu các yếu tố mềm bên trong doanh nghiệp dẫn đến cải thiện hiệu quả tài chính như đã nêu trên.

2. lập mô hình "ba hiệu quả" bao gồm tác động tài chính, xã hội và môi trường.

---

[41] *https://en.wikipedia.org/wiki/Decision_Intelligence*

[42] *https://www.youtube.com/watch?v=VXZ-HDsIB-0*

3. mô hình hóa các tác nhân bên ngoài để hiểu ảnh hưởng của một tổ chức đối với những môi trường lớn hơn nó về thị trường, cạnh tranh, và xã hội, giúp nó hiểu rằng các tác nhân đó có thể tạo ra lợi ích "boomerang" cho nó về lâu dài như thế nào. Điều này trái ngược với nhiều công ty truyền thống đã bắt đầu bằng cách giả định rằng nguồn lực là vô hạn. Lối suy nghĩ hạn chế này ngày nay đang gây ra những tác động tiêu cực đến xã hội và môi trường. DI trao quyền cho các tổ chức các công cụ để chủ động mô hình hóa các yếu tố này.

4. có khả năng tìm thấy "sweet spot" (sự kết hợp tối ưu) giữa lợi nhuận và mục đích, nơi có thể đáp ứng đồng thời cả mục tiêu tài chính và xã hội. Các tổ chức luôn vận hành trong các hệ thống phức tạp và phi tuyến tính, cho nên các công cụ phi trí tuệ nhân tạo sẽ không có khả năng làm việc cùng với các chuyên gia con người để giải quyết một vấn đề phức tạp như vậy.

Ví dụ, chúng ta hãy xem xét cách một tổ chức có thể xác định tác động chi phí / lợi ích của việc đào tạo chuyên biệt cần thiết để tuyển dụng một ứng viên tiềm năng mắc chứng tự kỷ. Tổ chức đó có thể muốn xem chi phí để đào tạo một ứng viên là bao nhiêu và sau đó dự kiến tác động năng suất hoặc lợi ích khác mà tổ chức có thể mong đợi sẽ thu được.

Tổ chức này có thể sử dụng DI để xây dựng một mô hình nắm bắt các giả định và số liệu như chi phí đô-la cho một giờ đào tạo, trình độ kỹ năng hiện tại và mục tiêu của ứng viên hoặc nhóm ứng viên, và số giờ dự kiến cần thiết để đạt được mức độ kỹ năng mục tiêu. Khi đã xây dựng được mô hình ban đầu rồi, tổ chức này có thể thử nghiệm các kịch bản khác nhau bằng cách tùy chỉnh mức đầu tư, chi phí, biến số hoạt động và (hoặc) kết quả mong muốn.

Ví dụ: dựa trên kinh nghiệm như là một tổ chức, nó có thể thêm chi phí dự kiến cho việc bỏ lỡ thời hạn của một dự án vào mô hình. Các kịch bản khác nhau có thể được điều chỉnh trong thời gian thực và kết quả được thể hiện trực quan. Ví dụ, độc giả hãy vui lòng xem mô hình DI tương tác ở phần chú thích cuối trang cho thấy cách suy nghĩ về một chương trình đào tạo như thế nào[43].

Nền tảng

Một động lực công nghệ khác thúc đẩy một hệ sinh thái những người lao động đa dạng là các nền tảng dựa trên công nghệ đám mây. Cũng giống như Amazon cung cấp một nền tảng để so khớp người mua với người bán, một "amazon ngược" có thể so khớp người cho với người nhận, hoặc người lao động với công việc. Và cũng giống như nền tảng Amazon sử dụng AI để tận dụng nhóm hàng "số lượng ít nhưng giá trị cao", một nền tảng mã nguồn mở cũng có thể làm điều tương tự để kết hợp các việc làm "số lượng ít nhưng giá trị cao" với các nhiệm vụ "số lượng ít nhưng giá trị cao". "So khớp sâu hai mặt" này được hỗ trợ bởi AI có tiềm năng rất to lớn.

Một nền tảng thường vừa là một hệ thống phần mềm vừa là một mô hình kinh doanh. Điển hình nhất là nền tảng "kép", tạo thành một nơi để người mua gặp người bán, nhà phát triển gặp người mua ứng dụng, v.v. Một nền tảng phần mềm thường chứa những chức năng có thể được sử dụng lại bởi nhiều công ty khác. Có lẽ nền tảng quen thuộc nhất là máy tính cá nhân: không cần phải có một máy riêng để xử lý văn bản, một máy cho bảng tính, và một máy chơi trò chơi. Thay vào đó, cùng một màn hình, bàn phím và các bộ phận khác hợp lại có thể phục vụ nhiều mục đích khác nhau. Nhưng điều này không phải luôn luôn đúng. Khi công nghệ máy tính mới ra đời, các chức năng này thực sự được tách biệt. Bạn có thể mua một bộ xử lý văn bản riêng biệt, một máy kế toán, và một bảng điều khiển trò chơi.

Gần đây hơn, khái niệm này đã mở rộng sang các nền tảng toàn cầu như Amazon.com, Alibaba và những nền tảng khác tận dụng Internet để thống nhất tiếp thị, bán hàng, thanh toán, hàng tồn kho và các danh mục phần mềm

---

[43] *www.di-everywhere.com/annocting-interactive-web-based-decision-intelligence/*

kinh doanh khác biệt trước đây cho phép người mua tìm thấy người bán, và người bán quản lý doanh nghiệp của họ và các mối quan hệ kinh doanh.

Mô hình nền tảng này cũng áp dụng cho hệ sinh thái được mô tả ở đây. Nó có thể vừa là một mô hình trong đó các hệ thống sẽ được nhiều công ty phát minh lại một cách riêng biệt có thể truy cập vào một dịch vụ trung tâm. Một nền tảng có thể giúp người lao động so khớp với những công việc mà họ có đủ điều kiện độc nhất. Các nhà tuyển dụng, các công ty cung cấp nhân lực thuê ngoài BPO phục vụ người lao động khuyết tật và những người khác có thể tận dụng AI để tối ưu hóa khả năng so khớp công việc, có thể sử dụng công nghệ phân tích ngôn ngữ tự nhiên để giúp đào tạo và giám sát các nhân viên có nhu cầu đặc biệt, phát triển các mô hình DI để hỗ trợ xây dựng tình huống kinh doanh cho việc tuyển dụng, v.v.

Tuy nhiên, có sự khác biệt rất sâu sắc giữa thị trường nền tảng mới nổi này và quỹ đạo phát triển nền tảng truyền thống. Các công ty tiên phong trong lĩnh vực này được thống nhất bởi lòng trắc ẩn, mục đích và mong muốn phục vụ tất cả các bên liên quan của họ. Động lực của phong trào mới nổi này bắt nguồn từ các giá trị dường như trái ngược với phần lớn trọng tâm của những ngành công nghệ chính thống là đạt được sức mạnh thị trường để phục vụ lợi ích tài chính cá nhân.

Những người tiên phong mới nổi lên gần đây

Để thúc đẩy kiểu thay đổi trong suy nghĩ được mô tả trong chương này, chúng ta đòi hỏi phải có sự vận động bền bỉ và kiên nhẫn trong nhiều năm. Ferose đã trình điều này bày rõ ràng qua bảy bước:

1. **Vận động chính sách**: Pháp luật là trọng tâm để đảm bảo mọi công dân đều có quyền bình đẳng về cơ hội. Tám mươi lăm quốc gia trên thế giới có luật về người khuyết tật. Tuy nhiên, nhiều bộ luật này đã lỗi thời. Mặc dù hợp tác với các chính phủ để xây dựng luật hòa nhập là rất quan trọng nhưng việc hợp tác song song với các công ty để dẫn đầu nỗ lực này cũng có thể có ý nghĩa lớn. Ví dụ, nhà hoạt động

người Ái Nhĩ Lan Caroline Casey[44] đang nỗ lực thuyết phục 500 CEO ký cam kết hòa nhập để đưa người khuyết tật trở thành một hạng mục trong chương trình nghị sự của hội đồng quản trị, cũng như việc nhiều công ty bắt buộc phải có ít nhất một phụ nữ là thành viên trong hội đồng quản trị.

2. Nhận thức: Mẫu số chung thấp nhất cho mọi vấn đề là nhận thức. Khi mọi người nhận thức rõ hơn, họ trở nên nhạy cảm hơn, và khi họ nhạy cảm hơn, họ sẽ hành động. Hội nghị thượng đỉnh ở Ấn Độ về vấn đề hòa nhập là sự kiện thường niên nhằm nâng cao nhận thức về khả năng của "người khuyết tật". Hội nghị tập hợp mọi tầng lớp xã hội lại và cho họ quyền tham gia hội nghị miễn phí với phương châm là "Mọi người ai cũng đều giỏi một cái gì đó."

3. Can thiệp sớm: Người khuyết tật càng sớm cảm thấy có một con đường đầy hy vọng cho tương lai trước mắt thì càng tốt đối với họ. Chẩn đoán sớm tình trạng bệnh tật là rất quan trọng để đưa ra các biện pháp can thiệp cần thiết, đặc biệt là đối với các trường hợp thiểu năng trí tuệ. Những cô gái sinh ra nghèo và khuyết tật từng có một viễn cảnh rất đáng sợ ở Ấn Độ, và đôi khi bị cha mẹ chúng bỏ rơi. Vindhya đã yêu cầu cộng đồng của mình đưa những đứa bé ấy về tổ chức của mình. Một tia sáng hy vọng khác ở đây: Cognoa cũng là một công nghệ mạnh mẽ để chẩn đoán sớm (đối với tự kỷ, ADHD, chứng khó đọc và các khuyết tật trí tuệ khác) dẫn đến việc can thiệp chủ động hơn.

4. Giáo dục: Người khuyết tật cần các chương trình giáo dục đặc thù. Tuy nhiên, nhiều tổ chức nổi tiếng lại không thân thiện với người khuyết tật. Để thực sự mang lại cơ hội bình đẳng cho người khuyết tật, tất cả các chương trình đào tạo giáo dục phải mang tính hòa nhập. Cơ hội mà một người câm điếc từ Ấn Độ có thể vào học ở trường IIT hoặc Harvard là bao nhiêu? Chúng ta không bao giờ thiếu khả năng mà chỉ

---

[44] https://en.wikipedia.org/wiki/Caroline_Casey_(activist)

luôn không có khả năng cung cấp một sân chơi bình đẳng cho người khuyết tật.

5. Việc làm: Nhiều người khuyết tật nhận thấy việc làm là ngõ cụt cho khát vọng nghề nghiệp của họ. Sau việc phải chật vật với hệ thống giáo dục, kế đến là sự thờ ơ lãnh đạm và thiếu cởi mở của các nhà tuyển dụng đồng nghĩa với hơn 90% người khuyết tật trên thế giới vẫn thất nghiệp. Sự so khớp công việc, như đã thảo luận ở đây, cũng như các chương trình như *Tự kỷ nơi làm việc của SAP* (AaW) và *Những người có khả năng khác nhau*[45], đại diện cho một bước tiến quan trọng. Jack Markell, thống đốc bang Delaware, nói: "Khi tập trung vào khả năng, thay vì khuyết tật, mọi người có thể đạt được những điều đáng kinh ngạc… , và bạn đang biến đổi cuộc sống của rất nhiều gia đình. Thật khó để định giá cho điều đó." Bạn có thể tìm thấy video đầy cảm hứng về chương trình này tại https://www.youtube.com/watch?v=_A_zFVJvXaw.

6. Lối sống: Người khuyết tật cũng có nguyện vọng như những người được gọi là bình thường. Giúp người khuyết tật hình dung ra con đường sống của họ và hiểu rằng có hy vọng về một tương lai hạnh phúc, với hôn nhân, một nghề nghiệp yêu thích là điều cơ bản để sống một cuộc sống có phẩm giá và hạnh phúc. Thông thường, những vấn đề này chỉ là những suy nghĩ xa vời vì chúng được coi là không khả thi từ khía cạnh kinh doanh. Một câu chuyện thành công ở đây là Inclov, một ứng dụng tìm kiếm bạn đời (và cuối cùng là kết hôn) tập trung vào những người khuyết tật. Ứng dụng đó đã thay đổi ranh giới của việc tìm kiếm bạn đời ở Ấn Độ[46].

---

[45] *https://www.sap.com/corporate/en/company/diversity/dierencely-abled.html*

[46] *https://economictimes.indiatimes.com/magazines/panache/disabled-community-wonders-why-a-separate-matchmaking-app-is-needed-for-them/articleshow/61610259.cms*

7. Cuộc sống cần có hỗ trợ: Một trong những thách thức phổ biến nhất đối với tất cả các bậc cha mẹ có con bị tàn tật và phải lệ thuộc là nghĩ về cuộc sống của con họ sẽ như thế nào sau khi họ chết. Mặc dù tạo niềm tin và đảm bảo tự do tài chính là điều mà hầu hết các bậc cha mẹ có điều kiện đều làm, nhưng đa số không có lựa chọn nào khác. Tình trạng khuyết tật cũng gia tăng vào cuối cuộc đời, vì vậy các phương tiện và nguồn lực hỗ trợ cho một cuộc sống cần sự hỗ trợ đặc biệt là rất cần thiết.

Trong phần còn lại của chương này, chúng tôi mô tả ba công ty tiên phong đang làm việc cùng nhau trong một hệ sinh thái toàn cầu để thúc đẩy sự phát triển của các bước trên.

Specialisterne và SAP

Chúng ta hãy xem xét mối quan hệ đối tác giữa công ty SAP và doanh nghiệp xã hội Specialisterne. Trong nhiệm kỳ là Giám đốc điều hành của SAP Labs India, Ferose đã mời người sáng lập Specialisterne là Thorkil Sonne đến nói chuyện với các nhân viên của ông tại Bangalore vào năm 2012. Thorkil, người cũng đã đóng góp một chương cho quyển sách này, nói về kinh nghiệm của ông ấy khi là cha mẹ của một đứa trẻ tự kỷ và những lo lắng mà ông ấy chia sẻ với các bậc cha mẹ khác. Làm thế nào họ có thể chuẩn bị cho con cái của họ chăm sóc bản thân khi cha mẹ chúng không còn ở đó để giúp đỡ chúng nữa? Con trai ông đã không thể giao tiếp một cách có hiệu quả. Chứng tự kỷ hạn chế khả năng tương tác của nó với người khác. Làm thế nào nó sẽ tìm được một công việc? Ai sẽ sẵn sàng thuê nó và thực hiện những công việc cần thiết để đào tạo và giám sát nó? Có rất nhiều điều mà con trai ông sẽ không bao giờ có thể làm được.

Khi Thorkil suy nghĩ về những câu hỏi này, ông ấy nhận ra rằng đó là những câu hỏi sai lầm. Ông quyết định tập trung lại vào những điều mà con trai ông và những đứa trẻ khác giống vậy CÓ THỂ làm và trên thực tế, làm rất tốt. Và ông ấy đã thành lập một trong những nhóm vận động tiến bộ và hiệu quả nhất để đưa những người tự kỷ và những người có hoàn cảnh khó khăn khác vào lực lượng lao động, được gọi là Specialisterne, có nghĩa là "Chuyên gia".

Nhiều người mắc chứng ASD có những kỹ năng và khả năng tuyệt vời khiến họ rất thích hợp với những công việc cụ thể có giá trị đối với nhà tuyển dụng. Ví dụ về những khả năng đó là trí nhớ thị giác chính xác và bền bỉ đến bất thường, khả năng lặp lại các quá trình rất chính xác, khả năng phát hiện các sai lệch trong các mẫu. Thorkil bắt đầu suy nghĩ về cách những kỹ năng và khả năng đó có thể phù hợp với một số yêu cầu trong các công ty công nghệ như công ty mà anh điều hành vào thời điểm đó.

Ngay cả trong bối cảnh có sự hỗ trợ của tự động hóa, nhiều tác vụ quan trọng trong việc viết, tạo mẫu, thử nghiệm và xây dựng phần mềm vẫn đòi hỏi sự tham gia và đánh giá của con người. Nhiều nhiệm vụ trong số đó đòi hỏi một mức độ chuyên môn cụ thể (và đắt tiền) thường chỉ tìm thấy ở những nhân viên làm những công việc có mức độ ưu tiên cao hơn. Các quy trình liên quan thường lặp đi lặp lại và thách thức ngay cả những công nhân có tay nghề cao phải duy trì sự tập trung cần thiết trong một thời gian dài.

Vindhya

Như đã giới thiệu ở trên, Vindhya là một công ty tiên phong trong việc tìm kiếm việc làm không chỉ cho những cá nhân khuyết tật có chức năng cao mà cho tất cả những người bị khuyết tật. Trong lịch sử 11 năm hoạt động, công ty đã có được một số thông tin chi tiết quan trọng:

1. Tuyển dụng tất cả những người nộp đơn, miễn là họ vượt qua bài kiểm tra sàng lọc thái độ cơ bản. Công ty có thể tìm được việc làm ngay cả cho một người chỉ có một ngón tay.

2. Chuyển đổi khuyết tật thành khả năng. Ashok nói rằng một người khiếm thính ít mất tập trung hơn, và anh ấy nói đùa rằng một người ngồi trên ghế lăn ít nghỉ để đi hút thuốc hơn.

3. Hiểu rằng một nhóm người có những khuyết tật khác nhau thường có tác động lan tỏa lớn. Một người khiếm thính làm việc với một người

khiếm thị sẽ cảm thấy lòng trắc ẩn của chính họ đối với người khiếm thị này và do đó giảm bớt cảm giác bị tàn tật của bản thân. Ngoài ra, các nhóm người khuyết tật thường sẽ làm việc cùng nhau theo cách hỗ trợ và bổ sung tốt cho nhau.

4. Hiểu được sức mạnh của lòng biết ơn và lòng trắc ẩn, những thứ tạo ra động lực, năng suất và lòng trung thành của khách hàng và nhân viên.

5. Bạn phải có một người cầm cờ tiên phong: một người để xúc tác cho một nỗ lực như thế này.

Một hệ sinh thái bắt đầu nổi lên

Mỗi bước khởi đầu vẫn tiếp tục theo cách riêng của nó, nhưng mỗi một bước khởi đầu cũng được kết nối sâu sắc với các bước khởi đầu tiếp theo, thông qua các chủ đề bao gồm công nghệ, các mối quan hệ lâu dài và ý thức chia sẻ về lòng trắc ẩn và mục đích. Theo một mô hình chung trong công nghệ, một loạt các phương pháp tiếp cận khác nhau đối với một vấn đề đã chuyển sang giai đoạn "hội tụ" trong đó những người tham gia nhận ra rằng "bánh xe đang được phát minh lại" (một cách không cần thiết). Điều này thường tạo cơ sở cho một nền tảng dưới dạng công nghệ như Amazon và (hoặc) hệ sinh thái (Keiretsu) của các công ty có cùng chí hướng làm việc với nhau hướng tới một mục tiêu chung.

Và mục tiêu chung là một động lực mạnh mẽ. Phần lớn các cá nhân trong một công ty cụ thể có thể được khích lệ bởi một nhà lãnh đạo với tầm nhìn mạnh mẽ, nhưng các công ty riêng biệt cũng có thể tìm thấy sự hợp lực mạnh mẽ bằng cách làm việc cùng nhau trong một hệ sinh thái. Các hệ sinh thái thương mại thuần túy, chẳng hạn như mạng đối tác của Microsoft hoặc Apple, có thể mang lại cảm giác thân thiện mạnh mẽ. Nhưng hệ sinh thái hòa nhập mà chúng tôi mô tả ở đây cảm thấy mạnh mẽ hơn về mặt định tính. Một cái nhìn đầy khát vọng về hệ sinh thái đó được thể hiện trong sơ đồ:

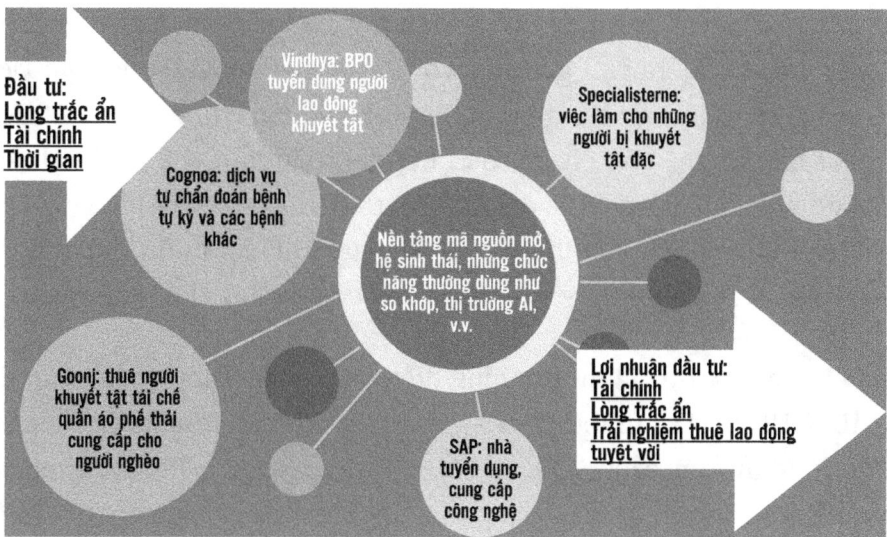

Vượt qua rào cản để làm nên thay đổi

Tầm nhìn được mô tả ở trên là rất hấp dẫn, nhưng nó đòi hỏi một năng lượng đáng kể để hiện thực hóa ở quy mô toàn thế giới nhằm đáp ứng nhu cầu của người khuyết tật ở mọi khả năng. Một số rào cản đối với sự thay đổi được minh họa trong hình bên dưới.

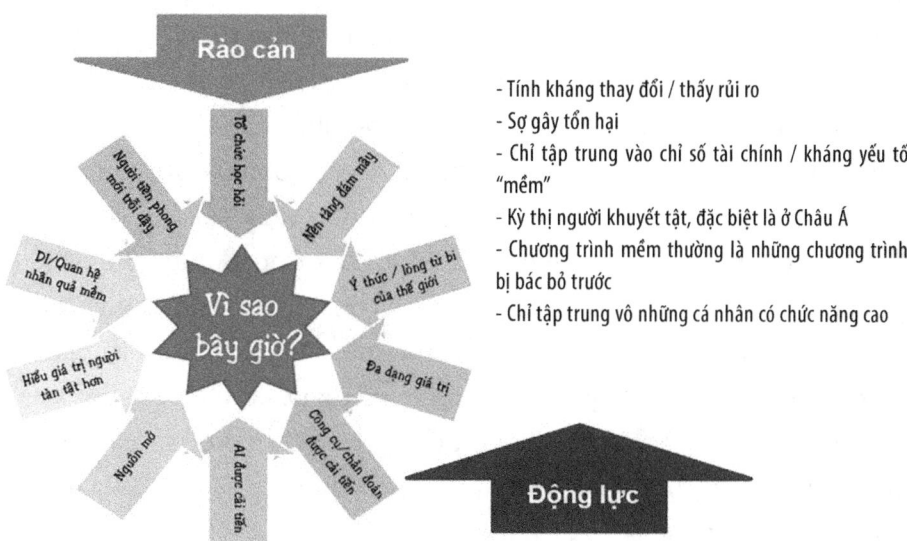

- Tính kháng thay đổi / thấy rủi ro
- Sợ gây tổn hại
- Chỉ tập trung vào chỉ số tài chính / kháng yếu tố "mềm"
- Kỳ thị người khuyết tật, đặc biệt là ở Châu Á
- Chương trình mềm thường là những chương trình bị bác bỏ trước
- Chỉ tập trung vô những cá nhân có chức năng cao

Vượt qua những rào cản này đòi hỏi những nỗ lực bền bỉ từ nhiều hướng. Dựa trên cuộc trò chuyện gần đây với John Hagel của Trung tâm *Deloitte Center for the Edge*, một thông tin chi tiết khá quan trọng được tiết lộ: cách duy nhất bạn có thể thực hiện các phép biến đổi quy mô lớn là thực hiện một phép biến đổi từ ngoài và để phần lõi từ từ di chuyển ra phía rìa. Lý do là sự phá vỡ, đương nhiên, sẽ phá vỡ. Vì vậy, ngay khi một bước khởi đầu của sự chuyển đổi có thể nhìn thấy, nó sẽ thu hút các "kháng thể" của các tổ chức.

Chiến lược của Ashok là một trường hợp điển hình. Thay vì cố gắng thuyết phục IBM, HP, SAP và nhiều công ty khác thay đổi phương thức tuyển dụng của họ, ông ấy tìm cách "giải quyết vấn đề hòa nhập" từ bên ngoài cho Fortune 5000, cung cấp một văn phòng dịch vụ chuyên gia để loại bỏ thách thức này của họ.

Một chiến lược khác là nhận ra rằng những thay đổi nhỏ hàng ngày có tác dụng thúc đẩy thay đổi hành vi tốt hơn những bước khởi đầu đào tạo lớn nhưng ít thường xuyên hơn. Vì lý do này, các ứng dụng như Cognoa không chỉ là một huấn luyện viên: công nghệ tiên tiến này cho phép có một công cụ thay đổi hành vi hàng ngày, được tùy chỉnh cho từng bệnh nhân cụ thể. Cognoa sử dụng AI để phân tích, hiểu một đứa trẻ cụ thể thay vì đưa ra những lời khuyên có mục đích chung chung. Nó sử dụng các dữ liệu về độ tuổi, giai đoạn phát triển, các mốc quan trọng trong tương lai của trẻ cũng như các điểm mạnh và điểm yếu về hành vi và sự phát triển. Cha mẹ sử dụng Cognoa để theo dõi và hỗ trợ các mốc phát triển và hành vi của con em mình thông qua các đề xuất được cá nhân hóa của ứng dụng như các hoạt động "làm bánh mì sandwich" để xây dựng tính độc lập và tự tin cũng như các kỹ năng lập luận và giao tiếp. Một hoạt động khác "Diễn theo sách truyện" phục vụ cho những phát triển về xã hội và tình cảm cũng như lời nói và ngôn ngữ. Đây là những hoạt động mà mọi phụ huynh có thể làm ở nhà với con cái mình hàng ngày, và Cognoa cũng giải thích lý do tại sao nên làm vậy; đó là, những hoạt động cụ thể đó có thể giải quyết và cải thiện được những thuộc tính phát triển và hành vi nào, được thiết kế bởi các chuyên gia nhi khoa lâm sàng.

Đây là nơi diễn ra sự thay đổi bởi động cơ từ công nghệ: sử dụng thông tin và trải nghiệm thời gian thực được cá nhân hóa, giúp tạo ra các mục tiêu và kết quả phía trước. AI và máy học, kết hợp với khả năng tiếp cận dễ dàng và hiệu quả của điện thoại thông minh, sẽ cải thiện đáng kể các lộ trình và kênh chăm sóc. Chắc chắn khi nói đến đa dạng thần kinh, mỗi cá nhân là duy nhất, và điều này thì cực kỳ mạnh mẽ.

Kết luận và tuyên ngôn

Nhờ vào những cải tiến gần đây về công nghệ (Internet, AI, máy học, xử lý ngôn ngữ tự nhiên, DI), cùng với ý thức toàn cầu đang thay đổi, chúng ta đã đạt được một cột mốc quan trọng về cách người khuyết tật tiếp cận việc làm và nguồn tài nguyên. Tất cả chúng ta đang quan sát sự thay đổi này kết tinh theo những cách khác nhau, nhưng sự trải nghiệm của chúng tôi đã chia sẻ với các bạn một số chủ đề chung một cách đáng ngạc nhiên. Chúng tôi chia sẻ những niềm tin sau:

1. Lợi ích của việc tuyển dụng người khuyết tật (bao gồm chi phí thấp hơn, năng suất tốt hơn đối với một số nhiệm vụ, tập trung cao hơn, v.v.), khi được thực hiện đúng, sẽ lớn hơn chi phí, ngay cả khi chỉ xét riêng kết quả tài chính.

2. **Tiền bạc là một đại diện xấu cho hạnh phúc.** Khi nhận thức này lan rộng khắp thế giới và khi dữ liệu cung cấp cho chúng ta cái nhìn sâu sắc hơn về thực tế, một sự thay đổi lớn đang bắt đầu.

3. Bên trong mô hình kinh doanh của hầu hết các công ty, các liên kết nhân quả "**mềm**", thường nằm trong các vòng thông tin phản hồi, tạo thành "động cơ vô hình" thúc đẩy lợi nhuận thậm chí chỉ dựa vào tài chính truyền thống. Việc làm cho hiện rõ ra bên ngoài và "công khai hóa" những giá trị kinh doanh của mục đích và lòng trắc ẩn sẽ ngày càng quan trọng hơn đối với tất cả các công ty trên toàn thế giới.

4. Khái niệm "**khuyết tật**" **bị đơn giản hóa quá mức** đến mức để lại những cơ hội lớn trên bàn cho cả người sử dụng lao động lẫn người lao động. Việc giải nén sự đơn giản hóa này có giá trị to lớn.

5. Với cùng một lý do rằng "y học chính xác" có sức mạnh, thì "**việc làm chính xác**" cũng có thể là như vậy: sử dụng một vectơ chi tiết hơn nhiều về các khả năng cụ thể chứ không phải là một nhãn tổng hợp chung chung như "bệnh tự kỷ", "chứng khiếm thị", hay "chứng khiếm thính".

6. Không giống như công nghệ truyền thống, các tổ chức trong không gian này được thúc đẩy bởi ý thức chung về **mục đích** cũng như mục tiêu tài chính.

7. **Lòng trắc ẩn và lòng biết ơn** đặc biệt mạnh mẽ và được nâng cao khi có sự hiện diện của người khuyết tật tại nơi **làm việc.**

8. "Đa hiệu quả kinh doanh" này, khi được quản lý tốt, đại diện cho một siêu quyền lực, sẽ là hình mẫu cho các thị trường của nửa sau thế kỷ 21.

9. AI, bao gồm xử lý ngôn ngữ tự nhiên và máy học, có các khả năng đáng kể để so khớp người lao động với "công việc hoàn hảo".

10. Thật vậy, những công nghệ mới này rất cần thiết để triển khai việc so khớp công việc **tùy nấc thang**: lên cao hay xuống thấp suốt chiều dài của phổ khả năng và rộng khắp trên toàn thế giới.

11. Mô hình triển khai mạnh mẽ nhất (và do đó không thể tránh khỏi) cho các khả năng trên là như một hệ sinh thái **dựa trên nền tảng**: một sự sắp xếp theo kiểu hub-and-spoke trong đó công nghệ và cơ sở vật chất cần thiết thường được cung cấp ở cùng một nơi (thay vì được phát minh hay bố trí lại ở nhiều nơi) và làm giảm nỗ lực cần thiết để đưa ra một sáng kiến mới.

12. Một nền tảng như vậy có thể được sử dụng để **cho đi** cũng như mua lại (khớp với thời gian và nguồn lực của bạn theo cách tốt nhất mà bạn có thể hỗ trợ).

13. Nhiều kết quả kinh doanh cuối cùng sẽ làm tăng thêm tính phức tạp đòi hỏi các công cụ mới để quản lý. Liên kết nhiều hệ thống máy học trong một chuỗi nhân quả, và hiểu các hiệu ứng phức tạp của hệ thống (**Trí tuệ ra quyết định DI**) là một phương pháp luận cần thiết để thực hiện thử thách tiếp theo này.

14. **Trao quyền** cho nhân viên đưa ra quyết định của riêng họ, và cha mẹ giúp con cái họ tự chẩn đoán là một vai trò quan trọng của công nghệ.

15. Các can thiệp **hành vi** đang ít được chú ý hơn các can thiệp y tế, và do đó có nhiều hứa hẹn.

16. Cải tiến được thực hiện tốt nhất là "**từ ngoài rìa**". Các dịch vụ dành cho người khuyết tật có giá trị theo đúng nghĩa của chúng nhưng cũng tạo thành "cái rìa" của một thị trường lớn hơn để phù hợp với tất cả những người "không bị khuyết tật" khác nhau.

17. **Các doanh nghiệp lớn** là thị trường ban đầu tốt cho nhiều dịch vụ này (như công nghệ giúp chẩn đoán và so khớp việc làm). Có một sức mạnh tổng hợp tự nhiên giữa sự đổi mới trong một công ty khởi nghiệp với nhu cầu đáng kể của các công ty lớn hơn.

18. Các cách tiếp cận được mô tả ở đây có giá trị cho cả người lao động được trả lương lẫn tình nguyện viên, cho cả công việc dài hạn cũng như các nhiệm vụ nhỏ hơn.

19. Trong một thế giới phức tạp, với nhiều tổ chức làm việc trong một hệ sinh thái thay đổi liên tục, một người lao động có thể không biết đóng góp của họ có ảnh hưởng như thế nào đến tổng thể. Vì ý thức về mục đích và sự kết nối với tổng thể đó sẽ là cảm giác hạnh phúc quan trọng cho nên tầm quan trọng của việc hình dung rõ ràng về cách các nhiệm vụ và công việc phù hợp với chuỗi sự kiện có tác động sẽ ngày càng rõ ràng hơn. Công nghệ sẽ ngày càng có vai trò quan trọng hơn trong việc **hình dung** ra các chuỗi nhân quả này.

20. Để phát triển hệ sinh thái này cần những **người cầm cờ tiên phong**: một hoặc nhiều người lãnh đạo phụ trách. Chúng ta hãy bắt tay vào việc thôi nào!

www.ingramcontent.com/pod-product-compliance
Lightning Source LLC
LaVergne TN
LVHW081540070526
838199LV00057B/3725